अर्नेस्ट शॅकलटन आणि १९०७-०९च्या ब्रिटिश अ‍ॅन्टार्क्टिक मोहिमेची असामान्य कहाणी

खरे नाट्य आणि प्रथमश्रेणी शिष्यवृत्तीचा उत्तम समतोल. कथानक कादंबरीच्या गतीने सरसरत असतानाच लेखकाची सूक्ष्म नजर ऐतिहासिक तपशिलाबरोबरच ध्रुवीय संशोधन प्रवास आणि संशोधक प्रवाशांचे अंतरंग बंदिस्त करते आणि त्याचबरोबर शॅकलटन आणि त्यांच्या शिलेदारांचा साम्राज्याच्या भव्य योजनेमध्ये ठाव घेते.

– सर रानुल्फ फिनेस

ही ऐतिहासिक मोहीम वाचकांसमोर उलगडून दाखविताना वॉ रिफेनबर्ग यांनी एवढी तन्मयता दाखविली आहे की, वाचकाला तिथल्या गोठविणाऱ्या थंडीची अनुभूती येते.

– संडे टेलिग्राफ

खिळवून ठेवणारे आणि सखोल संशोधनावर आधारित.

– मॅक्स जोन्स, 'दि लास्ट ग्रेट क्वेस्ट'चा लेखक

'रेसिंग विथ डेथ' या इंग्रजी पुस्तकाचा मराठी अनुवाद

मृत्यूशी शर्यत

संशोधन प्रवासाच्या इतिहासातील सर्वश्रेष्ठ बचाव कथा

लेखक
बॉ रिफेनबर्ग

अनुवाद
प्रसाददत्त गाडगीळ

मेहता पब्लिशिंग हाऊस

Please contact us at **Mehta Publishing House,** Pune 411030.
✆ +91 020-24476924 / 24460313 / Mob. No. 9545000513
Email : production@mehtapublishinghouse.com
Website : www.mehtapublishinghouse.com

- *या पुस्तकातील लेखकाची मते, घटना, वर्णने ही त्या लेखकाची असून त्याच्याशी प्रकाशक सहमत असतीलच असे नाही.*

RACING WITH DEATH : DOUGLAS MAWSON - ANTARCTIC EXPLORER by BEAU RIFFENBURGH

मृत्यूशी शर्यत / अनुवादित सत्यकथा

अनुवाद : प्रसाददत्त गाडगीळ
Email : author@mehtapublishinghouse.com
मराठी अनुवादाचे व प्रकाशनाचे हक्क : मेहता पब्लिशिंग हाऊस, पुणे.
प्रकाशक : सुनील अनिल मेहता, मेहता पब्लिशिंग हाऊस,
१९४१, सदाशिव पेठ, माडीवाले कॉलनी, पुणे ४११०३०.
अक्षरजुळणी : स्वाती एंटरप्रायझेस, पुणे ९.
मुद्रक : ट्रिनिटी ॲकॅडमी फॉर कॉर्पोरेट ट्रेनिंग लिमिटेड
मुखपृष्ठ : चंद्रमोहन कुलकर्णी
प्रथमावृत्ती : ४ नोव्हेंबर, २०१३
किंमत : ₹ २४०
P Book ISBN 9788184985146

माझे पालक –
अँजोलिन आणि रॅल्फ यांना,
त्यांनी आयुष्यभर मला मार्गदर्शन केलं,
प्रोत्साहन, आधार आणि प्रेम दिलं.

मनोगत

अलीकडील काळात, ॲन्टार्क्टिकमधल्या संशोधन प्रवासाच्या संदर्भातील पुस्तकं, चित्रपट आणि संशोधन यांच्यावर रॉबर्ट फाल्कन स्कॉट आणि शॅकलटन यांच्या व्यक्तिमत्त्वांचा आणि त्यांनी मिळवलेल्या यशाचा पगडा होता. शेवटच्या खंडाची ओळख जगाला करून देणारे सर्वश्रेष्ठ ब्रिटिश संशोधक प्रवासी म्हणून त्या दुक्कलीचे स्मरण आणि सन्मान न्याय्य आहे. तरीही अशी एक असामी होऊन गेली; जिला आंग्लभाषिक विश्वात त्या दुक्कलीच्या तोडीस तोड म्हणून मान्यता प्राप्त आहे. ती असामी म्हणजेच डग्लस मॉसन. हा त्याच्या काळातील खरा वीर होता. जागतिक वैज्ञानिक समाजात आदराचे स्थान असलेला, जनतेला प्रिय असलेला आणि ऑस्ट्रेलियन वीरांमध्ये सर्वसाधारणपणे सर्वाधिक लोकप्रिय समजला गेलेला.

'ॲन्टार्क्टिक विज्ञानातील सर्वश्रेष्ठ व्यक्ती' म्हणून काही जण अजूनही त्याला मानत असले, तरी ऑस्ट्रेलियाबाहेर मॉसनची ओळख फार थोडी आहे. खुद्द ऑस्ट्रेलियातही त्याच्या मोठेपणाला चपराक मिळाली. मॉसन राहत असलेल्या ॲडलेडमध्येच शाळेच्या एका गटाने साऊथ ऑस्ट्रेलियन म्युझियमला मध्यंतरी भेट दिली. तिथे अन्य वस्तूंबरोबरच मॉसनचा आपल्या सहकारी सदस्यांबरोबर बोटीवर उभा असलेला खास फोटो त्यांना दाखवण्यात आला. त्यात त्याने सुदूर दक्षिणेसाठीचे थंडीचे कपडे घातलेले आहेत. हाच फोटो पूर्वी ऑस्ट्रेलियाच्या १०० डॉलर्सच्या नोटेवर होता, त्याच्याविषयीच्या मानाचे द्योतक; पण त्याच्याविषयी विद्यार्थ्यांना काय ठाऊक आहे असं विचारता त्याच्या अवतारामुळे बहुधा त्याला 'नेड केली' समजून मुलांनी विचारलं, ''तो दरोडेखोर होता?''

मॉसनला ख्यातनाम करण्यास कारणीभूत असलेल्या तीन मोहिमांविषयी तर – १९०७-०९ ची ब्रिटिश ॲन्टार्क्टिक एक्स्पिडिशन, १९११-१४ ची ऑस्ट्रेलेशियन ॲन्टार्क्टिक एक्स्पिडिशन आणि १९२९-३१ ची ब्रिटिश, ऑस्ट्रेलियन, न्यूझीलंड ॲन्टार्क्टिक रिसर्च एक्स्पिडिशन – जनतेमध्ये अधिकच अज्ञान आहे. पैकी पहिल्या मोहिमेत मॉसन इतिहासातील सर्वांत मोठ्या आणि कठीण स्लेजिंग प्रवासाचा नेता होता. या मोहिमेत त्याचं दल दक्षिण चुंबकीय ध्रुवाच्या परिसरात पोचणारं पहिलं

दल ठरलं. दुसऱ्या मोहिमेत – जिची निर्मिती, विकास तसेच नेतृत्व मॉसनने केले – अन्य कुठल्याही मोहिमेच्या तुलनेत अ‍ॅन्टार्क्टिकच्या सर्वाधिक भूभागात संशोधनकार्य झाले आणि तेही कधी नव्हे एवढ्या मोठ्या प्रमाणात. त्या मोहिमेत ३ तळ, किनाऱ्यावरच्या दलाचे ३२ सदस्य, ७ मोठे स्लेजिंग प्रवास आणि मोठा सागरी संशोधन कार्यक्रम यांचा अंतर्भाव होता. तरीही जी मोहीम केवळ साहसविरहित वैज्ञानिक कार्यक्रम म्हणून अपेक्षित होती, ती मृत्यू, निर्धार आणि धाडसाची कहाणी ठरली. या मोहिमेला सर एडमंड हिलरी यांनी 'संशोधन प्रवासाच्या इतिहासातील सर्वश्रेष्ठ बचावकथा' असं संबोधलं. मॉसनची शेवटची मोहीम त्याच्या आधीच्या मोहिमांच्या मालिकेचा वैज्ञानिक वारसा न ठरता अ‍ॅन्टार्क्टिकवरच्या ऑस्ट्रेलियन दाव्याचा पाया ठरली – आज ऑस्ट्रेलियन अ‍ॅन्टार्क्टिक टेरीटरी म्हणून ओळखली जाते साडेसत्तावीस लाख चौरस मैलांहून अधिक भूमी.

हे पुस्तक म्हणजे मॉसनचे असीम साहस आणि देदिप्यमान कारकिर्दीची कहाणी आहे. मॉसन सुदूर दक्षिणेत नसायचा तेव्हाही तो तिथल्या त्याच्या पुढल्या प्रवासाचे नियोजन करीत असायचा. एवढ्या मोठ्या योजनेसाठी पैसा उभा करायचा, आपल्या वैज्ञानिक संशोधनावर काम करायचा किंवा अ‍ॅन्टार्क्टिकबाबतच्या सरकारी, वैज्ञानिक अथवा धोरणात्मक निर्णयांच्या प्रक्रियेत गुंतलेला असायचा. कालांतराने, अ‍ॅन्टार्क्टिक संदर्भातला जागतिक स्तरावरचा सर्वश्रेष्ठ अधिकारी व्यक्ती म्हणून त्याची ओळख निर्माण झाली.

आज शास्त्रज्ञ, साहसवीर आणि पर्यटकही अ‍ॅन्टार्क्टिक खंडातून आपल्या मर्जीनुसार प्रवास करतात. डेव्हिड अ‍ॅटेनबरो, सर रानुल्फ फिनेस आणि अन्य व्यक्तींनी आपापल्या परीने पश्चिमी जगताला पृथ्वीच्या त्या भागाची ओळख करून दिली; परंतु जेव्हा जगाला त्या भागाची ओळख नव्हती आणि जो कल्पनातीत दुर्गम होता, त्या काळाची जाणीव या पुस्तकाद्वारे आपल्याला होते. इतिहासातील अन्य कोणाही व्यवतीप्रमाणेच डग्लस मॉसन याने ही कठोर भूमी वैज्ञानिक, भूगोलतज्ज्ञ, सरकार आणि जनता यांच्यासाठी खुली केली. म्हणूनच नव्या पिढीला त्याची आणि त्याच्या भगिरथ यत्नांची ओळख करून देणं उचितच नव्हे तर आवश्यक आहे.

अनुक्रमणिका

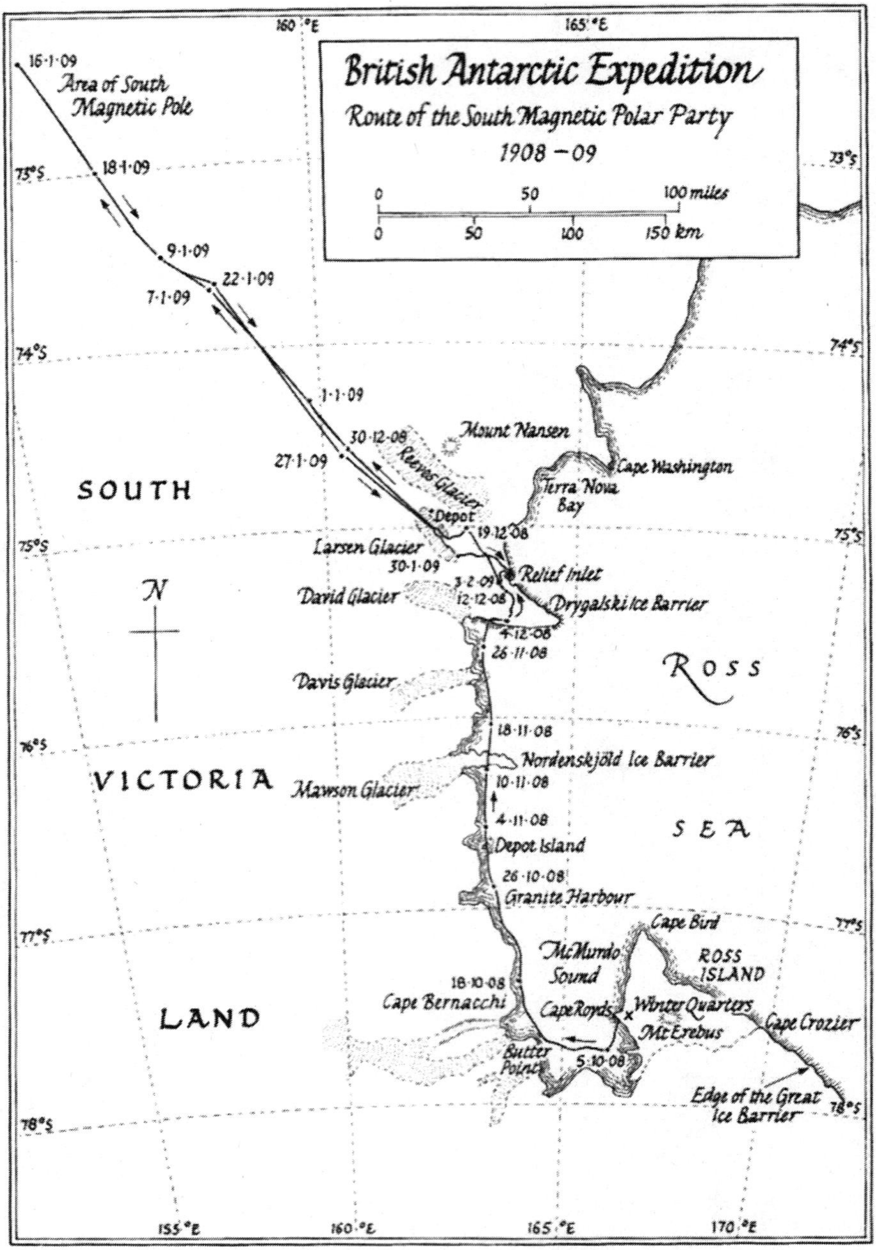
British Antarctic Expedition
Route of the South Magnetic Polar Party
1908 – 09
0
50
100 miles
0
50
100
150 km
16·1·09
Area of South Magnetic Pole
18·1·09
9·1·09
22·1·09
7·1·09
1·1·09
30·12·08
27·1·09
Mount Nansen
Reeves Glacier
Cape Washington
Terra Nova Bay
SOUTH
Depot
19·12·08
Larsen Glacier
30·1·09
Relief Inlet
3·2·09
12·12·08
David Glacier
Drygalski Ice Barrier
N
4·12·08
26·11·08
ROSS
Davis Glacier
18·11·08
Nordenskjöld Ice Barrier
VICTORIA
Mawson Glacier
10·11·08
4·11·08
SEA
Depot Island
26·10·08
Granite Harbour
Cape Bird
McMurdo Sound
ROSS ISLAND
18·10·08
Cape Bernacchi
LAND
Cape Royds
Winter Quarters
Cape Crozier
Mt Erebus
Butter Point
5·10·08
Edge of the Great Ice Barrier
73°S
74°S
75°S
76°S
77°S
78°S
155°E
160°E
165°E
170°E

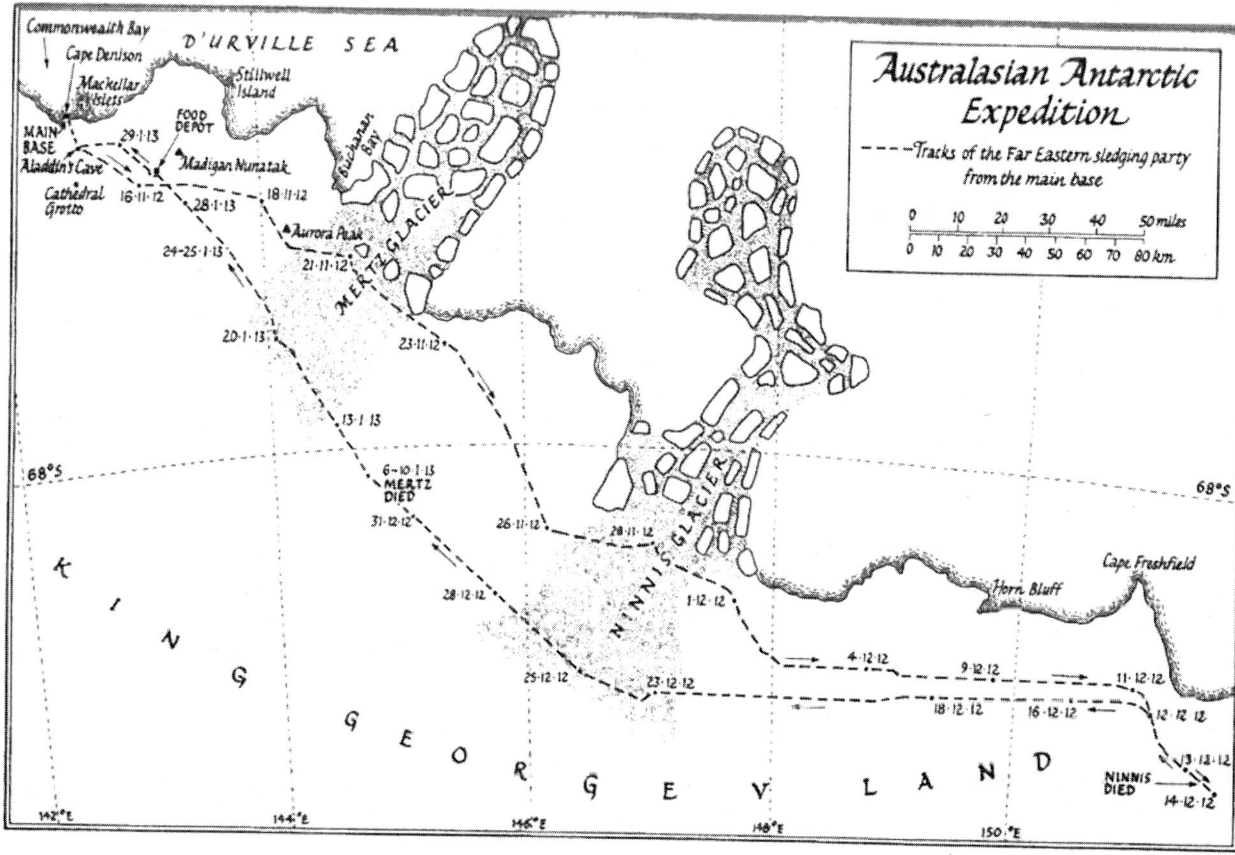

Australasian Antarctic Expedition
Tracks of the Far Eastern sledging party from the main base
0 10 20 30 40 50 miles
0 10 20 30 40 50 60 70 80 km
Commonwealth Bay
Cape Denison
Mackellar Islets
D'URVILLE SEA
Stillwell Island
Buchanan Bay
MAIN BASE
Aladdin's Cave
Cathedral Grotto
FOOD DEPOT
Madigan Nunatak
Aurora Peak
MERTZ GLACIER
NINNIS GLACIER
Horn Bluff
Cape Freshfield
16·11·12
18·11·12
21·11·12
23·11·12
26·11·12
28·11·12
1·12·12
4·12·12
9·12·12
11·12·12
12·12·12
13·12·12
14·12·12
NINNIS DIED
16·12·12
18·12·12
23·12·12
25·12·12
28·12·12
31·12·12
6–10·1·13
MERTZ DIED
13·1·13
20·1·13
24–25·1·13
28·1·13
29·1·13
68°S
142°E
144°E
146°E
148°E
150°E
KING GEORGE V LAND

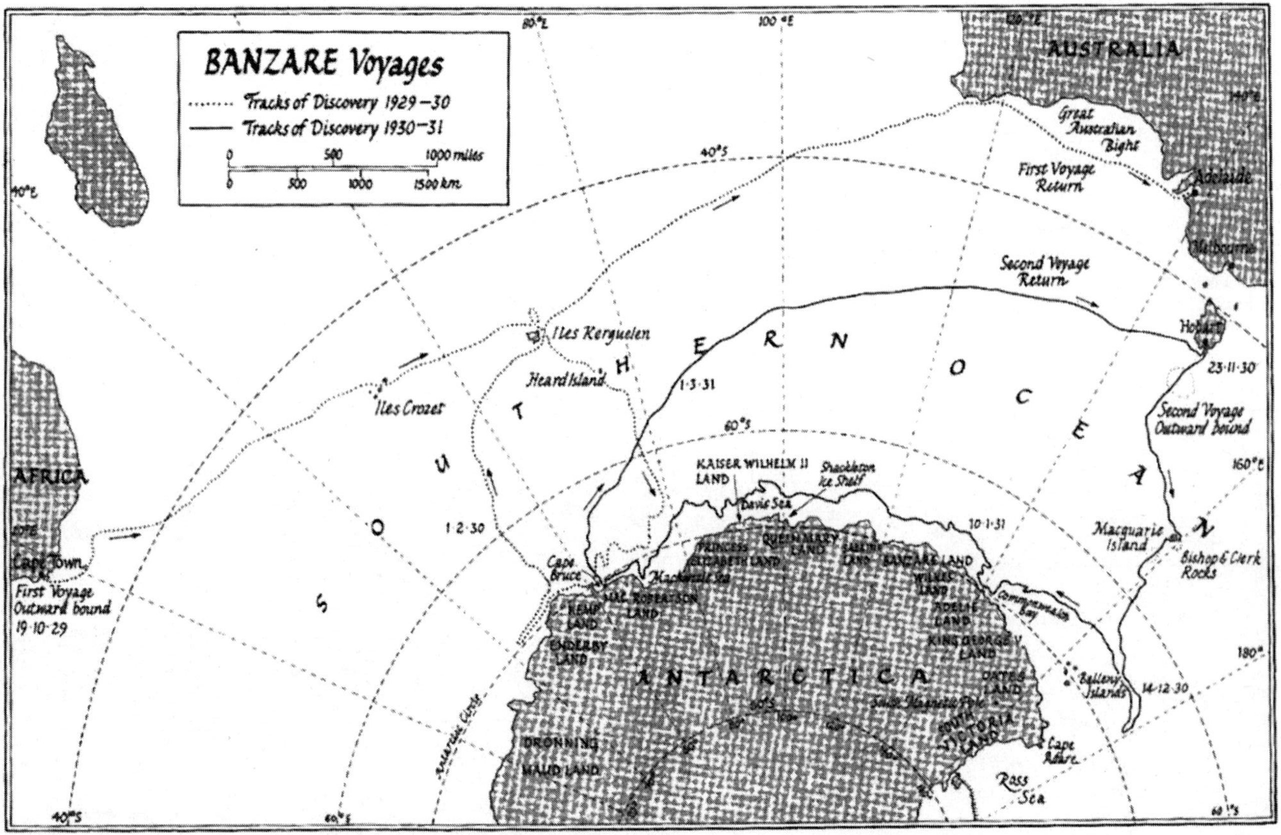

BANZARE Voyages
Tracks of Discovery 1929–30
Tracks of Discovery 1930–31
0 500 1000 miles
0 500 1000 1500 km
AUSTRALIA
Great Australian Bight
First Voyage Return
Adelaide
Melbourne
Second Voyage Return
Hobart
23·11·30
Second Voyage Outward bound
Macquarie Island
Bishop & Clerk Rocks
AFRICA
Cape Town
First Voyage Outward bound
19·10·29
Iles Kerguelen
Heard Island
Iles Crozet
S O U T H E R N O C E A N
1·3·31
1·2·30
10·1·31
14·12·30
KAISER WILHELM II LAND
Shackleton Ice Shelf
Davis Sea
QUEEN MARY LAND
PRINCESS ELIZABETH LAND
SABRINA LAND
BANZARE LAND
WILKES LAND
ADELIE LAND
KING GEORGE V LAND
OATES LAND
Cape Bruce
Mackenzie Sea
MAC. ROBERTSON LAND
KEMP LAND
ENDERBY LAND
DRONNING MAUD LAND
ANTARCTICA
South Magnetic Pole
SOUTH VICTORIA LAND
Balleny Islands
Cape Adare
Ross Sea
Antarctic Circle
40°S
40°S
60°S
60°S
100°E
120°E
140°E
160°E
180°

उपोद्घात

काळ्याकुट्ट अंतहीन घळीवर केवळ एका दोरखंडाच्या विळख्याच्या आधारावर तो कसाबसा लटकलेला होता. त्याची बुद्धी काम करेनाशी झाली होती, त्याच्या अंगातली शक्ती सरत चालली होती. कपड्यांमध्ये शिरलेल्या हिमामुळे अन् बर्फामुळे तो गोठलेला होता आणि मुख्य म्हणजे तो अगदी एकाकी होता. सर्वांत जवळच्या जिवंत मनुष्यापासून ऐंशी मैलांच्या अंतरावर.

'ऑस्ट्रेलियन अ‍ॅन्टार्क्टिक एक्स्पिडीशन' असे राजस नाव असलेल्या मोहिमेच्या प्रमुखाच्या, डग्लस मॉसनच्या मनात आलं की आता फक्त एका क्षणाचा अवकाश होता, त्यानंतर ना त्याला कुठली वेदना जाणवणार होती ना निराशा, ना हाल. त्याने स्वत:ला दोरखंडापासून विलग करण्याचा अवकाश, मग तो हवेतून तरंगत, सावकाश गाढ निद्रेच्या अधीन होणार होता, कायमचा.

अन्य काही विचारांनी त्याच्या मनात गर्दी केली. त्याची वाट पाहणाऱ्या त्याच्या भावी पत्नीचा, थोड्याच अवधीनंतर गवसणाऱ्या त्या 'अमरत्वाच्या गुपितां'चा आणि ह्या स्थितीत त्याला घेऊन येणाऱ्या महाभयंकर घटनांचा. सुरुवातीपासून सगळंच चुकत गेलं होतं. महिन्याभरापूर्वी जेव्हा अ‍ॅन्टार्क्टिकाच्या ज्या भागात तोपर्यंत कोणीही पाऊल ठेवले नव्हते, तिथे त्याच्या दोन साथीदारांपैकी एक एका घळीत कायमचा नाहीसा झाला होता आणि जाताना, त्याचे सर्वोत्तम कुत्रे, त्यांचा बहुतांशी अन्नसाठा, त्यांचा तंबू आणि भूतलावरल्या सर्वांत कठोर वातावरणापैकी एकात टिकून राहण्यासाठी लागणारी इतर अनेक साधनं स्वत:बरोबर घेऊन गेला होता. मॉसन आणि त्याचा उरलेला साथीदार, स्विस तज्ज्ञ, झेव्हिअर मर्टझ् तीन आठवडे, आटोकाट प्रयत्न करत काळाशी झुंज देत होते. बंदरावरल्या त्यांच्या तळावर परतण्यासाठी ३०० मैलांचं अंतर कापण्याचा यत्न करत होते. अतिशय

प्रतिकूल हवामानामुळे त्यांच्या शरीरातील पाण्याचा अंश कमी तर झालाच होता, शिवाय उपासमारीला तोंड द्यावं लागत होतं ते वेगळंच. मरतुकड्या कुत्र्यांना खाऊनही त्यांना पुरेशी ताकद लाभली नाही. लवकरच त्यांची कातडी सोलवटली जाऊ लागली, जखमा चिघळू लागल्या आणि त्यांच्या इच्छाशक्तीचं खच्चीकरण होऊ लागलं. अखेरीस जेव्हा प्रवास चालू ठेवण्याची मर्टझची क्षमता संपली, तेव्हा त्याची शुश्रूषा करण्यासाठी, त्याला सोबत देण्यासाठी मॉसन थांबला... मृत्यूने मर्टझ्ची जीवघेण्या यातनातून सुटका करेपर्यंत.

पण त्यामुळे मॉसन आणखीनच बिकट परिस्थितीत सापडला. एका व्यक्तीला पुरेल एवढंही अन्न त्याच्यापाशी नव्हतं, एका व्यक्तीला खेचून नेता येणं शक्य नाही, एवढी जड स्लेज होती आणि शरीराची हालचाल थांबवणं घातक असताना, लहरी हवामान त्याला त्याच्या तंबूत कोंडून ठेवण्याची लक्षणं दिसत होती. त्यातून वेदना सहन केल्याविना त्याला हालचाल करता येत नव्हती. त्याच्या स्थितीबद्दल तो लिहितो : 'अपुऱ्या पोषणामुळे माझा देह सडतोय – हिमबाधा झालेली बोटांची अग्रं चिघळत चालली आहेत. नाकपुड्या आतून सोलवटून निघाल्या आहेत, तोंडात लाळ निर्माण होईनाशी झाली आहे आणि पुऱ्या अंगाची कातडी सोलवटून निघाली आहे.'

पण समकालीन प्रवासी-संशोधकांच्या तुलनेत मॉसन वेगळ्याच मातीचा बनला होता. दुर्गम्य इच्छाशक्तीच्या जोरावर त्याने आपल्याजवळच्या छोट्या सुरीच्या सहाय्याने स्लेजचे दोन भाग कापून काढून आणखी आठ-दहा दिवस मार्गक्रमण चालू ठेवलं. चालत राहण्यावाचून त्याला पर्याय नव्हता. एका सकाळी अंधूक प्रकाशात चाचपडत पुढं सरकताना त्याला अचानकपणे हिसका जाणवला आणि पुढल्या क्षणी त्याला जाणवलं की एका घळीत चौदा फूट खोलीवर लटकत होता. त्याचं स्लेजसुद्धा घळीच्या दिशेने घसरत चालले होते. 'हा माझा अंत आहे,' त्याच्या मनात आलं. त्याला जाणीव झाली की ते स्लेज आता त्याला बरोबर घेऊन रसातळ गाठणार; पण महद्आश्चर्य म्हणजे ते स्लेज घळीच्या काठावर येऊन थांबलं.

तरीही त्याचं भवितव्य भयावहच होतं. घळीची रुंदी सहा फूट होती आणि घळीचा एकही काठ त्याच्या हाताला लागणारा नव्हता. वर पाहता त्याच्या हे लक्षात आलं की दोरखंड पुढे आलेल्या बर्फाच्या चकतीवर काचला गेला होता, ज्यामुळे तिथपर्यंत तो पोचू शकला तरी काठावर चढणं अशक्य होतं. तो जेवढ्या वेळा वर पाहत होता तेवढ्या वेळा ते अंतर वाढत असल्याचंच भासत होतं, विशेषत: त्याच्या शारीरिक स्थितीमुळे. त्यातून त्याच्या बोटांना आणि हातांना हिमबाधा झाली होती आणि हातांवर मोजे नसल्यामुळे त्यांच्या जाणिवा वेगाने नाहीशा होत चालल्या

होत्या. शिवाय स्लेज खेचण्याच्या श्रमांमुळे त्याने बरेचसे कपडे अंगावरून काढून टाकले होते आणि उरलेल्या कपड्यांपैकी बहुतांशी बटण, झीप वगैरे न लावताच अंगावर ठेवले होते. घळीत पडताना या कपड्यात बरेच हिम भरले गेल्यामुळे त्याचं धडही बधिर झालं होतं.

अशा हतबल परिस्थितीतदेखील त्याने विचार केला की, 'ईश्वराने मला एक संधी दिली आहे.' म्हणून त्याने प्रयत्नांची अशक्यप्राय शर्थ करत दोरखंडावर चढायला सुरुवात केली. आणि अखेरीस त्याला दोरखंडाच्या गाठीचा आधार मिळाला, किमान विश्रांती घेण्यापुरता. थोड्या विश्रामानंतर पुनःपुन्हा वरच्या दिशेने सरकण्याचा, चढण्याचा आपला प्रयत्न त्यानं चालूच ठेवला. दोरखंडाच्या छोट्या गाठी त्याला यशाची, जीवनाची खात्री देत राहिल्या. अखेरीस, युगासमान भासणाऱ्या कालावधीनंतर तो बर्फाच्या चकतीपाशी पोचला, चकतीवर चढला आणि आता तो सुरक्षितपणे काठावर पोचणार तोच बर्फाच्या चकतीच्या ठिकऱ्या उडाल्या आणि तो पुन्हा पूर्ववत लटकू लागला.

आता पूर्ण गोठलेल्या स्थितीत संपूर्ण शक्तिपातावस्थेत तो दोरखंडावर झुलत होता. त्याच्या मनाची खात्री पटली की, अल्पावधीतच त्याच्या जीवनाचा अंत होणार होता. वरती, दूर अंतरावर काठ होता आणि खाली कभिन्न पोकळी त्याला खुणावत होती, त्याचे कष्ट आणि त्याचा छळ संपवण्याचं आश्वासन देत होती. दोरखंडापासून स्वतःला सोडवणं आणि त्याचबरोबर छळवादापासून स्वतःची सुटका करून घेणं सहज सोपं होतं. मॉसनचे हात दोरखंडाच्या दिशेनं, पर्यायाने अमरत्वाच्या दिशेने सरकले.

१

निमरॉड
हिमसृष्टीतील आगंतुक

पुढचा क्षण आपल्या जीवनाचा शेवटचा तर नसेल ना, असा विचार करत घळीत पडल्याची मॉसनची ही पहिलीच वेळ नव्हती. अशी एकही व्यक्ती नाहीये, जी अ‍ॅन्टार्क्टिक आच्छादणाऱ्या हिमाच्या डोंगरांवरून आणि ध्रुवीय पठारांवरून मार्गक्रमण करताना हिमनदीवरल्या फसव्या, बहुतेक वेळा छुप्या घळींमध्ये पडणे टाळू शकली आहे; परंतु सहसा हिमाच्छादन भेदण्यावर किंवा स्लेजला दोरीने बांधून घेतल्यामुळे कमी खोलीपर्यंत पडण्यावर भागते. मॉसनचा याआधीचा वाईट अनुभव चार वर्षांपूर्वीचा होता, जेव्हा तो अनिर्बंध अवस्थेत अठरा फूट खोल कडेकाठावर पडला होता, अगदी त्याच क्षणी, जेव्हा त्याच्या मनाची धारणा होत होती, की अनेक महिन्यांच्या अविश्रांत धडपडीनंतर आता आपली सुटका होणार आहे.

त्या वेळी तो 'बीएई'चा (ब्रिटिश अ‍ॅन्टार्क्टिक एक्स्पिडिशन) सदस्य होता. 'बीएई'नेच त्याची सुदूर दक्षिणेच्या विलोभनांशी आणि धोक्यांशी ओळख करून दिली, आणि त्याच वेळी पुढल्या काही वर्षांच्या त्याच्या वाटचालीची निश्चिती केली. कारण त्यानंतर मॉसनने स्वत:ला संशोधक प्रवाशाच्या, वैज्ञानिकाच्या, राजपत्रीत विस्तारकाच्या, किंवा सरकारी सल्लागाराच्या भूमिकेतून पूर्णपणे अ‍ॅन्टार्क्टिकला वाहून घेतले.

मॉसनने स्वत:करिता दिशा आणि कारकीर्द निश्चित केली होती, तरी सुदूर दक्षिणेतला त्याचा स्वत:चा सहभाग हा केवळ योगायोग होता. वास्तविक, त्याच्या एका जुन्या प्रोफेसरशी असलेल्या त्याच्या ऋणानुबंधाला आणि एका तरुण, लहरी ब्रिटिश संशोधक-प्रवाशाला त्याचे श्रेय जाते. तरीही, मॉसनची नेमणूक संशोधन-प्रवासाच्या इतिहासातली अशी दुर्मिळ घटना ठरली; जिचा लाभ केवळ मानवाला

आणि मोहिमेलाच झाला असे नाही, तर संपूर्ण वैज्ञानिक आणि भौगोलिक परिवाराला झाला.

तसे पाहता बाळाचे पाय पाळण्यातच दिसले होते. १८८२ मध्ये यॉर्कशायरमधल्या शिप्लेमध्ये त्याचा जन्म झाला. 'डग्लस' हे त्याचे नाव 'आइल ऑफ मॅन' येथील डग्लस या शहरावरून ठेवण्यात आले. कारण त्याची आई तिथली रहिवासी होती आणि त्याचा भाऊ विल्यम, चार वर्षांचा असताना त्यांच्या आई-वडिलांनी उज्ज्वल भवितव्याच्या दृष्टीनं न्यू साऊथ वेल्स गाठलं. तिथे, सिडनीच्या उपनगरात मॉसन 'फोर्ट स्ट्रीट मॉडेल पब्लिक स्कूल'मध्ये जाऊ लागला. भूगर्भशास्त्राशी त्याची ओळख तिथेच झाली आणि एका मिथकानुसार, 'स्पीच नाईट'मध्ये मुख्याध्यापक म्हणाले, 'आपल्या ग्रहाचा एखादा कोपरा जर अजून उजेडात यायचा राहिला असेल तर त्याची रहस्ये जगापुढे उघड करणाऱ्या मोहिमेचा आयोजक आणि प्रमुख असेल, डग्लस मॉसन.'

त्यानंतर, सोळाव्या वर्षी मॉसनने 'युनिव्हर्सिटी ऑफ सिडनी'मध्ये प्रवेश घेतला आणि भूगर्भशास्त्र आणि खनिजशास्त्र यांत लक्षणीय प्रगती केली. 'दि प्रोफ' या टोपणनावाने ओळखल्या जाणाऱ्या सुप्रसिद्ध प्रोफेसर डी. डब्ल्यू. एजवर्थ डेव्हिड यांचा त्याच्यावर खासा प्रभाव पडला. मॉसनने स्वत:ला प्रो. डेव्हिड यांच्याबरोबर संशोधनात गुंतवून घेतले आणि त्याचबरोबर बी. ई.चा अभ्यासक्रम पुरा केला. मग, प्रो. डेव्हिडच्या वरदहस्ताने रसायनशास्त्र विभागात 'ज्युनिअर डेमॉन्स्ट्रेटर' म्हणून त्याची नेमणूक झाली. त्या वेळी त्याचे वय होते केवळ एकोणीस. त्यानंतर त्याने न्यू हिब्राईडसचा (आताचे व्हॅनुअॅटु) पद्धतशीर अभ्यास केला. तो अशा दुर्गम ठिकाणी पोचला; जिथे तोपर्यंत युरोपिअन्सही पोचलेले नव्हते. नंतर त्याने आणखीही काही भूगर्भीय सर्वेक्षण केली आणि १९०४ मध्ये भूगर्भशास्त्राची बी. एस्सी. पदवी मिळवली.

ग्रॅज्युएशननंतर मॉसन 'युनिव्हर्सिटी ऑफ अॅडलेड'मध्ये लेक्चरर झाला. तिथे त्याची ओळख व्हॉल्टर हाऊचिनशी झाली. हा पाद्रीही होता आणि भूगर्भशास्त्रज्ञही. याने सिद्ध करून दाखवले होते की दक्षिण ऑस्ट्रेलियाने दोन वेळा हिमप्रवाह (ग्लेशिएशन) अनुभवला होता. त्यांपैकी एक पृथ्वीवरच्या जीवसृष्टीच्या निर्मितीच्या काळात झाला होता, जो की आधीच्या समजाच्या कैक पूर्वी होता. हाऊचिन आणि प्रो. डेव्हिड यांच्या संशोधनाने आणि सहाय्याने मॉसनची 'हिमयुगात'ली रुची वाढली. दरम्यान, मॉसनने डॉक्टरेटसाठी 'फ्लिंडर्स रेंजेस' आणि 'न्यू साऊथ वेल्स' इथल्या 'ब्रोकन हिल्स' येथे संशोधन सुरू केले. सप्टेंबर १९०७ मध्ये तो ब्रोकन हिल्सवर असताना त्याला अतिशय आश्चर्यकारक बातमी कळली, की धाडसी आणि प्रभावशाली अर्नेस्ट शॅकलटनच्या नेतृत्वाखाली जाणाऱ्या मोहिमेबरोबर प्रो.

डेव्हिड ॲन्टार्क्टिकवर जात आहेत.'

शॅकलटन प्रथम जगाच्या नजरेत आला तो काही वर्षांपूर्वी रॉबर्ट फाल्कन स्कॉटच्या 'डिस्कव्हरी' मोहिमेत तो एडवर्ड विल्सनबरोबर सहभागी झाला तेव्हा. १९०२-०३ च्या उन्हाळ्यात, रॉस सी नजीकच्या मॅकमर्डो साऊंडशेजारच्या रॉस आयलंडवरच्या त्यांच्या तळावरून त्या तिघांनी स्लेजवरून विक्रमी प्रवास केला होता. आकाराने स्पेनपेक्षाही मोठा असलेल्या ग्रेट आईस बॅरिअरमधून (आताचा रॉस आईस शेल्फ) ते अतिदक्षिणेकडे एवढ्या दूरवर गेले; जिथवर तोपर्यंत अन्य कोणीही गेलेले नव्हते. ८२° १७' S. तिथून तळावर परतताना त्यांना अपुऱ्या अन्नसाठ्याच्या आणि रक्तदोषाच्या संकटाला तोंड द्यावं लागलं होतं. स्कॉट आणि दलातले बहुतेक सर्व सदस्य दुसऱ्या वर्षासाठी ॲन्टार्क्टिकवरच थांबले तरी स्कॉटने शॅकलटनला त्याच्या इच्छेविरुद्ध घरी पाठवून दिलं.

अखेरीस स्कॉट इंग्लंडला पोचल्यावर त्याचं तिथं वीरासारखं स्वागत झालं; पण शॅकलटनच्या मनात मोहिमेतून अर्ध्यावरूनच परत पाठवल्याची बोच राहिली. काळ जसा पुढे सरकत होता, तसं दक्षिण ध्रुवावरच्या मोहिमेचं नेतृत्व करण्याचं स्वप्न तो पाहू लागला. असं यश संपादन करण्याचं; ज्यामुळे त्याच्या क्षमतेवरचा संशयच केवळ फिटेल असे नाही, तर ज्यामुळे त्याला प्रसिद्धी आणि पैसाही लाभेल. १९०७ च्या पूर्वार्धात विल्यम बिअर्डमोअर नामक स्कॉटिश उद्योजकाच्या पाठिंब्यामुळे, 'ब्रिटिश ॲन्टार्क्टिक एक्स्पिडिशन' नाव असलेली, परंतु खाजगी स्वरूपाची मोहीम त्याला हाती घेता आली. पुढल्या सहा महिन्यांच्या धामधुमीत त्याने निधी गोळा केला. 'निमरॉड' नावाची जुनी बोट खरेदी करून तिची डागडुजी केली. ॲन्टार्क्टिकमध्ये दोन वर्षं पुरेल एवढी साधनसामुग्री गोळा केली आणि किनाऱ्यावरच दल आणि बोटीचा चालकवर्ग तयार केला.

ऑगस्ट १९०७ मध्ये निमरॉड न्यूझीलंडमधल्या लिटलटन येथे – ॲन्टार्क्टिक मोहिमेसाठीचा पहिला तळ – जाण्यासाठी निघाली आणि शॅकलटन त्यानंतर दोन महिन्यांनी निघाला. तो वाटेत ऑस्ट्रेलियातल्या ॲडलेडमध्ये थांबला. तिथे त्याने दोन व्याख्यानं दिली. व्याख्यानांचा हेतू होता, मोहिमेसाठी अत्यावश्यक असलेला पैसा उभा करणं; पण गंमत म्हणजे अत्यंत आशावादी असलेल्या शॅकलटनलाही कल्पना नव्हती की केवळ 'बीएई'साठीच नव्हे, तर ॲन्टार्क्टिकच्या शास्त्राच्या इतिहासासाठीही आणि सुदूर दक्षिणेतल्या ऑस्ट्रेलियाच्या सहभागासाठी ही व्याख्याने किती महत्त्वपूर्ण ठरणार आहेत! ह्या सगळ्याची कळ होती, लहानखोर, चारित्र्यवान, अत्यंत शिष्टाचारी आणि तरीही आनंदी स्वभावाचा विद्वान, कुशाग्र बुद्धिमत्तेच्या तोलामोलाचा धोरणीपणा अंगी असलेला : प्रोफेसर डेव्हिड.

शॅकलटनची धारणा होती की त्याच्या मोहिमेत विज्ञानाचा विशेष सहभाग नसेल. त्याचे ध्येय होते दक्षिण ध्रुव गाठणे; परंतु प्रो. डेव्हिडचा त्याच्यावर खासा प्रभाव पडला. शॅकलटनच्या मते, त्यांच्याकडे 'झाडावरल्या पाखरालाही आकृष्ट करण्याची' क्षमता होती. प्रो. डेव्हिडच्या, राजकीय वर्तुळातल्या वजनाची शॅकलटनला कल्पना असल्यामुळे त्याने प्रोफेसरना त्याच्या मोहिमेत सहभागी होण्याची आणि रेमंड प्रिस्ले आणि सर फिलिप ब्रॉकलहर्स्ट या दोघा तरुणांना प्रशिक्षण देण्याची विनंती केली. मग तो निमरॉडवर परतला. प्रो. डेव्हिडनी शॅकलटनची विनंती मान्य केली आणि ऑस्ट्रेलियन पंतप्रधानांकडे आर्थिक सहाय्याची मागणी केली. ऑस्ट्रेलियन सरकारात त्यांची प्रतिमा एवढी आदराची होती की त्यांना पाच हजार पाउंडस् सहाय्य त्वरित मिळाले. न्यूझीलंडनेही त्यांना एक हजार पाउंडस् दिले होते. एवढ्या पैशाच्या बळावर त्यांना निमरॉडमध्ये अधिक सुधारणा करता आल्या, अधिक साधनसामुग्री खरीदता आली आणि किनाऱ्यावरच्या दलात आणखी सदस्य वाढवता आले.

मॉसनला एवढ्या सगळ्या प्रगतीची कल्पना नव्हती; परंतु हे ठाऊक होते की प्रचंड प्रमाणात भौगोलिक माहिती मिळण्याच्या शक्यतेने प्रोफेसर डेव्हिडनी दक्षिणेचा रोख धरला होता; पण त्याच एका बातमीने तो एवढा उत्तेजित झाला की शॅकलटनला मेलबर्नला घेऊन जाणारी बोट 'आर एम एस इंडिया' वाटेत ॲडलेडला थांबली, तेव्हा मॉसनने शॅकलटनची भेट घेतली आणि मी या मोहिमेत सहभागी होऊ शकतो का, असं विचारलं. मॉसनने नंतर लिहून ठेवलं, 'हिमनदीची निर्मिती पाहणं, तिच्याशी ओळख करून घेणं आणि तिच्यामुळे भूगर्भावर होणाऱ्या परिणामांचं निरीक्षण करणं ही माझी उद्दिष्टं होती. मला त्यात विशेष रुची होती, कारण दक्षिण-ऑस्ट्रेलियातल्या भूगर्भीय अभ्यासात पृथ्वीवरच्या जीवसृष्टीच्या निर्मितीच्या काळातल्या हिमनद्यांच्या अवशेषांशी माझा परिचय होता, या हिमनद्या संपूर्ण जगात सर्वाधिक विस्ताराच्या होत्या. म्हणूनच, हिमनद्यांची निर्मिती, त्यांची घडण मला पाहायची होती.'

सव्वासहा फुटी तगड्या आणि बुद्धिमान मॉसनच्या सळसळत्या उत्साहाने शॅकलटनचं लक्ष वेधून घेतलं. मात्र आणखी एका शास्त्रज्ञाचा समावेश करण्याइतकं आर्थिक पाठबळ त्याच्याकडे नव्हतं. परंतु, सरकारने त्याला पाच हजार पाउंडस् दिल्यानंतर, स्वाभाविकच तो प्रो. डेव्हिडचा ऋणी झाला आणि प्रोफेसरना त्यांच्या चेल्याला संधी द्यायची होती. म्हणूनच मोहिमेच्या कालावधीकरिता भौतिकशास्त्रज्ञ म्हणून त्याची नेमणूक करण्यात आल्याची तार मॉसनला मिळाली.

'मला आश्चर्याचा धक्काच बसला, कारण वर्षभराकरिता मला ॲन्टार्क्टिकवर राहायला मिळण्याविषयी मी सुचवलेले नव्हते,' मॉसनने लिहिले. 'शिवाय

भौतिकशास्त्रातही मला रस नव्हता, कारण मी भूगर्भशास्त्रज्ञ होतो.’ तरीही त्यानं ही संधी स्वीकारली – मॉसन अॅन्टार्क्टिकच्या दिशेने निघाला.

१ जानेवारी १९०८ रोजी, शॅकलटन आणि त्याचं दल अॅन्टार्क्टिकला जाण्यासाठी निघालं, तेव्हा त्यांना निरोप देण्यासाठी ५०००० चा जमाव लिटलटनला जमला होता. न्यूझीलंडच्या कानाकोपऱ्यातील लोक तिथे निरोप देण्यासाठी आले होते, ही एक आश्चर्याची बाब होती. परंतु, जमावाचा पाठिंबा, बॅण्डस्, रॉयल नेव्हीच्या ऑस्ट्रेलियन ताफ्याची मानवंदना ह्या सगळ्यामुळे निर्माण झालेल्या थरारावर, पुढच्या दहा दिवस चाललेल्या वादळाने पाणी फिरवले. माणसं, साधनसामुग्री, शिधा, स्लेजसाठीचे कुत्रे, शॅकलटनच्या नियोजनानुसार त्यांच्या प्रवासाचे प्रमुख साधन म्हणून वापरण्याची तट्टे, ह्यामुळे निमरॉडवर एवढी दाटी झाली होती की तिच्यावर केवळ साडेतीन फुटांची जागा मोकळी राहिली होती. त्यातून, आवश्यक तेवढा कोळसा ठेवण्यासाठी तिच्यात जागा नसल्यामुळे, ‘कून्या’ स्टीमरने निमरॉडला खेचून नेण्याची व्यवस्था शॅकलटनने केली होती, आणि त्या दोघींना एकत्र बांधून ठेवणाऱ्या टनावारी वजनाच्या लोखंडी साखळ्यांमुळे निमरॉडचा पुढचा भाग पूर्णपणे पाण्यात बुडला होता; ज्यामुळे तिच्यात सतत पाणी घुसत होते.

वादळाच्या तडाख्याचा सर्वांत जास्त त्रास बोटीतल्या मागच्या भागाला सहन करावा लागत होता, जिथे किनाऱ्यावरच्या दलातले बहुतेक सदस्य, त्यांचं सामान आणि पुष्कळसं वैज्ञानिक साहित्य दाटीवाटीनं एकत्र नांदत होतं. ती खोली दमट होती, हवा खेळती राहण्याजोग्या खिडक्या तिथे नव्हत्या आणि तिच्यात प्रवेश करण्यासाठी दोन चौरस फुटांच्या झरोक्यातून खाली जाणारा एक जिना होता. रेमंड प्रिस्लेच्या मते, ती अशी जागा होती जिच्यात सामान्य परिस्थितीत मी दहा कुत्रेही एकत्र ठेवणार नाही, किनाऱ्यावरच्या दलातले पंधरा सदस्य तर सोडूनच द्या. मी तिला... नरकाचीच उपाधी देईन. मॉसनही त्याच्याशी सहमत होता. तो त्या खोलीला केवळ ‘भीषण खोली’ म्हणत असे.

अर्थात मोहिमेच्या सुरुवातीला मॉसन स्वत: त्या खोलीत फार काळ राहिला नाही. बोटीच्या अविश्रांत डोलण्याने त्याच्या पोटात असह्य ढवळायला लागलं. जरा बऱ्या ठिकाणाच्या शोधात त्यानं ती खोली सोडली. मात्र त्याची किंमत त्याला मोजावी लागली. प्रमुख वैद्यकीय अधिकारी असलेल्या उर्मट एरिक मार्शलने, जागेचा अपव्यय करणारा म्हणून त्याच्या नावावर काट मारली. ‘मॉसन निरुपयोगी आहे आणि त्याची वर्तणूक आक्षेपार्ह आहे, त्याच्याकडे ना धैर्य आहे, ना शिष्टाचार,’ असा शेरा दिला. वादळादरम्यान त्याने नोंद केली, तो केवळ पडून असतो आणि उलट्या करतो. त्याने चोख निष्कर्ष लिहिला – ‘त्याला मागे ठेवून जाण्यात मला

जरासुद्धा खेद वाटणार नाही.'

बाकीचे मात्र समजूतदार होते. बोटीचा फर्स्ट मेट, जॉन किंग डेव्हिस याने नंतर आठवण सांगितली :

दिशा फाकायला लागल्यावर मला दिसलं की एक मनुष्य लाईफबोटवर पालथा पडलेला होता... 'तुम्ही तिथे काय करताय, खाली का जात नाही?' मी ओरडून विचारलं. त्यावर त्याची प्रतिक्रिया होती, 'बोटीचे हेलकावे तुम्ही थांबवू शकत नाही का?' वादळ शांत होईपर्यंत ते तिथे तसेच पडून होते, अन्न-पाण्याविना. मी त्यांना खायला दिल्यावर त्यांनी आधाशासारखं खाल्लं. त्यांनी मला धन्यवाद दिले आणि मी तिथून निघालो; त्या दिवसापुरतं एक सत्कार्य पार पाडल्याच्या तुष्ट भावनेनं.

त्या संध्याकाळी... ते तिथेच, तसेच पडून होते... त्यांनी माझ्याकडे खायला मागितले. ते मी त्यांना दिले तेव्हा ते मला अधिक बरे वाटले. मी त्यांना सुचवलं की मी त्यांच्यासाठी कढत कोको तयार करतो. त्यानंतर त्यांच्यात चांगली ऊब निर्माण झाली आणि ते बऱ्यापैकी बोलते झाले. ते मोहिमेचे फिजिसिस्ट होते अॅडलेड युनिव्हर्सिटीतले तरुण, माझ्यापेक्षा फक्त दोन वर्षांनी ज्येष्ठ.

मॉसनला मोहिमेत लाभलेल्या इतर काही ऋणानुबंधांपैकी हा आजीवन मैत्रीची नांदी ठरला. इतरांत अंतर्भाव होता, प्रिस्ले, सहाय्यक भूगर्भशास्त्रज्ञ सर फिलिप ब्रॉकलहर्स्ट, सेकंड मेट आयनिअस मॅकिन्टॉश, फ्रॅन्क वाईल्ड, ज्याच्यावर पुरवठ्याची जबाबदारी होती आणि स्वत: शॅकलटनचा. आणखी एक ऋणानुबंध जो अचानक निर्माण झालेल्या संधीने दृढ झाला तो त्याच्या गुरूशी, प्रोफेसर डेव्हिडशी. जानेवारीच्या मध्यात, अॅन्टार्क्टिक सर्कलजवळ निमरॉड आणि कून्याला एकमेकींपासून विलग करण्यापूर्वी प्रो. डेव्हिड आणि शॅकलटन यांनी घोषणा केली की मूळ योजनेनुसार घरी परतण्याऐवजी प्रोफेसर अॅन्टार्क्टिकवरच राहतील. मोहिमेसाठी त्याचे महत्त्व अनन्यसाधारण असणार होते, कारण त्यामुळे मोहिमेच्या वैज्ञानिक विश्वासार्हतेला तत्काळ बळकटी लाभणार होती, जी नपेक्षा केवळ प्रयत्नशीलता समजली जाणार होती.

त्यानंतर सुमारे दहा दिवसांनी वैज्ञानिक कार्यक्रमाला आणखी बळकटी लाभली. ग्रेट आईस बॅरिअरवर किंवा आणखी पूर्वेकडे किंग एडवर्ड VII लॅण्डवर तळ उभारण्याची शॅकलटनची योजना होती; परंतु कठीण बर्फाने निमरॉडचा मार्ग रोखला. शॅकलटनने स्वत: बारसे केलेल्या 'बे ऑफ व्हेल्स'वर तळ उभारण्याचा त्याने

विचार केला; पण त्याच्या लक्षात आले की त्या भागात बर्फाचे एवढे मोठाले खंड एकमेकांपासून सुटत होते की तिथे तळ ठोकणे धोकादायक ठरेल. म्हणून मग, मॅकमर्डो साऊंडवर संशोधनाच्या अधिक संधींचा लाभ घेण्याच्या प्रो. डेव्हिडच्या आग्रहास्तव आणि इतरांनीही त्या ठिकाणाला अनुकूलता दर्शविल्यानंतर – त्याने त्याचा रोख स्कॉटच्या जुन्या तळाच्या दिशेने वळवला, जो दक्षिण ध्रुवाच्या प्रवासाच्या एकमेव परिचित मार्गांच्या तोंडाशीच होता; पण स्कॉटच्या हट पॉईंटकडे जाताना पुन्हा बर्फ आडवा आला. मग शॅकलटन केप रॉइडस्वर उतरला, जो हट पॉईंटच्या उत्तरेला, साधारण अठरा मैलांवरून साऊंडवर घरंगळणाऱ्या, माऊंट इरिबस ह्या जागृत ज्वालामुखीचा खडकाळ विस्तार होता.

फेब्रुवारीभर सर्वजण बोटीवरला माल उतरवणे, केबिन बांधणे आणि तळ उभारणे यासाठी खपत होते. हिवाळ्यात निभावण्यासाठी लागणारा अठरा टन कोळसा वाहून नेणे, हे सर्वांत कष्टप्रद काम होते. तळापासून सुमारे मैलभर अंतरावर असलेल्या बोटीवरून माल हलवण्यासाठी प्रो. डेव्हिड, मॉसन, प्रो. डेव्हिडचा विद्यार्थी लिओ कॉटन, डेव्हिस आणि अन्य काहीजण अथकपणे राबत होते. कोळशाची पूड आणि समुद्राच्या खाऱ्या पाण्याच्या मिश्रणाने तयार होणाऱ्या चिखलात माखलेल्या अवस्थेत होडी मागे-पुढे वल्हवत किंवा काठीच्या आधाराने ढकलत कधीकधी अखंड बारा तास कष्ट उपसत होते.

प्रथम वीस जड पोती... होडीत उतरवली जात (साधारणपणे २४ पोत्यांचे वजन १ टन भरत होते). प्रो. डेव्हिड पुढे लिहू लागले :

'पूर्णपणे बर्फविरहित समुद्रात आम्ही अर्ध्या मैलाचे अंतर कापत असू; त्यानंतर आम्ही 'फ्लो आईस'च्या किंवा तरंगत्या बर्फाच्या पट्ट्यात प्रवेश करत असू... डेव्हिसला क्षणार्धात निर्णय घ्यावा लागत असे, की कोणत्या द्वाराची संधी घेऊन त्यात होडी घुसवायची... जे एवढे अरुंद असत की आमची होडी त्यात जेमतेम मावत असे; कधीकधी तर होडीला वाट मिळावी यासाठी आम्हाला बर्फाचे थर दूर लोटावे लागत; जेणेकरून आमच्या वल्ह्यांना मऊ हिमाची किंवा बर्फाच्या थरावरच्या गोठलेल्या बर्फाची पकड मिळत असे... पुष्कळ वेळा त्याच त्या मार्गांवरून जात, घिरट्या घालत, असंख्य वेळा दिशा बदलत, अनेकदा धक्के खात, घासपटत, अखेरीस डेव्हिसने आमची होडी सुरक्षितपणे काठावर लावली.

रात्र होईतो, कोळसा हलवणाऱ्या सदस्यांचे जीव टेकीला येत असत. शॅकलटनच्या आठवणीनुसार डेव्हिस, 'तोंडात चमचा असलेल्या स्थितीत गाढ झोपी गेला होता,' तर कॉटन, 'इंजिनरूमच्या जिन्यावरच झोपला होता.'

मॉसनची अवस्था तर निमालेल्या मेणबत्तीसारखी झाली होती.' त्याच्या लांब टांगा इंजिन डिपार्टमेंटमधल्या खोलीच्या दारातून बाहेर पडून इंजिनवर स्थिरावल्या होत्या, आणि त्याची स्वप्नश्रृंखला इंजिनच्या धकधकीच्या तालात खळखळत होती, कारण इंजिनच्या पिस्टनच्या खालीवर हालचालीबरोबर त्याच्या तंगड्याही खालीवर नाचत होत्या.'

२२ फेब्रुवारीला शॅकलटनला वाटले की एव्हाना तो निमरॉडला उत्तरेकडे परत पाठवू शकत होता; पण पुढच्या काही दिवसांमध्ये, त्यांना हट पॉईंटला जाण्यापासून रोखणाऱ्या बर्फाला हिमवादळाने मॅकमर्डो साऊंडबाहेर उडवून लावले. अभेद्य हिमनद्या, हिमप्रपात आणि माऊंट इरिबसच्या कड्यांमुळे भूमार्गे दक्षिणेला जाण्याचा प्रश्नच उरला नसल्यामुळे सुदूर उत्तरेच्या केप रॉईडस्पर्यंत. जोवर मॅकमर्डो पुन्हा गोठत नाही तोवर शॅकलटन ग्रेट आईस बॅरिअरवर पोचणे शक्य नव्हते तो आणि त्याचे दल संपर्काविना एकटे पडले.

निमरॉड निघून गेल्यानंतरच्या आठवड्यात पंधराजणांच्या दलाच्या जीवनात केबिन बांधणे पुरे करणे, तट्टांसाठी तबेले बांधणे आणि हिमवादळामुळे बर्फाखाली गाडली गेलेली अगणित खोकी, फावडी आणि कुदळांच्या सहाय्याने खणून काढण्याव्यतिरिक्त फार काही नव्हते; परंतु शॅकलटनला कल्पना होती की दक्षिणेच्या दिशेने कूच करण्याची संधी काही काळाकरिता गमावून बसल्यामुळे काही सदस्य अर्थपूर्ण कामाविना वैफल्याला बळी पडण्याची शक्यता होती.

म्हणूनच शॅकलटन, डेव्हिड, मार्शल आणि मोहिमेचा उपप्रमुख, जेम्स ॲडम्स यांनी माऊंट इरिबसवर चढाई करण्यावर चर्चा केली. सदुसष्ट वर्षांपूर्वी, जेम्स क्लार्क रॉसच्या नेतृत्वाखाली रॉयल नेव्ही एक्स्पिडिशनमध्ये प्रथमच दिसलेल्या जागृत ज्वालामुखीला रॉसच्या एका बोटीवरून नाव देण्यात आले होते (जिला मुळात ग्रीक मिथकातल्या नरकातल्या या भागातून मृतात्म्यांना हेडस्ला पोचण्यापूर्वी जावे लागत असे, त्या भागावरून देण्यात आले होते.). त्यानंतर, चार वर्षांपूर्वी स्कॉटच्या तीन माणसांनी – ज्यातले दोन, वाईल्ड ॲडम्स आणि अर्नेस्ट जॉईस आत्ता शॅकलटनबरोबर होते – माऊंट इरिबसवर चढून समुद्रसपाटीपासून ३००० फुटांची उंची गाठली होती. अर्थात ही उंची पर्वताच्या एकूण उंचीच्या तुलनेत अत्यल्प आहे, ह्याची त्यांना तेव्हा जाणीव नव्हती.

चार मार्चला त्याच्या खाशा धाटणीत शॅकलटनने तडकाफडकी घोषणा केली की 'शिखरावर चढाई करायची आहे आणि त्याची सुरुवात दुसऱ्या दिवशी होईल. चढाई करणाऱ्या दलात असतील डेव्हिड, मॉसन, स्कॉटिश सर्जन ॲलिस्टर मॅक्के, मार्शल, ब्रॉकलहर्स्ट आणि ॲडम्स. गिर्यारोहणाचा विशेष अनुभव कोणालाच

नव्हता; पण सृजनशीलतेवर शॅकलटनचा दृढ विश्वास असल्यामुळे ती संध्याकाळ तयारीच्या धामधुमीत गेली. योग्य साधनांच्या उणिवेवर मात करण्याचा प्रयत्न जो-तो करू लागला. उदा. अॅन्टार्क्टिकवर जाणारे संशोधक-प्रवासी सर्वसाधारणपणे वापरत त्या फिनेस्कोजच्या किंवा रेनडिअरच्या कातड्याच्या, लॅपलॅण्डर्सच्या मऊ बुटांना त्यांनी खालून खिळे ठोकले; जेणेकरून चालताना बर्फावर चांगली पकड मिळावी.

दुसऱ्या दिवशी पहाटेच, नवोदित गिर्यारोहकांनी कूच केले. शिखरावर जाणाऱ्यांकडे अकरा दिवस पुरेल एवढी आणि सहाय्यक दलाकडे सहा दिवस पुरेल एवढी रसद होती. साधारण मैलभर अंतरापर्यंत स्लेज खेचून नेल्यानंतर खडकाळ पट्टा आडवा आल्यामुळे सहाशे पाऊंडी स्लेज त्यांना उचलून न्यावे लागले. नंतरही त्यांना ते स्लेज निळ्या निसरड्या बर्फावरून नेताना प्रयत्नांची पराकाष्ठा करावी लागत होती. वाऱ्याच्या झोताने बर्फात तयार झालेल्या टेकड्या 'सास्त्रुगी' त्यांच्या कष्टात भर पाडत होत्या. या टेकड्यांना एकतर बगल द्यावी लागत होती, नाहीतर त्या चढून जाव्या लागत होत्या. संध्याकाळपर्यंत त्यांनी जेमतेम सात मैल आणि २७५० फुटांची उंची पार केली. दुसऱ्या दिवशी अधिक मोठ्या आकाराच्या आणि अधिक संख्येने असलेल्या सास्त्रुगींमुळे त्यांचे स्लेज एकसारखे उलटत होते, आणि त्यातले पडलेले सामान पुन्हा लादण्यात त्यांचा पुष्कळ वेळ फुकट जात होता. दिवसभर खड्या चढावाला तोंड द्यावे लागल्यामुळे, ज्वालामुखीच्या मुख्य शंकूच्या पायथ्याशी त्यांनी तळ ठोकला तेव्हा त्यांनी उंचीच्या बाबतीत दुप्पट मजल मारली होती. मात्र तीन मैलांचेच अंतर पार केले होते.

७ मार्च रोजी अॅडम्सने घोषणा केली की सहाय्यक दलसुद्धा शिखरापर्यंत त्यांच्याबरोबर राहील. चढण एवढी खडी झाली की त्यांना त्यांची स्लेजेस आणि बरेचसे सामान मागे सोडून जावे लागले. सामान वाहायला रकसॅक्स नसल्यामुळे प्रत्येकाला केवळ चाळीस पाऊंडस्‌पर्यंतच सामान घेता येत होते. त्यात तंबू, स्लीपिंग बॅग्ज आणि तीन दिवस पुरेल एवढे दाणापाणी होते. मागे सोडलेल्या सामानात तंबूचे खांब होते, त्यामुळे त्यांना तंबू त्यांच्या स्लीपिंग बॅग्जवरच पांघरावे लागले. त्या रात्री ८७५० फुटांवर एका खडकाळ चढणीच्या पायथ्याशी त्यांनी तळ ठोकला, तेव्हा तापमान –३४° फॅरनहाईट (–३७° सेंटीग्रेड) एवढे खाली आले. हिमवादळ झाले आणि दाट हिम पडले. वारा एवढ्या जोराने घोंघावत होता की दोन्ही दले एकमेकांपासून केवळ दहा यार्डस्‌वर होती, तरीही एकमेकांना पाहू शकत नव्हती किंवा एकमेकांचे बोलणे ऐकू शकत नव्हती.

अखेरीस ९ मार्चच्या सकाळी हिमवादळ शांत झाले, तोपर्यंत सर्वजण आपापल्या स्लीपिंग बॅगमध्ये बत्तीस तासांसाठी अडकून पडले होते. तेवढ्या वेळात त्यांना

काहीही प्यायला मिळाले नाही आणि खाण्यासाठी त्यांना प्रत्येकी एक बिस्कीट आणि चॉकलेटचा एक तुकडा एवढाच आहार मिळाला. ब्रॉकलहर्स्ट प्रातर्विधीसाठी स्लीपिंग बॅगबाहेर आला, तेव्हा त्याचे पाय गोठले आणि वाऱ्यामुळे त्याचा हातमोजा उडून गेल्यावर तो त्यामागे धावताना वाऱ्याने त्यालाही घळीत लोटल्यामुळे त्याच्या पायांची अवस्था आणखीनच बिकट झाली. अखेरीस, ॲडम्सच्या मदतीने तो पुन्हा स्लीपिंग बॅगमध्ये परतला, तोवर स्लीपिंग बॅगमध्ये बरेच हिम शिरले होते आणि त्याला पुन्हा ऊब मिळणे अशक्य झाले.

एवढ्या अडचणी आडव्या आल्या तरी डेव्हिडचा चढाईचा निश्चय पक्का होता, म्हणून सर्वजण मुख्य विवराच्या दिशेने शिकस्त करू लागले. चढण कमालीची – कधी नव्हे एवढी – खडी होती. मंडळींनी चार-दोन वेळा धोकादायक घसरणी अनुभवल्या. केवळ आईसॲक्सच्या वापरामुळेच त्यांनी तग धरली. मुख्य विवराच्या शिखरावर पोचल्यावर मार्शलने ब्रॉकलहर्स्टच्या पायांची पाहणी केली असता असे निष्पन्न झाले की त्याचे दोन्ही अंगठे मिळून एकूण सहा बोटांना हिमबाधा झालेली होती. स्की बूटस्ऐवजी फिनेस्कोज वापरण्यास ब्रॉकलहर्स्टने नकार दिला होता, आणि त्याच्या मोठ्या स्की बूटस्च्या दुमडीने त्याचे रक्ताभिसरण रोखले होते.

दुसऱ्या दिवशीची सकाळ उजाडली ती सर्वांच्या नजरेला अनोखा नजराणा देत. माऊंट इरिबसची छाया पिंजल्या कापसासारख्या ढगांवर पसरल्याचे दृश्य मोठे मनोहारी होते. ब्रॉकलहर्स्टला त्याच्या स्लीपिंग बॅगमध्ये सोडून इतरांनी एकमेकांना दोरखंडानी बांधून घेऊन आणखी उंचावरल्या जागृत विवराच्या दिशेने कूच केले. चार तासांच्या अत्यंत कष्टप्रद वाटचालीनंतर ते त्याच्या काठावर पोचले. त्यानंतरचा थोडा वेळ सर्वजण केवळ डोळ्यांनी आणि कानांनी साश्चर्याने ग्रहण करू शकले. त्यांच्या पुढ्यातले विवर अर्धा मैल व्यासाचे आणि नऊशे फूट खोलीचे होते. 'काही मिनिटांच्या अवधीच्या अखंड फुसफुशीनंतर,' डेव्हिडने लिहून ठेवले, 'खालून घुमण्याचा मोठा आवाज येत होता, आणि नंतर लगेचच, वाफेचा एक प्रचंड गोळा वर उठत होता आणि विवराच्या मुखाशी कायमस्वरूपी तरंगत असलेल्या पांढऱ्याधोप ढगाचा आकार वाढवत होता.'

परंतु ह्या विलोभनांचा आनंद घेण्यासाठी वेळ नव्हता. एवढ्या उंचीचे तिथल्या हवेचे दुष्परिणाम एव्हाना त्यांना चांगलेच जाणवू लागले होते. म्हणून मॉसन फोटो काढत होता तेव्हा मार्शलने हिप्सोमीटर काढला; जो डिस्टिल वॉटर ज्या तापमानाला उकळते ते तापमान नोंदवतो, यावरून त्या ठिकाणाची उंची समजू शकते. समुद्रसपाटीपासून उंची जशी वाढत जाते तसे पाण्याच्या उकळण्याचे तापमान उतरत जाते. यावरून उंचीचे मोजमाप काढता येते. ह्या बाबतीत, मार्शलने काढलेली उंची निघाली १३,५०० फूट; पण तो निष्कर्ष चुकीचा होता, १२४४८ फुटी माऊंट इरिबसची

उंची सुमारे हजार फुटांनी चुकली होती.

मंडळींनी उतरंड सुरू केल्यावर डेव्हिड आणि मॉसन नमुने गोळा करू लागले आणि पातळ्या घेऊ लागले. ब्रॉकलहर्स्टपाशी पोचल्यावर लगेचच त्यांनी नाश्ता उरकून घेतला आणि ब्रॉकलहर्स्टला घेऊन त्यांनी पुढची वाटचाल सुरू केली. उतारापाशी पोचल्यावर त्यांनी त्यांचे सामान उतारावरून ढकलून दिले, मग स्वत: बसकण मारून तेही घसरत उतरले. असे करणे धोकादायक होते तरी ते सुरक्षितपणे खाली पोचले, त्यांचा उत्साह वाढला. मात्र अनेकदा घसरून न आलेलं सामान पुन्हा खाली ढकलण्याचं काम त्यांना करावं लागत होतं. तरीदेखील त्यांची गती वाखाणण्याजोगी होती. मुख्य शंकूच्या पायथ्यापर्यंत पोचेतोवर अनेक उतारांवर त्यांनी तसेच केले. पहिल्या मुक्कामी जिथे ते अवजड सामान सोडून गेले होते, तिथे ते पोचेपर्यंत रात्र झाली. पहाटे तीन वाजता उठून त्यांनी पुन्हा कूच केले आणि ते अगदी आरंभीच्या मुक्कामी पोचले. वाऱ्याचा वाढता जोर पाहता त्यांना हिमवादळाची शंका आली, म्हणून त्यांनी सर्व सामान स्लेजेसवर लादले आणि अत्यंत वेगाने तळ गाठला. मार्शलच्या शब्दांत, 'जवळजवळ मृतावस्थेत.'

माऊंट इरिबसच्या चढाईनंतरच्या कालावधीत सर्वांनी आपापल्या परीने येऊ घातलेल्या थंडीला, गारठ्याला आणि अंध:काराला तोंड देण्यासाठीच्या उपायांच्या तरतुदीत घालवला. मोहिमेच्या वैज्ञानिक अभ्यासात मॉसन महत्त्वाची भूमिका निभावत होता. त्याने डेव्हिड आणि प्रिस्लेबरोबर केवळ नमुनेच गोळा केले नाहीत, तर बर्फाच्या आणि हिमाच्या रचनेचे पृथक्करण केले; हवामानाच्या नोंदी ठेवल्या; वाऱ्याच्या वेगाच्या आणि चुंबकीय मापनांच्या नोंदी ठेवल्या; वातावरणातल्या विद्युतप्रवाहांचा अभ्यास केला; आणि ऑरोराच्या म्हणजे ध्रुवीय प्रकाशपट्ट्यांच्या निरीक्षणांच्या नोंदी ठेवल्या. सुरुवातीला त्याला स्वतंत्र प्रयोगशाळा मिळाली होती; पण अल्पावधीतच तिथल्या साऱ्या गोष्टी हिमकणांनी आच्छादल्या गेल्यामुळे निरुपयोगी ठरल्या आणि त्या जागेचं रूपांतर कोठारात करण्यात आलं.

त्याच्या प्रयोगशाळेच्या अंतानंतर मॉसन अधिकाधिक वेळ फोटोग्राफिक डार्करूममध्ये घालवू लागला. वास्तविक, अधिकृतपणे मोहिमेचा छायाचित्रकार मार्शल होता, तरी ग्लासप्लेट निगेटिव्हज् आणि फिल्मस्‌वर काम करण्यासाठी आवश्यक ती साधनसामुग्री डार्करूममध्ये बसवण्यात मॉसन आणि डेव्हिडने पुढाकार घेतला. बहुतेक सर्व डेव्हलपिंग आणि प्रिंटिंग मॉसन आणि ब्रॉकलहर्स्ट पार पाडत असत.

केबिनच्या उर्वरित भागात शॅकलटनची स्वतंत्र खोली होती, तिच्या परिघात छोट्या खोल्यांची मालिका होती – प्रत्येकीत दोघांच्या झोपण्याची सोय, तिचे स्वत:चे नाव आणि स्वतंत्र स्वरूप – आणि मध्यभागी सार्वजनिक खोली; जिथे

सर्वजण एकत्र जेवत, किंवा एकत्र काम करत. मात्र त्या वेळेस जेवणाचं टेबल दोऱ्यांच्या सहाय्याने वर लटकवलं जाई. डेव्हिड आणि मॉसनच्या खोलीचं नाव होतं 'भंगाराचे दुकान' किंवा 'कुतूहलाची गुहा.' कारण तिथे सामानाचा 'दृश्य गोंधळ' दृष्टीस पडत असे – कॅमेरे, स्पेक्ट्रोस्कोप्स, मायक्रोस्कोप्स, इलेक्ट्रोमीटर्स, कॅलिपर्स, हातोड्या आणि बरेच काही. शॅकलटनच्या निरीक्षणानुसार 'डेव्हिड त्याच्या बिछान्याच्या एका टोकात पत्र्याचे चकचकीत डबे आणि रंगीबेरंगी वेष्टने साठवून ठेवत असे, ज्यामुळे तो ढीग 'ऑस्ट्रेलियन बोअर बर्ड'च्या घरट्यासारखा दिसत असे.'

आणखी एका खोलीत वास्तव्याला होते, वाईल्ड, जॉईस आणि 'मुद्रणालय'; जे अॅन्टार्क्टिकमध्ये प्रथमच छापल्या जाणाऱ्या पुस्तकाच्या छपाईच्या प्रक्रियेतला प्रमुख भाग होते. 'ऑरोरा ऑस्ट्रेलिस' नामकरण झालेल्या पुस्तकात मोहिमेतल्या सदस्यांचे दहा लेख होते. त्यांपैकी एक होता मॉसनचा 'बेदिबिया,' दुर्मिळ कादंबरीचे कथानक. यामध्ये दक्षिण ध्रुवावर पोचलेल्या दलाचे वर्णन आहे. तिथे पोचल्यावर त्यांना सर्वत्र महाकाय आकाराच्या अळंब्या आणि तेवढ्याच आकाराचे कीटक दिसतात. वाईल्ड आणि जॉईस केवळ पुस्तक-छपाईचे काम करत नव्हते, तर पुढल्या प्रवासासाठी आवश्यक ते साहित्य आणि स्लेजेसही तयार करत होते.

ऑगस्टच्या पूर्वार्धात सूर्य जरी क्षितिजावर अवतरलेला नव्हता, तरी केबिनचा परिघ सोडून स्लेजिंग करण्यास सर्वचजण आतुर झालेले होते. विशेषत: मॅक्केसाठी हिवाळ्याचा मोठा कभिन्न काळ तणावाचा ठरला. ३ ऑगस्ट रोजी विल्यम रॉबर्टसून बुटाची लेस बांधण्यासाठी मॅक्केच्या बॅगवर पाय ठेवल्याबरोबर तणावग्रस्त मॅक्के लगेच खवळला. 'बॉब्सशी झालेल्या वादावादीत मॅक्केने त्याचा गळा अशा तऱ्हेने पकडला की त्याला मैत्री कशी समजायची,' असाच प्रश्न पडतो. मार्शलने सहजच नोंदवून ठेवले – 'मॉसनने मॅक्केचा गळा धरून त्याला त्याच्या बिछान्याकडे वळवल्यामुळे रॉबर्टसूची सुटका झाली.'

एक बाब स्पष्टच होती की केवळ एकटा मॅक्केच नव्हे, तर सर्वचजण फार काळ कोंडून पडलेले होते आणि मोहिमेच्या प्रत्यक्ष कामावर मन केंद्रित करणे सर्वांकरता गरजेचे होते. म्हणूनच अंधार आणि पराकोटीचा गारठा असला तरी शॅकलटनने ठरवले की त्यांच्यावर 'हिमसंस्कार' करून घेण्याची वेळ आली होती. हिवाळ्याच्या कालावधीत त्याने निर्णय घेतला होता की ते एकच नव्हे, तर दोन ध्रुव सर करतील.

■

दुसरा ध्रुव

संपूर्ण ऑगस्टभर आणि बहुतांशी सप्टेंबरमध्ये शॅकलटनने वेगवेगळ्या गटांना 'हट पॉइंट'वर साधनसामुग्री न्यायला लावली, यामुळे स्कॉटचा जुना तळ त्याच्या दक्षिण ध्रुवाच्या मोहिमेतला सगळ्यात पहिला तळ बनला आणि त्याचबरोबर त्याने नव्या सदस्यांना मोहिमेतल्या कष्टप्रद वस्तुस्थितीची ओळख करून दिली. हिवाळा सुरू होण्यापूर्वीच उघड झाले की पुढच्या प्रवासांमध्ये बहुतेक वेळा सामान खेचूनच न्यावे लागेल, जे काम मनुष्यासाठी सर्वाधिक कष्टप्रद मानले गेले आहे. जनप्रसिद्धीसाठी शॅकलटनने आणलेली कार तिथे निरुपयोगी होती. किंचितही बर्फ असलेल्या ठिकाणी ती चालू शकत नसे. अॅन्टार्क्टिकाचा विचार करता विनाबर्फाचा भाग दुर्मिळच होता. तिचा वापर केवळ माऊंट मर्डोवरच्या बर्फाच्या कठीण समुद्रावरच होऊ शकेल, हे लक्षात आले. त्याउपर निमरॉडमधून आणलेल्या दहा मांचुरियन तट्टांपैकी सहा एकतर बोटीवर किंवा केप रॉईडस्‌वरच्या पहिल्या काही महिन्यांमध्येच मेली. उरलेली चारही तट्टू शॅकलटनने त्याच्या भौगोलिक दक्षिण ध्रुवावरच्या चढाईसाठी राखून ठेवली. उरलेलं सर्व सामान आता माणसांनी ओढून न्यायचं होतं.

कोण कुठे काम करणार हा प्रश्न सगळ्यांनाच हिवाळ्यादरम्यान भेडसावत होता. पर्यायांवर पुष्कळ विचारमंथन करून झाल्यावर शॅकलटनने ठरवले, की अॅडम्स, मार्शल आणि वाईल्ड त्याच्याबरोबर दक्षिणेत जातील. प्रिस्ले, ब्रॉकलहर्स्ट आणि सरकारी मदत मिळाल्यानंतर सामील झालेला तिसरा ऑस्ट्रेलियन, बरट्रॅम आर्मिटेज यांना त्यानं मॅकमर्डो साऊंडच्या पलीकडच्या ड्राय व्हॅलीकडे भूगर्भीय संशोधन करण्यासाठी पाठवले. आणि डेव्हिड, मॉसन, आणि मॅक्केला त्यानं चुंबकीय दक्षिण ध्रुवाचं उद्दिष्ट देऊन रवाना केले. हा भाग ध्रुवीय पठारावरच्या अपरिचित प्रदेशात आदमासे ४००-५०० मैल उत्तर-वायव्येकडे होता. शॅकलटनच्या

आदेशांप्रमाणे मुख्य उद्दिष्टे होती :

(१) चुंबकीय ध्रुवाची खोली आणि स्थिती निश्चित करण्याच्या दृष्टीने प्रत्येक योग्य ठिकाणी चुंबकीय निरीक्षणे घेणे.

(२) व्हिक्टोरिया लॅण्डच्या किनारपट्टीवर सर्वसाधारण भूगर्भीय सर्वेक्षण करणे.

(३) माझी विशेष इच्छा आहे... तुमच्या परतीच्या प्रवासात मॉसनने किमान एक पंधरवडा ड्राय व्हॅलीमध्ये राहून आर्थिक महत्त्व असणाऱ्या खनिजांचा शोध घ्यावा... ड्राय व्हॅलीचा कसून अभ्यास होणे अत्यंत गरजेचे आहे, असे माझे मत आहे.

तसे पाहता योजना साधी होती. पश्चिमेच्या दिशेने मॅकमर्डो साऊंड ओलांडायचे, व्हिक्टोरिया लॅण्डच्या किनारपट्टीवरून उत्तरेकडे जायचे, ध्रुवीय पठार आणि त्यानंतर चुंबकीय ध्रुवावर जाण्यासाठी पर्वतांमधून वाट शोधून काढायची आणि वेळेत परतून मोहिमेचे सर्व खर्च क्षणार्धात फेडू शकणारी मौल्यवान खनिजे शोधायची. हे सर्व सोपे असल्यागत शॅकलटनने मांडले होते; पण प्रत्यक्षात ते सोपं नव्हतं.

उत्तरी दलाचा प्रमुख डेव्हिड १ ऑक्टोबरला प्रस्थान ठेवण्याची आशा करीत होता; पण दाट हवामानाने त्यांना पाच तारखेपर्यंत रोखून धरले, तेव्हाही अनिश्चित बर्फामुळे डेव्हिड, मॉसन आणि मॅक्केला प्रथम दक्षिणेकडे जावं लागलं. मग पश्चिमेकडे रोख करत आधीच उभारलेल्या दोन टप्प्यांच्या आधारे बर्फाचा समुद्र पार करत बटर पॉईंटच्या दिशेने जावं लागलं (तिथे सोडलेल्या एका बटरच्या डब्यावरून स्कॉटच्या दलाने त्या ठिकाणाला बटर पॉईंट नाव ठेवलं होतं.). इथेच ते अॅन्टार्क्टिक खंडावर पहिलं पाऊल ठेवणार होते.

दुसऱ्या टप्प्यावर आधीच नेऊन ठेवलेली २०० पाऊंड वजनाची साधनसामुग्री घेऊन त्या तिघांनी मार्गक्रमण सुरू केलं आणि लगेचच पुढच्या अडचणींच्या भीषणतेची कल्पना त्यांना आली. त्यांच्या दोन्ही स्लेजेसचे एकत्रित वजन अर्ध्या टनावर पोचलं होतं. तशातच मॅक्केच्या मनगटाचं हाड नुकतंच तुटल्यामुळे, दोन्ही स्लेजेस एकदम खेचणं त्यांना शक्य होत नव्हतं. आयत्या वेळी सुचलेल्या अनेक लहानसान वस्तू ज्या स्लेजवर बांधून ठेवलेल्या होत्या, त्याला त्यांनी 'ख्रिसमस ट्री' हे नाव दिलं. आणि खायचं-प्यायचं सामान लादलेल्या स्लेज्‌ला त्यांनी 'प्लमडफ' असं नाव दिलं. आधी ते 'ख्रिसमस ट्री' काही अंतर खेचून न्यायचे. माघारी येऊन 'प्लमडफ' खेचून न्यायचे. पुन्हा ख्रिसमस ट्री आणि तदनंतर प्लमडफ, थोडक्यात काय तर दोन्ही स्लेजेस एक मैल पुढे नेण्यासाठी त्यांना तीन मैल चालावं लागत होतं. दिवसभर बारा मैल चालून केवळ चार मैलांचं अंतर गाठलं जात होतं.

इतरही काही अडचणी होत्या. अर्धवट गोठलेल्या समुद्राच्या बर्फामुळे त्याचा पृष्ठभाग चिकट झाला होता. त्यामुळे स्लेज खेचणं अधिक कष्टप्रद झालं होतं. सततच्या तणावामुळे माथीही ठिकाणावर राहीनाशी झाली होती. आपल्या गुरूच्या लहरीपणावर मॉसन वैतागला होता. केवळ चौथ्या दिवशी त्याच्या रोजनिशीतला उल्लेख होता, 'प्रोफेसर... तिघांसाठीच्या स्लीपिंग बॅगमध्ये उशिरा शिरतात, आणि बाकीच्या दोघांवर बसकण मारतात. ते असं का करतात देव जाणे.' 'ते अंगावर एवढे कपडे घालतात की त्यामुळे त्यांना हालचाल करणंही कठीण जातं, आणि स्लीपिंग बॅगमध्ये शिरणंही. खरंतर ते स्वत: मध्यभागी झोपतात, त्यामुळे बाजूच्या आम्हा दोघांना जागाच उरत नाही.

अखेरीस, बटर पॉईंटवर पोचायला त्यांना आठ दिवस लागले. आपली गती वाढावी म्हणून मग त्यांनी स्वत:जवळचं बरंचसं सामान तिथेच उतरवलं; पण तंबूच्या कापडाची शिडं स्लेजेसना लावूनही त्यांच्या गतीमध्ये फारशी वाढ झाली नाही, ती दिवसाला चार मैलच राहिली. १७ ऑक्टोबरच्या सकाळी केप बर्नाकीवर पोचल्यावर त्यांना जरा उभारी आली. हा भाग जणू शुभ्र पांढऱ्या संगमरवराचा बनला होता. कापडाच्या तुकड्यांच्या सहाय्याने कार-ड्रायव्हर बर्नार्ड डे ने बनवलेले निशाण इथे रोवून त्यांनी ब्रिटिश साम्राज्याच्या वतीने व्हिक्टोरिया लॅण्डचा ताबा घेतला.

पुढल्या आठवड्यातही त्यांच्या गोगलगायीच्या गतीमध्ये फरक पडलेला नव्हता. बर्फाळ समुद्राला तडे जाण्याचे आवाज त्यांच्या एका बाजूला सातत्याने ऐकू येत होते, तर दुसऱ्या बाजूला पर्वतराजी त्यांच्यावर झुकत होती. निराश झालेल्या मॉसनने सुचवले की आपण चुंबकीय ध्रुवाचा नाद सोडू आणि किनारपट्टीचे भौगोलिक आणि चुंबकीय सर्वेक्षण करू. ठराविक ठिकाणांचे भूगर्भीय निरीक्षण करू आणि ड्राय व्हॅलीमध्ये परतू. चुंबकीय ध्रुवावर पोहोचणं अशक्यप्राय ठरल्यास ह्या वर सुचवलेल्या पर्यायांचा विचार आधीच केला होता. 'आपण आपलं मूळ ध्येय सोडू नये, प्रसंगी अर्धपोटी राहावे लागले तरी चालेल.' ह्या भूमिकेवर प्रो. डेव्हिड ठाम राहिले. म्हणून त्यांनी मार्गक्रमण चालू ठेवलं व अंतिम निर्णयाचे घोंगडे भिजत ठेवले.

ह्या प्रवासाचा अंत नजरेच्या टप्प्यात दिसत नव्हता, त्यामुळे मॉसनचा वैताग वाढतच होता. प्रो. डेव्हिडच्या नम्रता दाखवत आडवळणाने माहिती काढून घेण्याच्या वृत्तीने तो अधिक त्रासला होता. ऑक्टोबरच्या शेवटच्या आठवड्यात मॉसनने लिहिले, 'मी माझं बर्बेरी हेल्मेट हरवल्याचा त्यांचा समज झालाय, हे मला आत्ताच लक्षात आलं आहे.'

दोन तासांपूर्वी त्यांनी विचारले, 'तुमच्या बर्बेरी हेल्मेटविना त्या हेल्मेटमध्ये तुम्हाला पुरेशी ऊब मिळते?' मी होकार दिला आणि सांगितलं, की मला

अॅडलेडएवढंच थंड वाटत आहे. मग दोन तास शांतता. आता ते म्हणतात : 'मला वाटतं तुमचं बर्बेरी हेल्मेट तुमच्या बॅगमध्येच असेल.' मी म्हणालो, 'मी ते हरवलंय असा तुमचा समज झालाय.' ते म्हणाले, ते तुम्ही हरवलंत की काय, अशी मला शंका वाटत होती. ही झाली प्रोफेसरसाहेबांची तऱ्हा. साधे, 'हो किंवा नाही' उत्तर मिळवण्यासाठी ते समोरच्याला आडवळणाने प्रश्न विचारत राहतील. त्याचा डोक्याला खूप ताप होतो.

प्रो. डेव्हिडच्या हिशेबी, पद्धतशीर कार्यपद्धतीनेही मॉसन निराश होत होता. 'ते बोलतात फार; पण कृती मात्र जेमतेमच होते.' मॉसनने नोंद केली. 'आमची निघण्याची घाई असते तेव्हा ह्यांना स्लेजला दोऱ्या बांधण्याचे सुचते, खरंतर मुळात त्या बांधण्याची आवश्यकताच नसते... हे असंच चालू राहिलं, तर ह्या हंगामात आम्ही चुंबकीय ध्रुवावर पोहोचू असे वाटत नाही.''

मात्र अखेरीस, अशी स्थिती उद्‌भवली की चुंबकीय ध्रुव गाठण्याची शक्यता उरली नाही. परतण्याखेरीज इतर कुठलाच पर्याय उरला नाही. तरीही डेव्हिड व मॅक्के ध्रुवावर जायचंच, या मतावर ठाम होते. त्याकरता इतर सर्व गोष्टींचा त्याग करण्याची त्यांची तयारी होती. त्यावर मॉसनने मध्यम मार्ग काढत सुचवलं की, अंतर्गत प्रवासासाठी त्यांनी अन्नसाठा राखून ठेवावा आणि किनारपट्टी सोडेपर्यंत अर्धपोटी राहावं. पोट भरण्यासाठी त्यांना खायला सील मिळू शकतील. त्यानंतर किनाऱ्यावर परतल्यानंतर निमरॉड येईपर्यंत सीलवर उपजीविका करता येईल. ते तिघेजण बटर पॉईंटवर परतले नाहीत, तर व्हिक्टोरिया लॅण्डच्या किनारपट्टीवर त्यांचा शोध घेण्याचे आदेश निमरॉडला दिले गेले होते. त्या दिवशी मॉसनचं डोकं विशेष चाललं. त्याच्या म्हणण्यानुसार त्यांनी कड्याच्या काठावर खडकांची रास रचली आणि ते कधी, कुठे गवसतील याचा निर्देश करणारी चिठ्ठी तिच्यात ठेवून दिली. त्यानंतर लवकरच मॅक्केने असा कुकर बनवला ज्यात माशांची चरबी जाळता येत होती. यामुळे त्यांच्या इंधनसाठ्याची बचत झाली; जो त्यांच्या अंतर्गत प्रवासात उपयुक्त ठरणार होता.

त्यांचं मार्गक्रमण चालूच राहिलं. दोन दिवसांच्या हिमवादळातही आणि त्यानंतर त्यापूर्वी कधी पार न केलेल्या नॉर्डेन्स्कयोल्ड आईस बॅरिअरवरून. प्रवासाच्या त्या टप्प्यात बॅरिअरच्या उत्तर भागातल्या चाळीस फुटी कड्यांवरून उतरताना त्यांना त्यांची स्लेजेस उचलून न्यावी लागली. त्यांची गती अत्यंत धीमी होती. नोव्हेंबरच्या उत्तरार्धात त्यांचे पल्ले अधिकाधिक कमी होत गेले. प्रो. डेव्हिडनी याच दरम्यान आपला एक्कावन्नावा वाढदिवस साजरा केला. अर्थात त्यांची शारीरिक क्षमता कमी झाली होती. मॉसन आणि मॅक्केच्या मते हेच 'प्रवासाची गती कमी होण्यामागचं'

प्रमुख कारण होतं. 'त्यांच्या वयाच्या व्यक्तीला प्रोफेसर एक उत्तम आदर्श आहेत.' मॉसनने लिहून ठेवले, 'पण... ते तरुणाच्या क्षमतेने स्लेज खेचत नाहीत... पट्ट्यात अंगठे खोवून चालताना त्यांना पाहिल्यावर... असं वाटतं की खेचण्याऐवजी ते स्वत:चंच वजन पट्ट्यांवर लादत आहेत. अनेकदा आम्ही स्लेज खेचण्यासाठी झगडत असताना ... त्यांचं काव्यवाचन चाले नाहीतर थापेबाजी.' आता तर अणकुचीदार बर्फाचा, अगणित घळींचा ड्रिगालस्की बॅरिअर समोर ऐसपैस पसरलेला होता. परिस्थिती अधिक बिकट होती. कधीकधी तर तीन-तीन तासांच्या अथक परिश्रमानंतर केवळ अर्ध्या मैलाचा टप्पा पार पडू लागला. त्यानंतर सतत दहा दिवस लागले, त्यांना तो गोठलेल्या वादळी समुद्रासारखा त्रासणारा भूभाग पादाक्रांत करायला. उत्तर किनारपट्टीचा शेवटच्या चार मैलांच्या टप्पा पार करण्यासाठी त्यांना दोन दिवस लागले, आणि त्याच वेळी एक भीषण प्रसंग घडला. चाचपणी करण्यासाठी मॅक्के पुढे गेला आणि फोटोग्राफिक प्लेटस् बदलण्यासाठी मॉसन तंबूत शिरला. प्रो. डेव्हिडनी रेखाचित्रे काढण्याचे ठरवले. 'मी तंबूपासून फक्त सहा यार्डांवर असताना अचानकपणे माझ्या पायांखालचा बर्फाचा पृष्ठभाग खाली कोसळला.' प्रो. डेव्हिडनी लिहिलं. 'केवळ नशीब बलवत्तर म्हणून मी घळीत कोसळण्यापासून बचावलो. खाली घसरताना क्षणात दोन्ही हात फाकवून मी घळीच्या वरच्या कडेवर स्वत:ला तोललं.'

प्रो. डेव्हिडला या भीषण प्रसंगातून वाचवण्यासाठी केवळ शिष्य मॉसनच तिथे होता; पण तोदेखील आपल्या गुरूला वाचवण्यासाठी लगेच तिथे पोहोचला नाही. त्याच्याच शब्दात कारण जाणून घेऊया :

फोटोग्राफिक प्लेटस् बदलणं फक्त स्लीपिंग बॅगमध्ये बदलणं शक्य होतं. अर्थात मी तिथेच होतो. माझं काम चालू असताना मला हाका ऐकू आल्या : 'मॉसन, मॉसन.'

"हं," मी प्रतिसाद दिला.

"तुम्ही बॅगमध्ये प्लेटस् बदलताय?" प्रो. डेव्हिडनी विचारलं.

"होय."

मग जरा वेळ शांतता. मग मोठ्या आवाजात पुन्हा हाक, "मॉसन."

मी पुन्हा प्रतिसाद दिला.

"तुम्ही अजून बॅगमध्येच आहात?" प्रोफेसरनी विचारलं.

"होय."

पुन्हा शांतता. आता मात्र मोठ्या अधिर आवाजात हाक आली, "मॉसन!"

मी वैतागलो. "काय आहे? तुम्हाला काय हवंय?" मी विचारले.

"मॉसन, माझी परिस्थिती जरा बिकट झाली आहे. मी घळीच्या काठावर बोटांच्या आधाराने लटकलोय आणि फार वेळ मी तग धरू शकणार नाही. पटकन येऊन मला वाचवायची तसदी तुम्हाला घ्यावी लागेल."

हे ऐकताच मी हातातलं काम टाकून झटकन बॅगबाहेर आलो. मला प्रोफेसर दिसले, खरं म्हणजे फक्त त्यांचं डोके दिसलं. बाकीचे प्रोफेसर घळीत लटकत होते.

मॉसनने त्यांना काठावर ओढून घेतले आणि ते थंडपणे पुन्हा रेखाचित्रे रेखाटू लागले.

ड्रिगालस्की आईस बॅरिअर किनारपट्टीवरचा शेवटचा मोठा अडथळा ठरला. १६ डिसेंबर रोजी त्यांनी एक स्लेज आणि अनावश्यक सामान सोडून दिलं. निमरॉडशी जिथे त्यांची गाठ पडेल असा त्यांचा कयास होता, त्या भागाकडे त्यांनी प्रस्थान केलं. त्याकरता, त्यांनी हिमनद्यांची मालिका उल्लंघत अंतर्भागातल्या चढणी ओलांडायला सुरुवात केली. गेल्या दोन महिन्यांनंतर पहिल्यांदाच त्यांची पुच्छ-प्रगती थांबली होती. त्यामुळे आता रोजच्या रोज ते बरीच मजल गाठू लागले; पण थोड्याच दिवसांमध्ये ते घळींच्या, दऱ्यांच्या जंजाळातून फिरू लागले. एके ठिकाणी पायाखालचा बर्फ फुटून मॉसन आठ फूट खोल पडला; पण स्लेजला बांधलेल्या दोरखंडामुळे लटकत राहिला. मॅक्के आणि प्रो. डेव्हिडनी त्याला खेचून वर काढलं; पण तत्पूर्वी 'घळीच्या भिंतींचे थोडे हिमस्फटिक तोडून मॉसनने ते त्यांच्याकडे फेकले, परीक्षणासाठी.'

आणखी काही हिमनद्या, घळी आणि दऱ्यांचे जंजाळ मागे टाकल्यानंतर कठीण 'नेव्हे'वरून (मऊ, सुट्या हिमाचे हिमनदीच्या कठीण बर्फात संक्रमण होतानाची स्थिती) त्यांचं मार्गक्रमण सुरू झालं. त्यांची गती दिवसाला दहा-बारा मैलांपर्यंत वाढली. त्यांचा प्रवास त्यांना समुद्रसपाटीपासून ६५०० फुटांपर्यंत घेऊन गेला होता तरीही. परंतु, खाद्यपदार्थांचे विचार सातत्याने आणि प्रामुख्याने त्यांना भेडसावत होते. 'खाण्यावर चर्चा करकरून आम्ही खुळावलोयत,' मॉसनने नोंदवून ठेवलं – 'आम्ही कुठल्याही पदार्थाकडे आकृष्ट होत होतो. परतल्यानंतर कशावर ताव मारायचा, त्यावरच्या आमच्या गप्पा रंगत – बहुतेक पदार्थ गोड किंवा पिष्टमय असत. १२ जानेवारीला त्यांनी ठरवून टाकलं, की परतल्यानंतर प्रो. डेव्हिड सिडनीत दोन मेजवान्या आयोजित करतील, एक मॅक्केसाठी आणि दुसरी मॉसनसाठी. त्या रात्री प्रत्येकाने आपापली पदार्थांची यादी तयार केली. परिपूर्ण मेजवानीसाठी 'नाईन कोर्स स्कॉटस् बॅक्विट आणि यॉर्कशायर एम्पायर डिनर.'

१५ जानेवारी रोजी मॉसनच्या नोंदींनी त्यांना दाखवले की ते चुंबकीय ध्रुवाजवळ

पोचले होते. मात्र अचूक मोजमापं अशक्य होती, कारण 'ध्रुवीय केंद्रबिंदू दररोज स्वत:पासून भरकटत राहतो.' मॉसनने ठरवले की त्यांनी त्यांच्या सद्य जागेवर चोवीस तास थांबावं; जेणेकरून ध्रुवीय केंद्रबिंदू दुसऱ्या दिवशी त्यांच्याजवळ येईल; पण त्याऐवजी तेरा मैल सरकण्याचा म्हणजे जिथे केंद्रबिंदू असू शकेल तिथे पोहोचण्याचा निर्णय त्यांनी घेतला. दुसऱ्या दिवशी जेवायला थांबेपर्यंत त्यांनी बरीच मजल मारली आणि मॉसनच्या गणिताप्रमाणे केंद्रबिंदूपासून (७२° १५'S, १५५° १६' E) पाच मैल अलीकडे कॅमेरा आणि निशाण सोडून बाकीचे सर्व सामान सोडून देऊन मार्गक्रमण सुरू केले. तिथे, ७२६० फुटांच्या उंचीवर त्यांनी 'डे'ने तयार केलेलं निशाण लावलं, ब्रिटिश साम्राज्यासाठी त्या ठिकाणाचा दावा केला आणि आनंद साजरा केला. प्रो. डेव्हिडनी त्यांचं छायाचित्र काढलं. एवढं झाल्यानंतर तिथे रेंगाळण्याचं कारण उरलं नाही, म्हणून ते लगेच माघारी फिरले. आता केवळ वेळेत किनारा गाठणं आणि बोटीच्या टप्प्यात येणं हे ध्येय त्यांच्यासमोर होतं.

बरोबर आठवड्यापूर्वी १११४ मैल दक्षिणेकडे शॅकलटन, वाईल्ड, मार्शल आणि ॲडम्सने असाच प्रसंग साजरा केला होता. २९ ऑक्टोबरला त्यांनी केप रॉईड्स सोडले, प्रत्येकाचे स्लेज एक तट्टू खेचत होते. दुर्दैवानं ग्रेट आईस बॅरिअरचं आव्हान जनावरांना पेलवलं नाही आणि त्यांचे हाल संपवण्यासाठी महिनाभरातच त्यांच्यापैकी तिघांना गोळ्या घालून संपवावं लागलं. तरीही, चौघांनी स्कॉटचा सुदूर दक्षिणेच्या पल्ल्याचा विक्रम मोडला. डिसेंबरच्या पूर्वार्धात अँन्टार्क्टिक पर्वतमाला त्यांच्या पुढ्यात उभी ठाकली, आणि त्यांनी ग्रेट ग्लेशिअर (नवे नाव, बिअर्डमोअर ग्लेसिअर) चढायला सुरुवात केली. थोड्याच दिवसांत, शेवटचं चौथं तट्टू, काळ्या, अंतहीन खड्ड्यात गायब झालं. त्याच्यापाठोपाठ वाईल्डही ओढला गेला; पण त्याला आणि स्लेजला जोडणारा तट्ट्याचा दांडा तुटल्यामुळे तो वाचला. पुढचे तीन आठवडे ते हिमनदी तुडवत राहिले आणि अखेरीस १०,००० फुटांच्या उंचीवर पठारावर पोचले. अपुरे पोषण, अति उंचीचा त्रास, –२९° सें.पर्यंतचे तापमान, तोंडावर होणारा भणाणत्या वाऱ्याचा मारा आणि स्लेज खेचण्यासाठी अत्यंत विपरीत पृष्ठभाग, एवढे सगळे सहन करूनही त्यांनी मार्गक्रमण चालू ठेवले. लवकरच त्यांच्या लक्षात आलं की ध्रुवावर पोचून जिवंत परतणं शक्य नव्हतं, म्हणून मग ९ जानेवारीला त्यांनी शेवटचा पल्ला मारला आणि ध्रुवापासून केवळ ९७ भौगोलिक मैलांवर, ८८° २३' S वर ते थांबले. तिथे घोषणा करून, फोटो काढून त्यांनी परतीचा मार्ग धरला. परतीचा प्रवास अत्यंत हलाखीचा होता. दोन-तीन वेळा तर त्यांची उपासमार झाली आणि पुढल्या तळावर ते पोचले तेव्हा तिथलं कपाट रिकामं होतं; पण तरीही ते चालत राहिले. बोट निघून जाण्यापूर्वी हट पॉईंटला पोहोचणं

आवश्यक होतं. म्हणूनच विचारपूर्वक ॲडम्स मागे राहिला, आजारी मार्शलची देखभाल करायला आणि शॅकलटन व वाईल्ड यांनी हट पॉईंटकडे प्रयाण केलं.

मोहिमेच्या पूर्ण काळातली वाईल्डची कार्यक्षमता पाहता मॉसन अत्यंत प्रभावित झाला. दक्षिणी दलाबरोबरची त्याची स्लेज खेचण्याची किमया त्याला त्या दुःसह कार्यातला वीर बनवून गेली. हे मॉसनला आजन्म लक्षात राहणारं होतं. उत्तरी दलाचे अनुभव ऐकल्यानंतर वाईल्डच्या मनातही मॉसनने आदराचं स्थान मिळवलं असणार नक्कीच.

मॉसन, डेव्हिड आणि मॅक्केने चुंबकीय ध्रुवाकडे पाठ फिरवली, तेव्हा त्यांची काळाशी शर्यत सुरू झाली. ते किनारपट्टीपासून २५० मैलांवर होते आणि निमरॉड गाठण्यासाठी त्यांच्याकडे केवळ पंधरा दिवसांचा अवधी होता. त्यासाठी त्यांना दररोज सोळा मैलांहून अधिक वाटचाल करावी लागणार होती. आधीच्या तुलनेत हे अंतर नक्कीच खूप जास्त होतं. प्रो. डेव्हिडचं वय, मॉसनच्या दुखऱ्या पायाच्या वेदना या कशाचाही परिणाम त्यांच्या चालीवर होऊन चालणार नव्हता पुढचे आठ दिवस त्यांनी आपला ठराविक पल्ला नेमानी गाठला. जेव्हा त्यांच्या लक्षात आलं की त्यांच्याकडे पुरेसा चहा उरला नाहीये, तेव्हा त्यांनी आधीच्या तळांवर टाकून दिलेली चहाची पत्ती गोळा केली व ती पुन्हा वापरली.

२८ जानेवारीला जोराचा वारा सुटला, मग त्यांनी तंबूच्या कापडाचे शीड तयार केले आणि वीस मैलांचा पल्ला पार केला. 'मधूनच, एखाद्या विशेष जोरदार झोतामुळे स्लेज आम्हाला ओढत होती,' डेव्हिडने लिहिले, 'अशाच एका प्रसंगी त्याने पाठीमागून माझ्यावर चाल केली आणि मला लोळवले.' दुसऱ्या दिवशी असाच एक वीस मैलांचा पल्ला गाठला की ते समुद्रकिनाऱ्याच्या समीप पोहोचणार होते.

पण ३० जानेवारीला त्यांच्या मूळ मार्गावरून, आडवळणाने जाण्याऐवजी त्यांनी नामकरण केलेल्या लार्सेन हिमनदीवरून ड्रिगालस्की आईस बॅरिअरच्या दिशेने उतरंडीला सुरुवात करून त्यांनी घोडचूक केली. तसा पृष्ठभाग त्यांनी त्यापूर्वी कधी अनुभवला नव्हता. इथला उतार ४५ अंशाचा होता. पायथ्याचा पृष्ठभाग अणकुचीदार बर्फाचा आणि घळींच्या जाळ्याचा होता. एकापाठोपाठ एक, सर्वजण घळीमध्ये पडले. एक घळी तर एवढी मोठी होती की त्यांना स्लेजवरची प्रत्येक वस्तू हाताने हलवावी लागली.

अशक्य परिस्थितीतही ते झुंजत होते. बोट आपला शेवटचा शोध घेत असल्याची कल्पना असल्याने प्रो. डेव्हिड आणि मॅक्केची मानसिक स्थिती ढळण्याच्या बेतात आली होती. 'प्रो. डेव्हिडचे वर्तन पाहता ते अर्धवट भानावर असावेत असं वाटतंय. त्यांना तणाव झेपेनासा झालाय,' मॉसनने नोंदवून ठेवले. 'ते स्वतःच सांगत आहेत की त्यांना जर ह्या सगळ्याची कल्पना असती तर ते मुळात आलेच नसते.'

पुढल्या काही दिवसांमध्ये परिस्थिती आणखीनच बिकट झाली. प्रो. डेव्हिडचे पाय हिमबाधित झाले होते आणि मॅक्के त्यांना चक्क लाथा घालत होता, स्लेज ओढण्यासाठी त्यांना प्रोत्साहन मिळावं म्हणून. मॉसनच्या मते, प्रो. डेव्हिडची मानसिक स्थिती एव्हाना निश्चितपणे ढळलेली होती, आणि मॅक्केची काळी बाजू उघड होत होती. एवढं सगळं सोसल्या-अनुभवल्यानंतर अखेरीस ३ फेब्रुवारीच्या रात्री त्यांनी किनारपट्टी गाठली, जिथे शेकडो सील्स आणि पेंग्विन्स होते. चला, आता उपासमार तर नक्कीच होणार नव्हती.

आता प्रश्न होता : निमरॉडला ते सापडतील का? त्यांना कल्पनाही नव्हती की त्याच दिवशी सकाळी ते झोपलेले असताना कॅप्टन फ्रेडरिक इव्हान्सच्या नेतृत्वाखाली निमरॉड तिथून पुढे सरकली होती. शॅकलटनच्या आज्ञा पुरेशा सुस्पष्ट नव्हत्या. त्यामुळे इव्हान्सने किनारपट्टीवरून बोट पुढे नेली. बोटीवरचे ज्येष्ठ अधिकारी दुर्बिणीने किनारपट्टी न्याहाळत असूनही या तिघांनी तयार केलेली दगडाची रास मात्र त्यांच्या दृष्टीस पडली नाही. नंतर, पहाटे ते ड्रिगाल्स्कीच्या उत्तरेकडे पुढे सरकत असताना अचानक आलेल्या वादळामुळे, अजूनही 'फर्स्ट मेट' असलेल्या डेव्हिसला डोलकाठीवरून काही धड दिसेनासे झाले. त्यानंतर ते केप वॉशिंग्टनला पोचले. शोधाच्या उत्तर सीमेवर इव्हान्सला काळजी होती कोळशाच्या पुरवठ्याची. त्यामुळे उत्तर दलाला त्यांच्या नशिबाच्या हवाली करत केप रॉईडस्‌ला परतण्याचा त्याने निर्णय घेतला.

परंतु, इव्हान्सच्या निर्णयाला हरकत घेत डेव्हिसने आग्रह धरला की त्यांनी आणखी एक प्रयत्न करून पाहावा. इव्हान्सने तो नाखुषीने स्वीकारला. ते त्या परिसरात पोचले तेव्हा हवामान निवळले होते आणि किनारपट्टीजवळ जाण्याचा मार्ग मोकळा झालेला होता.

डेव्हिड, मॉसन आणि मॅक्के, तंबूत बसून चर्चा करत होते, की त्यांनी शेकडो मैल दूर अशा केप रॉईडस्‌च्या दिशेने वाटचाल करण्यास सुरुवात करावी का, की निमरॉडची वाट पाहात थांबावं? त्याच वेळी एक गगनभेदी आवाज त्यांच्या कानांवर पडला. 'क्षणार्धात,' मॉसनने लिहिले, 'माझ्या वाटेत असलेल्या कुकरला चक्क लाथाडून उलटवून मी सुसाट वेगाने तंबूबाहेर धडकलो आणि समोरच मला निमरॉड दिसली.

तंबूतून शेवटी बाहेर पडणाऱ्या प्रो. डेव्हिडनी आठवण सांगितली, 'आम्हा तिघांना धावताना पाहून निमरॉडवरून आनंदाच्या आरोळ्या उठल्या. त्या आरोळ्यांनी प्रत्येकाचा रोमरोम पुलकित झाला... त्या क्षणी, नाट्यमयरीत्या आम्ही मृत्यूच्या सापळ्यातून सुटून जीवनाच्या प्रांगणात प्रवेश केला होता.'

आणि पुढल्याच क्षणी पुन्हा मृत्यूच्या सापळ्यात, कारण मॉसन एका घळीत कोसळला. प्रो. डेव्हिड आणि मॅक्के त्याच्या मदतीला धावले. तो अठरा फूट खोल एका कडेकाठावर उताणा पडलेला होता. त्यांनी त्याच्यासाठी दोरखंड सोडला; पण

त्याला वर खेचून काढण्याचे त्राण त्यांच्यात शिल्लक नव्हते. त्यांना भीती वाटली की त्यांच्या वजनाने काठावरचे बर्फ मॉसनच्या अंगावर कोसळेल. मग मॅक्के निमरॉडजवळ धावत गेला आणि किंचाळला : 'मॉसन घळीत पडलाय आणि आम्ही चुंबकीय ध्रुवावर जाऊन आलो.'

पुन्हा एकदा बचाव-मोहिमेचा प्रमुख डेव्हिस मॉसनच्या मदतीला धावला. बोटीवरचे एक दल बरोबर घेऊन त्यानं त्यांच्या मदतीनं घळीच्या काठांवर एक ओंडका ठेवला, स्वतःला दोरखंडानं बांधून घेऊन त्या ओंडक्याच्या आधाराने तो दरीत पोहोचला. आपल्याभोवतीची दोरी सोडून त्यानं ती मॉसनला गुंडाळली. वरच्यांनी अलगदपणे मॉसनला बाहेर काढलं. त्यानंतर त्याच पद्धतीनं डेव्हिसलादेखील बाहेर काढलं गेलं. सर्वजण बोटीवर एकत्र आल्यानंतरच त्यांना कळलं की बोट आधी तिथून निघून गेली होती, तेव्हा प्रो. डेव्हिड आणि त्यांचे दोन साथीदार प्रत्यक्षात किनारपट्टीपासून अनेक मैल दूर होते. डेव्हिसने लिहून ठेवले :

'हवामान स्वच्छ असतं तर त्यांच्या तंबूवरचं निशाण मला दिसलं असतं; पण त्या परिस्थितीत ते माझ्या नजरेतून सुटलं असतं तर आम्ही थेट केप रॉईडस्चा मार्ग धरला असता. म्हणजेच, नियतीने म्हणा, ईश्वरी कृपेने म्हणा, किनारपट्टीच्या आणखी जवळ न जाण्याच्या माझ्या चुकीमुळेच त्यांचा बचाव निश्चित आणि खात्रीशीर झाला!'

आता एकमेव काम राहिले होते – दक्षिणी दलाला उचलणे. उत्तरी दलाचा शोध घेण्याएवढंच तेदेखील जीवांची घालमेल करणारं होतं. प्रो. डेव्हिड आणि मंडळींनी अंतर्गत प्रवासाला सुरुवात करण्यापूर्वी सोडून दिलेले नमुने आणि आठ मैलांवर सोडून दिलेली यंत्रसामुग्री एका दलाने परत आणली आणि निम्रॉडने दक्षिणेचा रोख धरला. केप रॉईडस्पर्यंतची मजल निर्धोक पार पडली; पण तिथे हवामान निवळण्याची वाट पाहात त्यांना काही आठवडे थांबावं लागलं. शॅकलटनच्या परतीची शक्यतादेखील धूसर होऊ लागली होती. दक्षिणी दल पोचू शकलं नाही तर बचाव-दलाची धुरा सांभाळण्यासाठी शॅकलटनने निवडलेल्या मॉसनने आणखी एक हिवाळा तिथे घालवण्याची योजना आखायला घेतली.

परंतु १ मार्च रोजी, हिवाळी दलाला हट पॉईंटवर उतरवण्यासाठी निमरॉड काठाला लागली. खरंतर मृतदेह मिळवणं हाच एकमेव उद्देश उरला होता – इति इव्हान्स. काठावर निशाण हलवणारी दोन माणसं पाहून त्यांच्या आनंदाला पारावर राहिला नाही. ते शॅकलटन आणि वाईल्ड होते. त्यांनी मार्शलची काळजी घेण्यासाठी ॲडम्सला तीस मैल मागे सोडलं होतं. ते दोघं मदत मिळवण्यासाठी पुढे आले

होते. अल्पावधीतच, मॉसन आणि आणखी काहीजण शॅकलटनबरोबर अंतर्गत भागात गेले आणि उर्वरित दोघांना घेऊन सुखरूप परतले. मग शॅकलटनने उत्तरेकडे घरी परतण्याचा आदेश दिला.

दक्षिण ध्रुव जवळजवळ सर केल्याच्या या घटनेने शॅकलटन रातोरात आंतरराष्ट्रीय वीर बनला. त्याच्या विजयी सफरीने त्याला प्रथम न्यूझीलंडहून ऑस्ट्रेलियाला आणि नंतर ब्रिटनला नेले; पण त्याला लाभलेला कोणताही सन्मान प्रो. डेव्हिड आणि मॉसनला त्यांच्या देशवासीयांनी बहाल केलेल्या सन्मानाच्या तोडीचा नव्हता. ऑस्ट्रेलियाला त्यांचे स्वत:चे वीर हवे होते आणि आता त्यांना ते लाभले होते.

प्रो. डेव्हिडचं स्वागत करण्यासाठी सिडनीच्या धक्क्यावर हजारोंचा जमाव जमला होता. युनिव्हर्सिटीच्या ग्रेट हॉलमध्ये त्यांचा यथोचित सन्मान करण्यात आला. त्यांचा दुसरा औपचारिक सन्मान सिडनीच्या टाऊन हॉलमध्ये झाला. एका भाषणात, प्रो. डेव्हिडनी त्यांच्या खाशा शैलीत स्वत:चा सन्मान मॉसनकडे वळवला आणि त्याची तुलना त्या काळातल्या सुप्रसिद्ध नोर्व्हेजिअन ध्रुवीय संशोधक प्रवाशाशी – फ्रिडयॉफ नान्सेनशी – केली. 'शॅकलटन आमचा नेता होताच', प्रो. डेव्हिड म्हणाले, 'पण मी मनापासून, निगर्वीपणे सांगू इच्छितो की चुंबकीय ध्रुवाच्या आमच्या मोहिमेचा खरा नेता होता मॉसन. त्याच्यात आम्हाला ऑस्ट्रेलियन नान्सेन दिसतो, जो अत्यंत सृजनशील आहे, ज्याची शरीरप्रकृती अजोड आहे आणि जो तिथल्या अशक्य गारठ्याला भीक घालत नाही.'

अशा प्रशस्तीनंतर मॉसनचं स्वागतही त्याच तोडीचं न ठरतं तरच नवल. त्याची सुरुवात सिडनीत झाली. ॲडलेडमध्ये त्या स्वागतानी परमोच्च बिंदू गाठला. स्टेशनवरच विद्यार्थ्यांनी आणि त्याच्या अन्य चाहत्यांनी त्याला गराडा घातला. असं म्हणतात की लोंढ्याने तिथूनच त्याला खांद्यावर घेतलं, हातगाडीवर लादलं आणि हातगाडी ओढत, त्याला मिरवत नॉर्थ टेरेसवरून युनिव्हर्सिटीत नेलं. तिथंदेखील प्रचंड मोठा जमाव त्याची वाट पाहत थांबलेला होता.

लवकरच मॉसनने त्याचं दैनंदिन जीवन जगायला सुरुवात केली. त्याच्या प्रबंधासाठी संशोधन करण्यास सुरुवात केली. मात्र आता त्याचं मन ॲडलेडपासून दूर भरकटू लागले, अर्थात ब्रोकन-हिलच्या एका पार्टीत भेटलेल्या पॅकिटा डेलप्रॅटभोवतीदेखील त्याचं मन रुंजी घालत होतं. परंतु बर्फावरून, हिमाच्छादित पठारांवरून घळ्यांमधून स्लेज खेचताना एका कल्पनेनं त्याच्या मनात बीज रुजलं होतं, जे इतक्या महिन्यांनंतरही मनात दृढ होतं. आता मात्र मला प्रचंड ओढ लागली आहे, ऑस्ट्रेलियाच्या निकटच्या ॲन्टार्क्टिकाच्या विस्तीर्ण किनारपट्टीची, तिथे जाण्याची, तिथल्या वास्तव्याची.

■

२

ऑरोरा
ऑस्ट्रेलेशियाई ॲन्टार्क्टिक मोहीम

मॉसनसारख्या वैज्ञानिक जिज्ञासा असलेल्या माणसाला ऑस्ट्रेलियाच्या दक्षिणेला असलेल्या ॲन्टार्क्टिक किनारपट्टीची भुरळ पडल्यास नवल वटण्याजोगं काहीच नाही. एक तर दोन्ही खंड एकमेकांना लागून आहेत. शिवाय मॉसनच्या निरीक्षणाप्रमाणे होबार्ट, पर्थपेक्षा ॲन्टार्क्टिकाच्या जवळ आहे. शिवाय व्हिक्टोरिया लॅण्डच्या उत्तरी टोकाच्या केप ॲडेअरच्या पश्चिमेच्या भागाची यत्किंचित माहिती देखील उजेडात आलेली नव्हती. १८४० च्या दशकात तीन मोठ्या राष्ट्रीय मोहिमांनी ही किनारपट्टी अभ्यासण्याचे प्रयत्न केले होते; पण त्यांचे निष्कर्ष कायम विवादास्पदच राहिले. जुल्स सेबास्टिएन सिझर डुमॉन्ट ही अर्व्हिल याच्या नेतृत्वाखालील फ्रेंच मोहिमेने तिथल्या एका खडकाळ भागावर पाऊल ठेवलं आणि त्यांनी नाव ठेवलेल्या टेरे ॲडली भागावर हक्क सांगितला; पण आपण पाहिलेले महाकाय हिमकडे समुद्रावर तरंगत होते की कठीण जमिनीवर पाय रोखून उभे होते, हे काही ते खात्रीलायकरीत्या सांगू शकले नाहीत. अमेरिकन मोहिमेचे नेतृत्व करणाऱ्या चार्ल्स विल्किसने त्याच्या १५०० मैलांच्या सर्वेक्षणात जमीन पाहिल्याचे अनेक दावे केले; पण त्याची अनेक अंतरे चुकलेली होती. शिवाय त्याने नोंदवलेले हिम आणि जमिनीच्या संबंधित तपशील त्याच्या स्वत:च्या नकाशांवरदेखील अनेकदा चुकीच्या ठिकाणी दाखवलेले होते. म्हणूनच, रॉयल नेव्ही एक्स्पिडिशनचे नेतृत्व करणाऱ्या जेम्स क्लार्क रॉसने विल्किसने दाखवलेल्या 'जमिनीवरून' बोट नेली, तेव्हा अमेरिकन संशोधकांच्या किनारपट्ट्यांवरचा विश्वास डळमळीत झाला. त्यानंतर, सहा दशकांपेक्षा अधिक काळ लोटला तरी त्या भागात विशेष प्रयत्न केले गेले नाहीत.

परंतु, तो प्रदेश पादाक्रांत करण्याचे मॉसनच्या मनातले विचार १९०९ पर्यंत अव्यक्तच राहिले. त्यानंतर मात्र मोहिमेत सहभागी होण्याची किंवा तिची धुरा सांभाळण्याची त्याची कल्पना वास्तवाच्या क्षितिजावर दिसायला लागली. त्याच्या शिकवण्याच्या जबाबदारीतून त्याला १९१० च्या पहिल्या सहामाहीसाठी मुक्त केल्याबरोबर, जागतिक कीर्तीच्या भूगर्भशास्त्रज्ञांसाठी प्रो. डेव्हिडनी दिलेली परिचय-पत्रं घेऊन डिसेंबरमध्ये तो इंग्लंडसाठी रवाना झाला. फ्रेमॅन्टलमधल्या मुक्कामी त्याच्या कानावर आलं की नियोजित मोहिमेसाठी स्कॉटने प्रो. डेव्हिडना भूगर्भशास्त्रज्ञाचं नाव सुचवायला सांगितलं होतं. त्याने त्वरित स्कॉटला तार केली की अॅन्टार्क्टिकसंबंधी बोलण्यासाठी त्याला त्याची भेट हवी आहे.

जानेवारीच्या मध्यात लंडनला पोचल्यावर मॉसनने लगेचच जॉन किंग डेव्हिसची भेट घेतली. निमरॉड इंग्लंडला आणल्यानंतर त्यानं शॅकलटनसाठीच काम करण्याचं ठरवलं होतं. त्या वेळेस तो जर्मनीत होता. थोड्याच दिवसांत त्याने स्कॉटची भेट घेतली. स्कॉटला वाटलं होतं की नियोजित ब्रिटिश मोहिमेमध्ये स्थान मिळावं म्हणून हा ऑस्ट्रेलियन मॉसन तळमळत होता. मॉसनने मात्र स्कॉटला केप अॅडेअरच्या पश्चिमेच्या भागातल्या वैज्ञानिक संशोधनाचं महत्त्व विशद केलं आणि आपल्याला आपल्या स्वतंत्र दलासह तिथं सोडण्यात यावं, या अटीवर ब्रिटिश मोहिमेत सहभागी होण्याची तयारी दर्शवली, हे ऐकून स्कॉट थक्क झाला. त्याने मॉसनला पटवण्याचा प्रयत्न केला की मॉसनने त्याच्या मॅकमर्डो साऊंडच्या मोहिमेत सहभागी व्हावे. त्याने त्याला मोठ्या पगाराची आणि अखेरच्या ध्रुवीय दलातल्या तीनपैकी एका सदस्याची जागा देण्याचीही हमी दिली.

पण स्कॉटने मॉसनला जोखण्यात चूक केली होती. मॉसनला दक्षिण ध्रुवात रस नव्हता. त्याला वैज्ञानिक संशोधन करायचं होतं. त्यातून मॉसनने अॅन्टार्क्टिकवरचा सर्वांत प्रदीर्घ आणि खडतर प्रवास केला होता. स्वाभाविकच आपल्यापेक्षा कमी प्रमाणात प्रयत्न केलेल्या व्यक्तीच्या हाताखाली काम करण्यात त्याला रस नव्हता. तरीही वैज्ञानिक संशोधनाचं महत्त्व पटवून देण्यासाठी त्याने स्कॉटची आणि त्याच्या प्रमुख वैज्ञानिकाची – एडवर्ड विल्सनची – पुन्हा भेट घेतली.

मात्र स्कॉट बधला नाही. ग्रेट आईस बॅरिअरच्या पूर्वेकडे असलेल्या किंग एडवर्ड VII लॅण्डवर जाण्यासाठी दुसरं दल मुळातच त्याच्या नियोजनात अंतर्भूत होतं. यावर मॉसन उत्तरला की तो स्वत:च स्वत:च्या जाण्याचा प्रबंध करेल. यावर स्कॉट म्हणाला, की खरंतर उत्तर किनारपट्टीवर शक्य ते क्षार गोळा करण्याचा त्याचा मानस होता; पण परतीच्या प्रवासात, पाहणी करताना उत्तर किनारपट्टीवरून नमुने गोळा करण्याचं स्कॉटनं नक्की ठरवलं होतं. मी शेवटी सांगितलं की मला जर उत्तर किनारपट्टीवर उतरवलं जाणार नसेल, तर प्रमुख वैज्ञानिकाव्यतिरिक्त दुसरं

कुठलंही पद स्वीकारण्यास मी तयार नाहीये आणि स्वत: विल्सन त्या पदावर असल्यामुळं तसं सुचवण्याचं स्वप्नही मी पाहू शकत नाही, तसंच यापुढं मोहिमेत कुठलंही पद मी स्वीकारू इच्छित नाही.

तरीही स्कॉटने आशा सोडली नाही. त्याने मॉसनला भोजनाला निमंत्रित केले. त्याने आणि त्याच्या पत्नीने – कॅथलिनने – मॉसनला पटवण्याचा निष्फळ प्रयत्न केला. अखेरीस स्कॉटने सांगितले, 'की तो ऑस्ट्रेलियाला पोचेपर्यंत माझे नाव त्याच्या दलाच्या यादीत ठेवेल,' मॉसनने लिहिले, 'मी सहभागी होण्यास नकार दिला तर निदान प्रो. डेव्हिडशी सल्लामसलत करून आम्ही दोघांनी माझ्याबद्दली दुसऱ्या कुणा भूगर्भशास्त्रज्ञाचे नाव सुचवावे,' असं स्कॉटचं म्हणणं होतं. मी त्याला सांगून टाकलं की मी नक्कीच सहभागी होणार नाहीये.

आता स्वत:ची मोहीम राबवण्यासाठी मॉसनने शॅकलटनची कास धरली. त्याने दिलासा दिला की मॉसनच्या मोहिमेकरिता तो अर्थसहाय्य मिळवू शकतो. एवढंच नाही तर शॅकलटनने एका सकाळी मॉसनला सुखद धक्का दिला. तो म्हणाला, 'केप अॅडेअरच्या पश्चिमेच्या किनारपट्टीवर जाण्याचा मी निर्णय घेतलाय. तू त्यामध्ये प्रमुख शास्त्रज्ञ असशील. मला वाटतं तुलादेखील हे मान्य होईल. तू एकट्याने मोहीम राबवलीस तर पुरेसे पैसे उभं करणं तुझ्यासाठी त्रासदायक होऊ शकेल.'

शॅकलटन 'त्याच्या' मोहिमेचे नेतृत्व करणार हे ऐकून मॉसन अवाक्‌च झाला; पण नेतृत्वापेक्षा वैज्ञानिक कार्यात त्याला जास्त रस असल्यामुळे मॉसनने शॅकलटनच्या प्रस्तावाचा स्वीकार करण्याचा निर्णय घेतला. शिवाय शॅकलटन ७०,००० पाउंडस् उभे करू शकणार होता. मग दोघेही दोन आघाड्यांवर पुढे निघाले : निधी उभारण्याच्या आघाडीवर शॅकलटन निघाला, तर मॉसन निघाला अॅन्टार्क्टिकावर सर्वव्यापी वैज्ञानिक मोहीम आखण्याच्या आघाडीवर. मॉसनने कल्पना केली तीन तळांची, किनारपट्टीच्या वेगवेगळ्या भागांत हिवाळी तळ, आणि त्याचबरोबर १८३०-४० मध्ये नामकरण झालेल्या प्रदेशांमधल्या अॅडेली लॅण्ड, क्लॅरी लॅण्ड आणि सब्रिना लॅण्ड इथल्या शक्य तेवढ्या किनाऱ्यांवर बोटीने सर्वेक्षण करणे.

अर्थसहाय्यासाठी दोघांच्याही आशा गेराल्ड लायसाट या बड्या उद्योजकावर खिळलेल्या होत्या. त्याने BAE ला अर्थसहाय्य केलेलं होतं. मॉसनबरोबर पाच तासांची प्रदीर्घ चर्चा केल्यानंतर लायसाटने १०,००० पाउंडस्‌चं आश्वासन दिलं; पण आवश्यक रकमेपेक्षा ती रक्कम फारच थोडी असल्यामुळे संपत्ती मिळवण्याच्या शॅकलटनच्या असंख्य अपयशी योजनांपैकी एकीत मॉसन ओढला गेला. वसंतात, डेव्हिसला आणि निमरॉडला सेकंड मेट भेटला. आयनिअस मॅकिन्टॉशला बरोबर घेऊन मॉसन हंगेरीला गेला. शॅकलटन विकत घेऊ इच्छिणाऱ्या सोन्याच्या अविकसित खाणींचे आर्थिक महत्त्व जोखण्यासाठी त्या खाणी फायदेशीर असल्याचा निष्कर्ष

अभ्यासात निघाला; परंतु मूळ मालकाचा त्या विकण्याकडे फारसा कल नव्हता, त्यामुळे या तिघांचा सगळा आटापिटा फुकट गेला.

एप्रिल १९१० मध्ये मॉसन लंडनला परतला तेव्हा त्याचा आणि शॅकलटनचा संपर्क होऊ शकला नाही; कारण शॅकलटन व्याख्यानांच्या दौऱ्यावर न्यूयॉर्कला गेला होता; परंतु मोहिमेबाबतीतल्या शॅकलटनच्या संदेशांनी मॉसन बुचकळ्यात पडला होता. शॅकलटन वैज्ञानिक दृष्टिकोनाच्या बाबतीत गंभीर होता का? दक्षिण ध्रुवाच्या स्पर्धेत शॅकलटन स्वत:ला झोकून देत होता का? त्याची पत्नी एमिली त्याला जाऊ देण्यास राजी नसल्यामुळे तो यापैकी काहीच करणार नव्हता का? अर्थात ह्या सर्व बातम्या म्हणजे वर्तमानपत्रातील चर्वितचर्वण होतं. एक प्रकारे शॅकलटन स्वत:च खरं काय ते सांगू शकेल, असा विचार करून मॉसनने न्यूयॉर्क गाठलं. तिथून नेब्रास्कामधल्या ओमाहात गेला. शॅकलटनच्या दौऱ्याला तिथेच खीळ पडली होती.

या दोघा संशोधकांनी चार दिवस एकत्र घालवल्यानंतर मॉसनने निष्कर्ष काढला, की 'झटपट श्रीमंत होण्याच्या अनेक योजना शॅकलटनच्या डोक्यात घोळत होत्या, शिवाय मला वाटतंय की त्याची अॅन्टार्क्टिकला जाण्याची शक्यता मावळत चालली आहे. आता मॉसनने त्याची स्वत:ची आर्थिक स्थिती आणि मोहीम सुरक्षित करण्यासाठी पावले उचलली. १६ मे रोजी त्याने करारपत्र तयार केलं. याद्वारे शॅकलटनने त्याला त्याच्या BAE च्या पगारातली उर्वरित रक्कम आणि हंगेरीतले काम याचे मिळून ४०० पाउंडस् देण्याची आणि खाणींच्या उत्खननात (तसे काही झाल्यास) समभाग देण्याची हमी दिलेली होती; पण त्याहून महत्त्वाचे, त्या करारपत्राने मॉसनला अॅन्टार्क्टिकमधल्या योजनांची हमी दिलेली होती :

> *'१९११ च्या उत्तरार्धात सुरू होणाऱ्या अॅन्टार्क्टिक मोहिमेच्या तयारीला मी सुरुवात करेन आणि मोहिमेच्या वैज्ञानिक प्रमुखपदी डी. मॉसन यांची नियुक्ती करून त्या बाबतीतली सर्व तयारी करण्याचे सर्व अधिकार त्यांचेकडे राहतील. जर मी स्वत: मोहीमप्रमुख नसलो तर माझी जागा डी. मॉसन घेतील आणि तरीही मोहिमेची आर्थिक बाजू सांभाळण्यासाठी मी माझे वजन आणि माझे अर्थसहाय्यक यांचा वापर करेन.'*

अशा करारपत्राने शॅकलटन बद्ध झाला. मॉसन ऑस्ट्रेलियात परतला. लगेचच त्याने व्याख्याने देणे, निधी-संकलनाचे प्रयत्न करणे, आदी माध्यमांतून मोहिमेसाठी पाठिंबा मिळवायला सुरुवात केली. शॅकलटन मोहिमेत सहभागी होणार नसल्याचा त्याचा पक्का ग्रह झाला, त्यामुळे ऑस्ट्रेलियन मोहिमेचे नेतृत्व आपणच करणार असण्यावर तो भर देऊ लागला. महिने उलटले तरी त्याला शॅकलटनकडून काहीच

ठोस निर्णय मिळेना. उलट, शॅकलटनने 'रॉयल जिओग्राफिकल सोसायटी'शी (RGS) संपर्क साधून त्याच्या भावी मोहिमेबद्दलच्या योजना वृत्तपत्रांमध्ये प्रसृत केल्या आहेत, असं त्याला कळवलं. खरंतर या मोहिमा मॉसनच्या होत्या. मॉसन गोंधळात पडला, निराश झाला. मॉसनला वाटलं होतं की शॅकलटनने मोहिमेवर जाण्याचा बेत रद्द केला आहे. त्यामुळे तर शॅकलटनच्या निवेदनाने मॉसन अधिकच बुचकळ्यात पडला.

अशी अनिश्चितता मॉसनच्या निधी उभारणीलाही मारक होती. अजूनपर्यंत त्याने ऑस्ट्रेलियात अर्थसहाय्याची आवाहने केलेली नव्हती : 'तुमच्या दिशेने जाणारा पैसा मी ओढून घेत असल्याचा तुमचा समज होऊ नये म्हणून तुम्ही निघून गेल्यानंतर माझ्यासाठी आवश्यक तो पैसा उभारण्याचे काम मी हाती घेईन,' अशी त्यानं स्कॉटला ग्वाही दिली होती. स्कॉट निघून गेल्यानंतर शॅकलटनच्या शांततेपायी मॉसनला पैसा उभा करणं कठीण होऊन बसलं. मोहीम आपली आहे की शॅकलटनची, हेच त्याला कळेना, म्हणून १ डिसेंबरला त्याने शॅकलटनला तार करून उलट टपाली तारेनं उत्तर मागितलं. शॅकलटनने मॉसनच्या अपेक्षेप्रमाणे तारेने उलट कळवले : 'की तो येऊ शकत नाही, मात्र मला पाठिंबा देईल.'

शॅकलटनचा संदेश मिळाल्यानंतर मॉसनला केवळ मोहिमेच्याच नव्हे, तर वैयक्तिक आघाडीवरही हालचाल करायला वाव मिळाला. पूर्ण हिवाळ्यात आणि वसंतात मॉसन, 'ब्रोकन हिल प्रोप्रायटरी' या मायनिंग कंपनीच्या जनरल मॅनेजरच्या जी. डी. डेलप्रॅटच्या ॲडलेड आणि ब्रायटन (दक्षिण ऑस्ट्रेलिया) मधल्या घरांमध्ये जात होता. सुरुवातीला, डेलप्रॅटचा मुलगा विली याच्या दोस्तीचे निमित्त होते; पण लवकरच विलीची धाकटी बहीण पॅकिटा हिच्याकरता तो जाऊ लागला. ती एक सुंदर, एकोणीस वर्षांची तरुणी होती. मॉसन तिला वर्षापूर्वी ब्रोकन-हिल इथे भेटला होता. शॅकलटनचा संदेश मिळाल्यावर आठवड्याच्या आत मॉसनने पॅकिटाला मागणी घातली. तिनेही अत्यानंदाने होकार दिला. आपल्या भावी पतीने प्रदीर्घ काळाकरिता अ‍ॅन्टार्क्टिकमध्ये नाहीसे होऊ नये, असं जरी पॅकिटाला वाटत होतं तरी ती त्याची कट्टर समर्थक बनली.

मॉसनच्या मोहिमेचं काम ११ जानेवारी, १९११ रोजो युनिव्हर्सिटी ऑफ सिडनीच्या जिओलॉजी डिपार्टमेंटमध्ये सुरू झाले. तिथेच त्याने ऑस्ट्रेलेशियन अ‍ॅन्टार्क्टिक एक्स्पिडिशन १९११ साठी विद्वानांची, वैज्ञानिकांची आणि शासनाची संमती आणि पाठिंबा मिळवण्याची मोहीम हाती घेतली. 'ऑस्ट्रेलेशियन असोसिएशन फॉर दि अ‍ॅडव्हान्समेंट ऑफ सायन्स' (AAAS) शी बोलणी करताना मॉसनने समजावलं की अ‍ॅन्टार्क्टिकाच्या किनारपट्टीवर विविध ठिकाणी तळ उभारून हवामानशास्त्र, चुंबकीय शास्त्र, भूगर्भशास्त्र आणि भौगोलिक कार्यात गुंतवून घेतल्यामुळे, अ‍ॅन्टार्क्टिकाच्या

'ऑस्ट्रेलियन क्वॉड्रंट'ची रहस्ये उलगडण्यास मदत होईल. त्याउपर आणखीही काही लाभ होण्याचा त्याने दावा केला : सागरी अभ्यास, ऑस्ट्रेलियन मच्छिमारीत प्रगती, हवामानाच्या अंदाजासाठी तळ उभारणं आणि ब्रिटिश साम्राज्याचा महत्त्वाचा घटक म्हणून ऑस्ट्रेलियाची गणना होणं.

काही दिवसांमध्येच युनिव्हर्सिटी ऑफ मेलबर्नचे प्रोफेसर आणि AAAS चे अध्यक्ष, डेव्हिड ऑर्मे मॅसन यांच्या पाठिंब्याने मॉसनला १००० पाउंडस्, म्हणजे असोसिएशनच्या तरल ठेव्याचा तिसरा हिस्सा देऊ करण्यात आला. त्याशिवाय, मोहिमेतल्या वैज्ञानिक कार्याची आखणी करण्याकरिता आणि सदस्यांची औपचारिक नेमणूक करण्याकरिता एक समिती स्थापन करण्यात आली. त्या समितीच्या अध्यक्षपदी प्रो. डेव्हिड आणि सदस्यपदी प्रो. मॅसन असल्यामुळे मॉसनला विद्वत आणि राजकीय पाठिंबा लाभला; ज्याचा लवकरच प्रत्यय आला. काही दिवसांमध्येच त्याला ऑस्ट्रेलियन पंतप्रधान फिशर यांची भेट घ्यायला मिळाली, त्याला त्यांची भूमिका अतिशय सकारात्मक वाटली.

वैज्ञानिक समूहाचा पाठिंबा आणि पंतप्रधानांचे समर्थन लाभल्याबरोबर मॉसनने आर्थिक बाबींकडे लक्ष केंद्रित केले आणि जानेवारीच्या मध्यापर्यंत त्याला युनिव्हर्सिटी ऑफ ॲडलेडशी निगडित असलेला प्रसिद्ध मानवतावादी रॉबर्ट बार स्मिथ; तंबाखू उत्पादक असलेले सर ह्यू डिक्सन, त्यांचा पुतण्या ह्यू डेनिसन; आणि सुईपासून नांगरापर्यंत सर्व काही विकणारा धनिक व्यापारी सॅम्युअल हॉर्डर्न या प्रत्येकाने १००० पाउंडस् देण्याचा शब्द दिला.

मेलबर्न क्लबचे सदस्य, रोडरिफ मर्चिसन यांनी आधी दिलेला शब्द विचारात घेता मॉसनकडे ६००० पाउंडस्ची तजवीज झालेली होती; पण लायसाटने शब्द दिलेल्या १०००० पाउंडस्ची त्याला चिंता वाटत होती. म्हणून त्याने सत्वर युरोपला जाऊन पैसे उभारण्याच्या दृष्टीने प्रयत्न करण्याचं ठरवलं. त्यामध्ये प्रामुख्याने लायसाटची भेट घेणे आणि लंडन येथे पंचम जॉर्जच्या राज्याभिषेक प्रसंगी जमणाऱ्या धनाढ्य ऑस्ट्रेलियन नागरिकांना आवाहन करणं, या दोन बाबींचा समावेश होता.

केवळ निधी उभारणीसाठीच नव्हे तर बोट आणि अशा मोहिमेसाठी लागणारी अन्य सामग्री खरेदी करण्यासाठीही मॉसनने २६ जानेवारी १९११ रोजी लंडनसाठी प्रस्थान ठेवले. परंतु, त्यापैकी काहीही करण्याअगोदर, मोहिमेच्या पहिल्या सदस्याची; जो मोहिमेचा उपप्रमुख आणि बोटीचा कप्तान असेल, जो बोटीसंदर्भातल्या सर्व बाबींवर निर्णय घेईल, त्याची नेमणूक करण्याचा त्याने निर्णय घेतला. ती व्यक्ती कोण असावी या बाबतीत त्याच्या मनात जरादेखील किंतु नव्हता : जॉन किंग डेव्हिस.

दरम्यान, डेव्हिसने शॅकलटनच्या मोहिमेचा नाद सोडून दिला होता आणि तो

मॉन्ट्रिअलला गेला होता; जिथे त्याला कॅनेडियन नॉर्दन रेल्वेमध्ये नोकरी मिळण्याची शक्यता वाटत होती. तिथून त्याला टोरॉंटोला पाठवण्यात आलं. तिथेही यश न लाभल्यामुळे तो पुढे कॅलगॅरीला जाण्याच्या बेतात असताना त्याला मॉसनची लंडनहून पाठवलेली तार मिळाली. मोहिमेबद्दल यत्किंचितही माहिती नसतानादेखील त्याने उलटटपाली अॅन्टार्क्टिकाला येण्याची सहमती दर्शवली. त्याच्या समस्या चुटकीसरशी सुटल्या.

डेव्हिस लंडनच्या मार्गावर असताना, बोट नसलेल्या, पैसा नसलेल्या आणि अल्प समर्थन असलेल्या मॉसनने किनाऱ्यावरच्या दलात दोन सदस्यांची नेमणूक करून टाकली. एक होता वाईल्ड; ज्याच्यावर एका तळाची जबाबदारी राहणार होती. दुसरा होता, बेल्ग्रेव्ह एडवर्ड सटन निन्निस, रॉयल फ्युजिलिअर्समधला तरुण लेफ्टनंट. त्याचे वडील १८७५-७६ च्या ब्रिटिश आर्क्टिक मोहिमेत सर्जन होते. स्कॉटच्या मोहिमेत दाखल होण्याच्या अयशस्वी प्रयत्नांनंतर निन्निसला शॅकलटनने भरती करून घेतलं होतं आणि आता तयार स्वरूपात मॉसनकडे हस्तांतरित केलं होतं.

मात्र शॅकलटनने मॉसनची भयंकर निराशा केली होती. लायसाटच्या १०००० पाउंडस्च्या बाबतीत तर तो काहीच खुलासा करत नव्हता. शेवटी ब्रिटनला पोचल्यानंतर मॉसनने थेट लायसाटला पत्र टाकले. पत्राचं उत्तर दिलं त्याच्या पत्नीनं. 'माझे पती आजारी असून हॉस्पिटलमध्ये आहेत... मला सांगायला खेद वाटतो की तसंही तुमच्या मोहिमेसाठी कोणत्याही प्रकारचं सहाय्य करण्याच्या स्थितीत ते नव्हते, तरी त्यांना जेवढं शक्य होतं त्याहून कितीतरी अधिक पटीने त्यांनी सर अर्नेस्ट शॅकलटन यांच्यासाठी गेल्या वर्षी याच काळात सहाय्य केलं आहे. सर अर्नेस्ट तुम्हाला त्याबद्दल निश्चितच सांगतील.'

त्याने सांगण्याची गरजच नव्हती. मॉसनला तत्क्षणी उलगडा झाला की ती देणगी शॅकलटनच्या एखाद्या विचित्र धंद्याच्या योजनेत गडप झाली होती. मॉसनला शॅकलटनशी संबंध ठेवावे लागले तरी त्याने त्याला कधी माफ केले नाही. दोन दशकांनंतर शॅकलटनच्या पहिल्या चरित्रकाराला त्यानं लिहिले : 'ते निःसंशयपणे सृजनशील आणि कविमनाचे होते; परंतु सर्वसामान्य बाबतीत आमचे मार्ग वेगळे आहेत; म्हणूनच मी त्यांचे गुणगान करण्यासाठी वृत्तपत्रांकडे धाव घेतली नाही.'

मात्र धोका देणाऱ्यांमध्ये शॅकलटन एकटाच ब्रिटिश संशोधक प्रवासी नव्हता. स्कॉटची बोट टेरा-नोव्हा अॅन्टार्क्टिकाहून लिटलटनला परतली तेव्हा, रोल्ड अॅमुंडसेनने पुढे जाऊन ग्रेट आईस बॅरिअरवरच्या बे ऑफ व्हेल्सवर तळ उभारल्याचे ऐकून ब्रिटिश वृत्तपत्रजगत आणि जनतेमध्ये संतापाची लाट उठली; पण मॉसनच्या नते स्कॉटचं वर्तन धक्कादायक होतं. किंग एडवर्ड VII लॅण्डवर पोचू न शकलेल्या

स्कॉटच्या दुसऱ्या दलाने केप ॲडेअरवर तळ ठोकला. मॉसनने स्वत:च ती कल्पना प्रथम स्कॉटला बोलून दाखवली होती. एवढंच नव्हे तर ऑक्टोबरमध्ये स्वत: स्कॉटनेच मॉसनला योजना विचारली होती; जी त्याने मोकळेपणाने सांगितली होती. परिस्थिती आणखीनच संतापजनक होती. कारण चार वर्षांपूर्वी स्कॉटने शॅकलटनकडून अन्यायकारकरीत्या शब्द घेतला होता की तो मॅकमर्डो साऊंडवर जाणार नाही, त्यावर आपला हक्क असल्याचे स्कॉटचे आग्रही मत होते. शॅकलटन केप रॉईडस्‌वर उतरला. त्यावर स्कॉट संतापला. तरीही तो आता मॉसनला कोणतेही अधिकार द्यायला तयार नव्हता. 'कॅप्टन स्कॉट माझ्याशी अधिक मनमोकळं वागणं मला अपेक्षित होतं,' मॉसनने कॅथलिन स्कॉटला लिहिलं. 'किंग एडवर्ड VII लॅण्डवर या वर्षी तळ उभारण्याची कॅप्टन स्कॉटची इच्छा खरी असती, तर तसं करण्याचं धाडस त्यांच्या सदस्यांच्या अंगी असणार असं मला वाटतं.' तरीही परिस्थिती आणि त्याचं ते टीकात्मक पत्र याचा मॉसनला अनपेक्षित लाभच झाला. तीन दिवसांनंतर, साशंकतेनेच त्याने कॅथलिन स्कॉटबरोबर भोजन केलं. तिनं त्याचा राग तर शांत केलाच, शिवाय पुढल्या आयुष्यात ती त्याची उत्तम मैत्रीण बनली.

मॉसनने आता दोन बाबींकडे रोख वळवला. एक म्हणजे रॉयल जिओग्राफिकल सोसायटीमध्ये व्याख्यान देणं, यामुळे संभावित दात्यांमध्ये भर पडेल अशी त्याची अपेक्षा होती. आणि दुसरी म्हणजे बोटीची खरेदी. त्याची पहिली पसंती होती स्कॉटची जुनी 'डिस्कव्हरी.' तिच्या नव्या मालकांकडून 'हडसन्स बे कंपनी'कडून त्याला ती ना विकली गेली असती, ना उसनी दिली गेली असती. १० एप्रिल रोजी RGS मध्ये त्याचं व्याख्यान झालं. या व्याख्यानादरम्यान त्याने मूळ योजनेतल्या केप ॲडेअरवर काट मारली; पण अनेक तळांच्या कल्पनेला तो धरून राहिला. व्याख्यानानंतर, RGS चे अध्यक्ष लिओनार्ड डार्विन यांनी घोषणा केली की त्यांची संस्था AAE ला ५०० पाउंडसचे अर्थसहाय्य करेल.

दुसऱ्या दिवशी मॉसन पॅरिसला, सुप्रसिद्ध फ्रेंच संशोधक प्रवासी जाँ बॅप्टिस्ट शारकोला भेटायला गेला. 'पोकॉय पा' ही त्याची बोट मॉसनला भावली होती. त्याने आणि डेव्हिसने अन्य काही बोटींची चौकशी केली. त्यामध्ये स्कॉटिया – जी स्कॉटिश ॲन्टार्क्टिक एक्स्पिडिशनमध्ये वापरण्यात आली होती – सीलर, 'व्हायकिंग' आणि 'निमरॉड' या बोटी होत्या. 'पोकॉय पा'ची भुरळ पडूनच तो परतला. शिवाय ती फार महागात पडणार नाही असेही त्याला वाटले. 'ती अप्रतिम आहे... ध्रुवीय वैज्ञानिक कार्यासाठीच घडवल्यासारखी; जिच्यावर प्रयोगशाळा आणि दळणवळण केंद्र आहे. तेवढ्या किंमतीला ती नजराणाच आहे. मला ती हवीच आहे आणि आत्ता आलेली संधी चुकली तर मला खात्री वाटते की परत कधी असं काही गवसायचं नाही.' दुर्दैवाने पुढल्या काही आठवड्यांमध्ये फ्रेंच सरकारने तिला सागरी संशोधन

प्रयोगशाळेचा दर्जा दिल्यामुळे बोलणी फिसकटली.

सुप्रसिद्ध आर्क्टिक संशोधन प्रवासी (नेव्हिगेटर) बॉब वार्टलेट याने डेव्हिसला सुचवलेल्या, न्यूफाउंड लॅण्ड्र सीलिंग तांड्यातल्या एका बोटीवर मॉसनने आणि डेव्हिसने लक्ष केंद्रित केले. तिचे नाव होते 'ऑरोरा' आणि ती जुनी होती – १८७६ मध्ये डन्डीत बांधलेली – पण अजूनही ती धड आणि मजबूत होती. ओकच्या जाड फळ्यांनी बांधलेल्या बांधणीवर ग्रीनहार्टचा थर, त्यावर फरच्या फळ्या आणि एकदम बाहेरून पोलादी पत्रे अशी तिची रचना होती. तिची लांबी १६५ फूट, रुंदी ३० फूट, पाण्याखालची खोली १८ फूट आणि वजन ३८६ टन होतं. तिच्या मालकांबरोबर, वॉवरिंग कुटुंबाबरोबर भरपूर वाटाघाटी केल्यानंतर, आपल्या मूळ अपेक्षेपेक्षा निम्म्याहून कमी किमतीला म्हणजे ६००० पाउंडस्‌ला ऑरोरा, मॅसन आणि डेव्हिसला विकून त्यांना सुखद धक्काच दिला. 'मला वाटतं,' डेव्हिसने लिहिलं, 'आम्ही दोघं या पृथ्वीतलावरचे सर्वांत आनंदी जीव असू.'

खरंतर मॉसन आणि डेव्हिसला ती परवडणारी नव्हती; पण अशा अडचणींनी मॉसन डगमगणारा नव्हता; तो जणू क्रेडिट कार्ड वापरत असल्यासारखा खर्च करत सुटला होता. शॅकलटन, वाईल्ड आणि मोहिमेत इंग्लंडस्थित व्यवस्थापकाची भूमिका पार पाडलेला आल्फ्रेड रीड यांच्या मदतीने मॉसनने युरोपभरातून ध्रुवीय आणि अन्य आवश्यक सामुग्री मागवली. लोकरीचे कपडे, ब्लँकेटस् आणि स्की बूटस् लंडनच्या येगरमधून आले. येगरबाहेरच्या कपड्यांसाठी मॉसनने बर्बेरी गॅबर्डिनची निवड केली. आणि फरची सामुग्री – हातमोजे, रेनडिअरच्या कातडीचे बूट, फिनेस्कोज आणि स्लीपिंग बॅग्ज – शॅकलटनप्रमाणेच नॉर्वेमधल्या ड्रॅमेनच्या डब्ल्यू. सी. मोलरने पुरवली. मॉसनने शॅकलटनप्रमाणेच स्लेजेस आणि स्कीज नॉर्वेच्या हेगन ॲण्ड को. मधून तसेच ऑस्ट्रेलियातूनही मागवले.

ॲन्टार्क्टिकमध्ये पूर्वी कधी वापरली गेली नसलेली एक वस्तू मॉसनने खरीदली : विमान सुदूर दक्षिणेत चाचणी झाली नसली तरी त्याचं महत्त्व फार मोठं होतं : त्याचा वापर हवाई पाहणीसाठी, शोधकार्य आणि बचावकार्य यासाठी, वाहतुकीसाठी आणि शॅकलटनच्या कारप्रमाणेच प्रसिद्धीसाठीही करता येण्यासारखा होता. त्यातून कॅथलिन स्कॉट विमानांच्या बाबतीत चांगली जाणकार होती आणि लंडनमधला उत्पादक व्हिकर्स याच्याशी तिचा परिचय होता. 'अत्यंत स्थिर, वजनदार, ज्यादा वहनक्षमता' असलेलं, व्हिकर्सनं नुकतंच फ्रान्समधून आयात केलेलं मोनोप्लेन तिनं मॉसनला सुचवलं. 'त्याची किंमत आहे १००० पाउंडस्; पण मला वाटतं ७०० पाउंडस् किंवा त्याहून कमी किंमतीत व्यवहार होऊ शकेल.' मॉसनला ते पटलं आणि लगेचच त्याने ४८ नॉटस् वेगाच्या, ६० एचपी, ५ सिलिंडर व्हिकर्स REP D-type विमानाची ऑर्डर दिली. किंमत होती – ९५५

पाउंडस् ५ स्टर्लिंग्ज आणि ८ डाईम्स्. कॅथलिननेच सुचवलेल्या ह्यू व्हॅटकिन्सची मॉसनने वैमानिक म्हणून नेमणूक केली. मॅकिन्टॉशचा जिवलग मित्र फ्रँक विकरटन त्याचा इंजिनिअर झाला. तो इंजिनिअर तर होताच, शिवाय विमानशास्त्रात पारंगत होता. अशा तऱ्हेने, मॉसनच्या आर्थिक अडचणींत केवळ विमान-खरेदीची नव्हे, तर दोन पगारांची भर पडली.

मॉसनने ऑस्ट्रेलेशियन एक्स्पिडिशनसाठी आणखी एका सदस्याची नेमणूक आधीच करून ठेवली होती. अत्यंत अनपेक्षित ठिकाणावरून स्वित्झर्लंडमधल्या बेसलमधून. २८ वर्षीय झेव्हिअर मर्टझ् व्यवसायाने वकील होता आणि पूर्वी त्याने सुतारकाम, प्लंबिंग आणि कुलूप दुरुस्तीचं काम केलं होतं. शिवाय, माऊंट ब्लँक सर केलेला, तो अनुभवी गिर्यारोहक होता आणि १९०८ मधल्या स्विस स्की जंपिंग चॉम्पियनशिपचा विजेता होता. अर्जाच्या पत्रात त्यानं लिहिलं होत, 'मी आशा करतो की मोहिमेदरम्यान स्की वापरण्याची तुमची योजना असेल... ती फार उपयुक्त ठरतात, आणि आपल्याला कल्पना असेल की त्यात मी तरबेज आहे.' हा प्रस्ताव नाकारण्याचं काहीच कारण नव्हतं. मात्र त्यामुळे मॉसनच्या वाढत्या कर्जांच्या यादीत भर पडली.

सुदैवाने त्याला फार काळ कर्जांची चिंता करत बसावं लागलं नाही. मे च्या पूर्वार्धात, आपल्या शब्दाला जागून शॅकलटन लॉर्ड नॉर्थक्लिफना भेटला. डेली मेल, डेली मिरर आणि दि टाइम्स यांबरोबरच इतर अनेक वृत्तपत्रांचे ते मालक होते. शॅकलटनचा प्रभाव इतका होता की AAE साठी निधी गोळा करण्याचं आवाहन डेली मेलमध्ये मोफत छापण्यास लॉर्ड नॉर्थक्लिफ राजी झाले. ८ मे रोजी मॉसनच्या वतीने, शॅकलटनच्या नावाने ब्रिटनला ऑस्ट्रेलेशियन मोहिमेसाठी १२००० पाउंडस्ची रक्कम उभी करण्यासाठी आवाहन करण्यात आलं.

पैशाचा ओघ सुरू झाला – आठवडाभरात मॉसनकडे एवढा पैसा आला की त्याने ऑरोरा खरेदी केली आणि कर्जफेडीला सुरुवात केली. १४० रोख देणग्यांद्वारे सुमारे ९८४३ पाउंडस् रक्कम जमा झाली. आवाहनाचाच परिणाम म्हणून येगर, बर्बेरी, कोलमन्स, कलोनियल शुगर, कॅडबरी ब्रदर्स, ग्लॅक्सो, बोव्हरिल, हाईन्झ, हॉर्लिक्स, नेस्ले आदी कंपन्यांनी साधनसामुग्रीच्या स्वरूपात देणग्या दिल्या. त्याशिवाय, ग्लॅसगोमधल्या मेसर्स मॅकी यांच्याकडून 'वैद्यकीय सुविधा' या नावाखाली व्हाईट हाऊस व्हिस्कीची दोन खोकी आली. ब्रिटिश अमेरिकन टोबॅकोने सिगार्स, सिगारेटस् आणि तंबाखूच्या बाबतीत दाखवलेलं औदार्य पाहून डेली मेलने वर्तवलं की 'साठ्याचा विचार न करता, मोहिमेच्या सदस्यांना मनमुराद धुम्रपान करता येईल.'

मर्यादित वेळेत शक्य तेवढं काम तडीस नेऊन मॉसन ऑस्ट्रेलियाला निघाला – नोकरीवर हजर होणं, सरकारी अनुदानं मिळवण्याचे प्रयत्न करणं आणि मोहिमेशी

निगडित ऑस्ट्रेलियातल्या कामांचा आढावा घेणं यासाठी. लंडनमध्ये डेव्हिसवर जबाबदारी सोपवलेली होती; पण तो ऑरोरातच बुडलेला होता, मोहिमेची आर्थिक बाजू वगळता बाकी सर्व कामे वाईल्ड, रीड आणि ब्रॉकलहर्स्ट पाहात होते.

बोटीची पुष्कळ डागडुजी करणं भाग होतं. डेव्हिसने तिच्यासाठी नव्या डोलकाठीची, शिडांच्या दोरखंडाची आणि महत्त्वाच्या सर्व यंत्रांच्या दुरुस्तीची ऑर्डर दिली. बोटीच्या पुढच्या भागात चालकदलासाठी राहण्याची व्यवस्था करण्यात आली, तर मागच्या भागात मोहिमेतल्या पंचवीस जणांच्या राहण्याची सोय करण्यात आली. डेकवर दोन सुसज्ज प्रयोगशाळा बांधण्यात आल्या आणि एक लुकास साऊंडिंग मशीन बसवण्यात आलं. नांगर, शिडे आणि अन्य असंख्य वस्तू खरेदी करायच्या होत्या. डेव्हिसने चालकदलाचीही नेमणूक केली. त्याला हवी असलेली माणसं उपलब्ध नव्हती, त्यामुळे त्याला ते जरा कठीणच गेलं.

या साऱ्यांना वरताण म्हणजे प्रस्थानापूर्वी केवळ पाच दिवस आधी 'बोर्ड ऑफ ट्रेड'च्या एका अधिकाऱ्याने अचानकपणे ऑरोराची तपासणी केली. त्याने फर्मावले की तिच्यात आणखी चार 'होल्ड व्हेन्टिलेटर्स' बसवण्यात यावेत, 'लोड-लाईन' सर्व्हे करण्यात यावा, आणि बोटीच्या बाजूवर 'प्लिमसोल मार्क नोंदवावा. त्यातून धक्क्यावरच्या संपाची तलवार डोक्यावर लटकत होती. डेव्हिसच्या मनात आलं की एवढे सगळे बदल करून घ्यायचे म्हणजे प्रस्थान लांबणीवर पडेल आणि मोहीमच रद्द होईल. शिवाय 'प्लिमसोल मार्क' नोंदवायचा म्हणजे कार्डिफला ५०० टन कोळसा देणगीस्वरूपात मिळण्याची जी आशा मॉसन आणि डेव्हिस मनात बाळगून होते, तो कोळसा घेता येणार नाही, कारण मग त्यामुळे बोट पाण्याच्या पृष्ठभागाखाली अधिक खोल गेली असती. त्याने केलेल्या आवाहनाकडे वरिष्ठांनी दुर्लक्ष केलं, प्रस्थानाचा दिवस 'बोट हाकारण्याच्या परवान्याविना उलटला.'' ''सगळ्यालाच दोष देऊन मोहीमच बंद पाडण्याचा प्रयत्न... 'बोर्ड ऑफ ट्रेड'ने करतोय,'' त्याने मॉसनला लिहिले – 'तरीही आपण त्यांना पराभूत करू. आता घास माझ्या दातांत आलाय आणि तो मी सोडणार नाही.'

डेव्हिसच्या विजयाचा मार्ग होता – २८ जुलै रोजी मध्यरात्रीनंतर बोटीचे सर्व कर्मचारी, अठ्ठेचाळीस ग्रीनलॅण्ड कुत्रे, त्यांची देखभाल करण्याची जबाबदारी असणारे निन्निस आणि मर्टझ् यांना बोटीवर घेऊन, बंदरावरून विनापरवाना सुंबाल्या करणे. परंतु, त्याच्या आणि मोहिमेच्या सुदैवाने, ऑरोरा कार्डिफला पोचेतोवर, बोर्ड ऑफ ट्रेडच्या अधिकाऱ्यांची डोकी बऱ्यापैकी ताळ्यावर आली आणि कुठल्याही विशेष अडचणींशिवाय कोळसा लादून घेऊन ऑस्ट्रेलियाला जाण्याची तिला परवानगी देण्यात आली. प्रस्थानानंतर तीन महिन्यांनी ऑरोरा होबार्टच्या किनाऱ्याला लागली. तत्पूर्वी निन्निस, मर्टझ आणि कुत्रे क्वारांटाईन स्टेशनवर उतरले होते.

मॉसन आणि त्याचा नवा मोहीम सचिव कानरॅड आयटेल दोन दिवसांपूर्वीच होबार्टला पोचले होते. एकतीस जणांच्या दलापैकी मोजकीच माणसं तिथं पोचली होती. काही जण वैज्ञानिक तंत्रे शिकण्यात, तर काही ऑस्ट्रेलियातल्या विविध भागातून जमा होणाऱ्या सामुग्रीवर देखरेख ठेवण्यात मग्न होते. ऑस्ट्रेलियातील तीन महिन्यांच्या वास्तव्यात शेकडो अर्जदारांमधून सुयोग्य माणसं निवडणं हे मॉसनच्या दृष्टीनं आव्हानात्मक कार्य होतं. ॲडलेड सोडल्यानंतर मॉसनने बोलून दाखवले : आयुष्यभर संशोधन-प्रवास करण्याची माझी तयारी आहे; पण हे सगळं व्यवस्थापनच एखाद्याला कचरायला लावणारं आहं. त्यामुळे मला नाही वाटत की मी आणखीन एखादी मोहीम काढीन.

ॲडलेडला परतल्याबरोबर त्याचं शोधकार्य सुरू झालं होतं. काही दिवस पॅकिटाच्या सहवासात व्यतीत केल्यावर तो तडक मेलबर्न आणि सिडनीला गेला. तिथं त्यानं AAAS च्या विविध समित्यांची भेट घेतली. सरकारकडून आणि व्यक्तींकडून निधी मिळवण्याचे प्रयत्न केले. त्याचप्रमाणे उद्योजक आणि वस्तुसंग्रहालयांकडून यंत्रसामग्री वगैरेंच्या स्वरूपात देणगी मिळवण्यासाठीदेखील प्रयत्न केले.

तिसऱ्या आठवड्यातच मॉसनला सरकारकडून सकारात्मक प्रतिसाद मिळाला. युनिव्हर्सिटी ऑफ ॲडलेडचे कुलगुरू असलेल्या सर सॅम्युएल वे यांच्या अध्यक्षतेखालच्या प्रतिनिधी मंडळाने दक्षिण ऑस्ट्रेलियाच्या मुख्यमंत्र्यांकडे ५००० पाउंडस्‌ची मागणी केली. ती त्वरित मान्य करण्यात आली आणि त्याचबरोबर ५०० पाउंडस् मूल्याचं अन्नधान्यही कबूल करण्यात आलं. त्यानंतर लगेचच ब्रिटिश सरकारने २००० पाउंडस्‌चा निधी जाहीर केला. यशामागे यश लागेल, या अपेक्षेने मॉसनने न्यू साऊथ वेल्स आणि कॉमनवेल्थ ऑफ ऑस्ट्रेलियाच्या सरकारांकडे निधीचा मुद्दा लावून धरला. प्रो. डेव्हिड यांच्या महत्त्वपूर्ण सहाय्याने अखेरीस न्यू साऊथ वेल्सने ७००० पाउंडस्‌चा, व्हिक्टोरियाने ६००० पाउंडस्‌चा, कॉमनवेल्थने ५००० पाउंडस्‌चा आणि टास्मानियाने ५०० पाउंडस्‌चा निधी जाहीर केला. मात्र वेस्टर्न ऑस्ट्रेलिया, क्विन्सलॅण्ड आणि न्यूझीलंड यांनी, अपुऱ्या निधीमुळे मदत करू शकत नसल्याचं कळवलं. दुर्दैवाने वैयक्तिक निधी प्राप्त होण्याबाबतची मॉसनची अटकळ मात्र खरी ठरली नाही. अपेक्षेपेक्षा खूपच कमी रक्कम गोळा झाली. मात्र प्रो. डेव्हिडनी दिलेल्या व्याख्यानांमुळे निधीमध्ये १०० पाउंडस्‌ची भर पडली. अखेरीस, स्वत:जवळचे सर्व शेअर्स वगैरे विकून मॉसनने शक्य तेवढा निधी उभा केला.

दरम्यान निधी उभा करण्याची मॉसनची एक शक्कल फारच अंगाशी आली. सप्टेंबरअखेरीस 'मॅसेडोनिया' बोटीवरून विमान ॲडलेडमध्ये दाखल झाले. निधी उभारण्यासाठी या विमानाचं चेल्टेनहॅम रेसकोर्सवर प्रदर्शन करायचं ठरलं. वॅटकिन्स,

बिकरटन आणि वाईल्डने तातडीने त्या दृष्टीने हालचाल सुरू केली. प्रदर्शनाच्या आदल्या दिवशी घेतलेल्या चाचणीत विमानात काही बिघाड असल्याचं जाणवलं. नंतर ते बिघाड दुरुस्तदेखील केले गेले. प्रेक्षक गोळा होण्याच्या काही तास अगोदर वॅटकिन्स आणि वाईल्डने अंतिम चाचणी घेण्यासाठी भरारी मारली; पण वॅटकिन्सच्या शब्दांत, 'विमान हादरू लागलं, एअर पॉकेटमध्ये सापडून १०० फूट खाली आलं, स्थिरावलं, पुन्हा पडलं, जणू निर्वात पोकळीत. त्यातच ते संपलं. आमच्यासकट ते जमिनीवर कोसळलं. दोन्ही पंख तुटून पडले, एक सिलिंडर तुटला, नाक वाकडं झालं आणि अर्धच शेपूट उरलं. वाईल्ड आणि वॅटकिन्स वाचले हा चमत्कारच म्हणायचा. वाईल्डने नंतर आठवण सांगितली :

स्वत:ला जिवंत पाहून मला आश्चर्यच वाटलं. मी उताणा पडलेला होतो. माझे पाय मशिनच्या सांगाड्यात गुंतलेले होते, माझ्या छातीवर अवजड ओझं होतं आणि मला हलता येत नव्हतं. मला वॅटकिन्स दिसत नव्हता; पण मला त्याचे शब्द ऐकू आले, 'बिचारं विमान संपलं की!' अक्षरश: दोनच मिनिटात बिकरटनचा पांढरा फटफटीत पडलेला चेहरा माझ्या नजरेस पडला; पण ते मिनिट मला किमान तासभरासारखा वाटलं. आपल्याला आता कोणतं दृश्य दिसेल याची त्याला कल्पनाच करवत नव्हती. त्यालादेखील आमच्यासारखाच धक्का बसला आहे, हे त्याच्या चेहऱ्यावर दिसत होतं.

मॉसन आणि त्याची सेना ते विमान पुन्हा जोडू शकले नाहीत. म्हणून मग पंख मागे सोडून देऊन मोटर स्लेज म्हणून वापर करण्यासाठी सांगाडा आणि इंजिन दक्षिणेत घेऊन जाण्याचा मॉसनने निर्णय घेतला. मग त्याने बिकरटनकडे 'नव्या एअर ट्रॅक्टर'चा ताबा दिला आणि वॅटकिन्स अपघाताला जबाबदार असल्याचं ठरवून त्याला सोडचिठ्ठी दिली.

नव्या तंत्रज्ञानाने निर्माण केलेल्या शक्यतांवर मॉसनला पडलेल्या भुरळीचे विमान हे केवळ एक उदाहरण होते. दुसरे होते वायरलेस टेलिग्राफी किंवा बिनतारी संदेशयंत्रणा. मॉसनला कल्पना होती की अॅन्टार्क्टिकाहून ऑस्ट्रेलियात संदेश पाठवण्याची शक्ती बिनतारी यंत्रणेमध्ये नव्हती; पण 'कॉमनवेल्थ मेटिओरोलॉजिकल ब्युरो'च्या निर्देशकाने, एच. ए. हंटने त्यावर तोडगा सुचवल्यावर मॉसनने तो त्वरित उचलून धरला. हंटला विश्वास वाटत होता की टास्मानियाच्या नैर्ऋत्येला ९३० मैलांवर असलेल्या मॅक्वेरी बेटावर बिनतारी संदेशयंत्रणा बसवली, तर वातावरणाची आणि हवामानाची माहिती ऑस्ट्रेलियाला पाठवण्यासाठी तिचा वापर होऊ शकतो, ज्यामुळे ऑस्ट्रेलियन हवामान खात्याला आणि जलवाहतुकीला मदत होऊ शकेल.

मॉसनला जाणीव झाली की अशा तऱ्हेचा तळ अॅन्टार्क्टिकाहून बिनतारी संदेश पाठवण्यासाठी एक टप्पा म्हणूनही उपयुक्त ठरू शकतो. त्याशिवाय तिथे तळ उभारल्यामुळे मॅक्क्वेरी बेटासंदर्भात वैज्ञानिक माहिती गोळा करणं आणि बेटाचा पहिला विश्वासार्ह नकाशा तयार करणंही शक्य होईल. हे सर्व साध्य करण्याच्या कल्पनेला मॉसनने लगेच कवटाळलं आणि मॅक्क्वेरी बेटावर तळ उभारण्याच्या म्हणजे त्याच्या चवथ्या तळाच्या नियोजनाला सुरुवात केली.

तीन अॅन्टार्क्टिक तळ सांभाळणे पुरेसे नव्हते म्हणून की काय, या चौथ्या मॅक्क्वेरीसाठी आणखी पाच जणांची गरज निर्माण झाली. मॉसनने मेलबर्नमधल्या 'वेदर ब्युरो'च्या जॉर्ज एन्सवर्थपुढे तळाच्या प्रमुखपदाचा प्रस्ताव ठेवला. हंटने निवडीवर शिक्कामोर्तब केलं आणि सरकारी पगार चालू ठेवून मोहिमेत सहभागी होण्याची एन्सवर्थला परवानगी मिळाली. मॉसनचा आनंद द्विगुणित झाला. त्याचबरोबर भूगर्भशास्त्रज्ञ आणि नकाशाकार असलेला लेस्ली रसेल ब्लेक, न्यूझीलंडचा जीवशास्त्रज्ञ हॅरॉल्ड हॅमिल्टन आणि दोन बिनतारी तज्ज्ञ आर्थर सॉयर आणि चार्ल्स सॅण्डेल यांची मॅक्क्वेरीसाठी नेमणूक करण्यात आली.

दरम्यान अॅन्टार्क्टिकाच्या मुख्य भूप्रदेशावरच्या तीन तळांवर सव्वीस जण काम करतील. आता मॉसन स्वत: मुख्य तळाचे नेतृत्व करणार होता. त्याच्याबरोबर आणखी अकराजण होते. वाईल्डच्या नेतृत्वाखाली पाचजण मध्य तळावर असणार होते. पश्चिमी तळावर एकूण आठ जणांची नेमणूक झाली. याचं नेतृत्व हर्बर्ट डाइस मर्फीकडे सोपवण्यात आलं. हर्बर्ट हे क्विन्सलॅण्डच्या एका धनाढ्य घराण्याचं शेंडेफळ होतं. त्यानं एक वर्ष ऑक्सफर्डमध्ये व्यतीत केलं होतं. अर्थात मॉसनच्या मनात असलेले सगळे जण त्याला लाभले नाहीत हेच खरं.

मॉसनच्या योजनेत 'चिफ मॅग्नेटिशियन' किंवा 'मुख्य चुंबकतज्ज्ञ' हे पद सर्वात महत्त्वाचं होतं. मोहिमेच्या सर्वाधिक महत्त्वाच्या उद्दिष्टांपैकी एक होतं चुंबकीय प्रयोगशाळा थाटणे आणि चुंबकीय दक्षिण ध्रुवाच्या उत्तरेपासून चुंबकीय सर्वेक्षण करणे; जेणेकरून मॉसन आणि डेव्हिडने संकलित केलेल्या माहितीत भर पडेल. या कामाकरिता मॉसनला हवी असलेली माणसं न मिळाल्यामुळे ख्राईस्टचर्चमधल्या कॅन्टरबरी युनिव्हर्सिटी कॉलेजमध्ये सिव्हिल इंजिनिअरिंगची पदवी प्राप्त केलेल्या २१ वर्षीय एरिक वेबवर त्याला समाधान मानावं लागलं.

किनाऱ्यावरच्या दलातला एक सदस्य; ज्याची मॉसनने उत्साहात नेमणूक केली, तो होता सेसिल मॅडिगन. ह्याने १९१० मध्ये युनिव्हर्सिटी ऑफ अॅडलेडमधून 'मायनिंग इंजिनिअरिंग'मध्ये बीएस्सी पदवी मिळवली होती आणि १९११ चा 'साऊथ ऑस्ट्रेलियन ऱ्होडस् स्कॉलर' म्हणून त्याची निवड करण्यात आली होती. मॅडिगन ऑक्सफर्डला निघून गेला; पण मॉसनने युनिव्हर्सिटी ऑफ अॅडलेडचे

कुलगुरू सर सॅम्युएल वे यांच्याकडे सहाय्य मागितले. म्हणून मग मॅडिगन जेव्हा ऑक्सफर्डला पोचल, तेव्हा साऊथ आफ्रिकेचे माजी राजदूत आणि ऱ्होडस् ट्रस्टचे एक विश्वस्त लॉर्ड मिल्नर यांनी मॅडिगनला ऑस्ट्रेलियाला परतून मॉसनच्या मोहिमेत सहभागी होण्यासाठी प्रोत्साहित केलं. लॉर्ड मिल्नर यांच्या आग्रहाखातर मॅडिगनने ऑक्सफर्ड सोडलं आणि मुख्य तळाच्या मेटिओरोलॉजिस्टचं काम स्वीकारलं.

नोव्हेंबरचा महिनाभर हे आणि किनाऱ्यावरच्या दलाचे अन्य सदस्य होबार्टला येऊन पोहोचत होते. तिथे मॉसन प्रत्येकाच्या स्वागताला हजर होता. त्यानंतर त्यांच्या सामानाची योग्य जागी रवानगी करून त्यांना क्विन्स् व्हार्फला रवाना केलं जात होतं. तिथे, वाईल्डच्या नेतृत्वाखाली ५२०० पेक्षा अधिक खोके, पेटारे आणि सामानाचे बोजे उघडून, तपासून वर्गवारी करून पुन्हा भरले गेले. प्रत्येक नव्या बोजाचे वजन पन्नास ते सत्तर पाउंडपर्यंत राखलं गेलं. प्रत्येकावर रंगीत पट्ट्याची खूण केली गेली : मॅक्क्वेरी आयलंडवर जाणाऱ्या बोजांवर काळा पट्टा, मुख्य तळासाठी लाल, वाईल्डच्या तळासाठी निळा आणि मर्फीच्या तळासाठी पिवळा.

'त्याच्यासाठी पडणारे कष्ट आम्हाला तंदुरुस्त ठेवण्यासाठी होते,' मॉसनने लिहिले; 'त्या कामामुळे प्रत्येकाच्या व्यक्तिगत खुबी निदर्शनास आल्या. युनिव्हर्सिटीतील अभ्यासक्रमांत त्या कधी उघडकीस आल्या नसतील.'

२३ नोव्हेंबरला सिडनीहून सामानाचा आणि माणसांचा सर्वांत मोठा जथ्था आला : जॉन हंटर आणि चार्ल्स लॅसेरॉन हे जीवशास्त्रज्ञ, आर्ची मॅकलिन आणि सिडनी इव्हान जोन्स हे सर्जन्स, भूगर्भतज्ज्ञ अ‍ॅन्डी वॉटसन, छायाचित्रकार फ्रॅन्क हर्ली, बिनतारी यंत्रणेचा प्रमुख वॉल्टर हॅन्नम, मॅक्क्वेरी आयलंडवरचे ब्लेक, सॉयर आणि सॅण्डेल. त्यांच्याबरोबर एक केबिन आली तसेच स्लेजेस, स्कीज... डुकराचं मांस, बिस्किटस्, तंबाखू... चारही तळांवर जैव नमुने राखण्यासाठी चिखल व गाळ काढणारी यंत्रगाळणी, सुऱ्या, चिमटे, बरण्या, खोके त्याचप्रमाणे अल्कोहोल, फॉरमॅलिन आर्सेनिकल साबणाचे साठे, असं सगळं सामान आलं.

प्रयाणापूर्वीच्या आठवड्यात प्रत्येक सदस्य प्रत्येक दिवशी प्रत्येक क्षणी एकमेकांशी संबंध प्रस्थापित करण्याच्या आणि मोहिमेसाठी समर्पगवृत्ती दृढ करण्याच्या प्रयत्नात होता. त्याचबरोबर शक्य तेव्हा खेळण्याचा आनंद लुटत होतो. प्रयाण पूर्वी काही दिवस निन्निसने लिहिले, 'बिकरटन, केनडी, मोएस आणि मी स्ट्रॉबेरीज् आणि क्रीम खायला जात असतो.'

जवळजवळ प्रत्येक फळवाल्याच्या दुकानाच्या मागच्या भागात बसायला जागा असते. इथे बसून तुम्ही तिथल्या खास पदार्थांचा आस्वाद घेऊ शकता. एका छोट्याशा पडद्यामुळे दुकानापासून ही बैठक वेगळी केली जाते. तिथेच

आम्हाला हर्ली, हॉजमन आणि जोन्स दोन मुलींबरोबर बसलेले दिसले. मी सुचवलं की आपण प्रत्येकाने एकएक करत पडद्यामागं जायचं, 'ओह, सॉरी,' किंवा तत्सम काहीतरी म्हणून बाहेर पडायचं. आम्ही तसं केलं, चौघांनी स्वतंत्रपणे, मग एकत्र, दुकानातल्या लोकांची हसूनहसून पुरेवाट झाली, मग आम्ही तिथून खसकलो.

१ डिसेंबरपर्यंत सगळ्यांच्या कष्टाचं चीज झालं आणि सारे प्रयाणासाठी सज्ज झाले. सर्वांना मेजवानी दिली गेली, त्यांच्यासाठी प्रार्थना म्हटली गेली, त्यांचे सन्मान करण्यात आले, स्थानिक लोकांच्या हृदयात त्यांनी हरतऱ्हेने स्थान मिळवले. त्या शेवटच्या रात्री टास्मानियाच्या मुख्यमंत्र्यांनी निरोपाचा कार्यक्रम आयोजित केला. ते क्षण संमिश्र भावनांचे तसेच वाढत्या तणावाचे होते. पूर्ण वर्षभर नागरी जीवनाचा त्याग करण्याच्या विचाराने मनात उचल खाल्ली होती. काहींच्या मनात शंकेची पाल कदाचित चुकचुकली असेलही, मात्र कुणालाच कल्पना नव्हती की त्यांच्यापैकी काहीजण पुन्हा कधीच परतणार नव्हते.

■

एकमेव उपलब्ध ठिकाण

चार वर्षांपूर्वीच्या निमरॉडवरच्या सफरीच्या तुलनेत यावेळेस आपण वेळेवर नरतू असा विचार मॉसन, वाईल्ड किंवा डेव्हिसने केला असता तर तो क्षम्य ठरला असता. ऑरोराच्या प्रस्थानानंतर सुरुवातीला वातावरण चांगलं होतं. म्हणूनच हा विचार या त्रयीच्या मनात येऊ शकला असता. मात्र काही तासांतच वातावरण पालटलं. वाऱ्याचा जोर वाढला, समुद्र खवळला आणि त्यानंतर, वाईल्डच्या शब्दांत : 'अॅन्टार्क्टिकाच्या सफरींवरच्या बोटीचं नेहमीचं प्राक्तन आमच्याही वाट्याला आलं आणि आम्ही वादळात प्रवेश केला.' पुढल्या काही दिवसांमध्ये वादळाच्या वाढत्या जोरामुळे आणि लाटांच्या वाढत्या उंचीमुळे डेव्हिसला बोट थांबवावी लागली. त्यानं बोटीचं तोंड वाऱ्याच्या दिशेनं फिरवलं आणि ती अगतिकपणे समुद्रावर हेलकावे खाऊ लागली. जीव मुठीत ठेवून डेकवरची माणसं फटकारणाऱ्या लाटांचा मारा सहन करत होती. आपण आणि आपलं सामान यांपैकी काहीच सागरार्पण होऊ नये म्हणून जो तो प्रार्थना करत होता.

'या हाहाकारात कुठल्या सामानाचा बळी जाणार आहे, कुठलं वाचणार आहे, काहीच अंदाज बांधता येत नव्हता. कदाचित बोटीच्या मध्यभागी रचून ठेवलेले तंबूदेखील जलार्पण होऊ शकले असते. मागल्या भागातले बेन्झिनचे बॅरल फुटून त्या ज्वालाग्राही पदार्थांच्या भक्ष्यस्थानी बोट पडण्याची शक्यतादेखील तीव्र होती.' इति मॉसन.

स्ट्रॉबेरी आणि क्रीमच्या त्या आनंदी भूमीला सोडताना अनुभवलेला उत्साह अजूनही जर काही तरुणांच्या मनात रुंजी घालत असेल, तर त्यांना खडतर वास्तव्याची जाणीव झाली. मर्टझ्च्या निरीक्षणानुसार २ डिसेंबरच्या संध्याकाळी ४ वाजता सदस्यांनी त्यांची शेवटची नाणीही संपवली. ही खलाशांची परंपरा अहे.

समुद्रावर केवळ रिकामे खिसेच नशीब खुलवतात. ऑरोराने होबार्टचा धक्का सोडला, तेव्हा बोटीवरल्या मॉसनने आणि चौदा सदस्यांनी किनाऱ्यावरल्या हजारो शुभचिंतकांचा हात हलवून निरोप घेतला.

किनाऱ्यावरून हात हलवणाऱ्यांमध्ये निम्मे जण तर किनाऱ्यावरल्या दलातले सदस्य होते, ते पाच दिवसांनंतर निघणार होते. दोन महिन्यांपूर्वी मॅक्क्वेरी बेटावरल्या तळाची योजना तयार झाली, तेव्हा मॉसनला जाणीव झाली की मॅक्क्वेरी तळावरलं सामान, अन्य सामान आणि ऑरोरासाठीचा अतिरिक्त कोळसा मॅक्क्वेरीला वाहून नेण्यासाठी त्यांना आणखी एका बोटीची गरज होती. तसं झाल्यास डेकवरचे सामान गमावण्याचा धोका बराच कमी होईल, शिवाय आपण अॅन्टार्क्टिकाला पोचू तेव्हा आपल्यापाशी कोळशाचा पुष्कळ साठा असेल. मॉसनने रॉयल नेव्हीकडे याचना केली. ती साफ फेटाळली गेल्यावर त्याने टोरोआ नावाची एकशेवीस टनी बोट भाड्याने घेतली; जी सहसा मेलबर्न ओलांडून जात नसे. मोहिमेचे सोळा सदस्य, सामान, कोळसा आणि पंचेचाळीस मेंढ्या तिच्यावर लादल्यावर ती तुडुंब भरून जाणार होती, अर्थात मोहिमेच्या मुख्य बोटीएवढी नाहीच.

ऑरोराने किनारा सोडला तेव्हा तिच्यावर तीळमात्रही जागा शिल्लक नव्हती. तिच्या मागच्या भागात चुंबकीय वेधशाळेचा काही भाग, ज्यादाची स्लेजेस, ४००० गॅलन्स बेन्झिन आणि एअर-ट्रॅक्टर, मोटर-लाँच आणि बिनतारी तळांसाठी लागणारं १३०० लीटर रॉकेल होतं. त्याचबरोबर, मॉसनने लिहिलं : मुख्य डेकवर आकंठ सामान होतं, बिनतारी यंत्रणेचे खांब, दोन केबिन्स, एक मोठी मोटर-लाँच, कुत्र्यांच्या बिस्किटांचे खोके आणि बरंच किरकोळ सामान,' त्यानं पुढे लिहिलं :

'कुत्र्यांपासून दूर, मुख्य डेकच्या छतावर दोन टन बटर होतं. चार्ट हाऊसचं छतही सुटलं नाही. त्याच्या रेलिंगला स्लेजेस बांधली गेली, तसेच टाईड-गॉजेस, हवामानाचे तक्ते आणि अंडी आणि सफरचंदांच्या खोक्यांसाठीही तिथे जागा होती. त्यातही कुणालातरी मोकळी जागा दिसली; जी कोंबड्यांनी भरली गेली.'

त्याच्यावर दोन बोट स्किडसच्या आधाराने एअर-ट्रॅक्टरचा पेटारा होता. हीच तऱ्हा सगळीकडे होती. बंकर्समध्ये ३८६ टन कोळसा होता, पिण्याच्या पाण्याच्या ज्या टाक्या रिकाम्या होत्या, त्यात जिन्नस ठेवलेले होते आणि केबिन्समध्येदेखील एवढं सामान ठेवलेलं होतं की बोटीवरल्या चाळीस माणसांना जेमतेम जागा उपलब्ध होती. कोठारांमध्ये चारही तळांवरचं सामान अशा तऱ्हेनं रचलेलं होतं की ते उतरवताना दुसऱ्या तळाच्या सामानात गोंधळ होऊ नये आणि त्याचबरोबर बोटीच्या

संतुलनावरही त्याचा परिणाम होऊ नये.

आणखी काही मैलांवर बोटीने अडतीस कुत्रे घेतले, त्यांच्यासाठी आणखी जागा करावी लागली. त्यांना डेकवरच्या सामानावर एकमेकांपासून थोड्या अंतरावर बांधलं गेलं. त्यांची व्यवस्था लागल्याबरोबर सर्वजण खराब हवामानाला तोंड द्यायच्या तयारीला लागले. तिथून निघण्यापूर्वी मॉसनला 'कॉमनवेल्थ मेटिओरोलॉजिकल ब्युरो'च्या एच. ए. हंट यांनी तारेनं कळवलं होतं, की त्यांना कदाचित नैऋत्य वाऱ्यांना तोंड द्यावं लागेल.

काही दिवसांच्या छळवादानंतर वादळाचा कहर झाला. निन्निस आणि चार्ल्स हॅरिसन; जो जीवनशास्त्रज्ञ आणि होबार्ट म्युझियमचा एक हुशार कलाकार होता, कुत्र्यांना खाऊ घालत असताना एका लाटेने त्यांना जवळजवळ बोटीबाहेरच फेकलं. ते तग धरून राहिले हे नवलच, कारण त्या लाटेने अर्धा ब्रिज उद्ध्वस्त केला. मोटर लाँचला मागून झोडपलं आणि एअर-ट्रॅक्टरच्या पेटाऱ्याला भगदाड पाडलं. पेटाऱ्याच्या लाकडी पट्ट्या आणि पत्र्यांच्या वेष्टनाला कापत ते एअर-ट्रॅक्टर ४ फूट बाहेर आला.

त्यानंतर सुदैवाने वादळ शांतावलं आणि ११ डिसेंबर रोजी ऑरोरा मॅक्क्वेरी आयलंडवर पोचली. तिच्या गतिरोधाचा अर्थ होता की टोरोआ फार मागे नसणार. तिलाही वादळाला सामोरं जावं लागलं; पण ते टोरोआच्य कॅप्टनला, 'रोअरिंग टॉम' होलीमनला भिववण्याच्या ताकदीचं नव्हतं. आडमाप शरीरयष्टीच्य, भर्लमोठी दाढी राखलेल्या त्या कुशल खलाशाला प्रस्थानाच्या आदल्या दिवशी जाणीव झाली की त्यांना कदाचित जाऊ दिलं जाणार नाही; कारण टोरोआवर एवढं सामान लादलं गेलं होतं की बोटीची 'प्लिमसोल लाईन' पाण्याखाली गेली होती. त्यावरचा त्याचा उपाय साधा होता : अंधार पडल्यावर त्याने स्वतःच बोटीच्या बाजूवर उतरून नवी लाईन रंगवली; जेणेकरून बंदर अधिकाऱ्यांना कळू नये. प्रस्थानानंतर थोड्याच वेळात होलीमनला १४ तासांहून अधिक काळ नांगर टाकावा लागला; पण त्यानंतर टोरोआने गती पकडली आणि १३ डिसेंबरला तीही मॅक्क्वेरीला पोचली.

दोन वर्षांपूर्वी, निमरॉडच्या परतीच्या प्रवासात डेव्हिस काही काळ मॅक्क्वेरी आयलंडवर थांबला होता; पण तिथल्या भूगोलाची आणि शास्त्रीय अभ्यासाची नोंद नसल्यामुळे बेटावरल्या सीलर्सव्यतिरिक्त अन्य कुणाला त्या बेटाची जेवढी माहिती असेल तेवढीच त्यालाही होती. मॅक्क्वेरीवरचे सीलर्स न्यूझीलंडमधल्या इन्व्हरकार्गिल इथल्या जोसेफ हॅचसाठी काम करीत होते. सीलचे आणि पेंग्विनचे तेल मिळवण्यासाठी त्याने अनेक दशकांसाठी ते बेट टास्मानियाच्या सरकारकडून भाडेकरारावर घेतले होते. १८१० साली बेटाचा शोध लागला तेव्हा तिथे फर सील्सची विपुलता होती; पण काही वर्षांच्या कालावधीतच सीलर्सनी त्यांना अक्षरशः नामशेष केले, लक्ष्य ठरले, 'एलिफंट सील्स,' आणि जेव्हा त्यांच्या घटत्या संख्येने धंद्याच्या नफ्यावर

टाच यायला लागली, तेव्हा हॅचच्या माणसांनी मॅक्क्वेरीला पेंग्विनच्या तेलाच्या व्यापाराचे जगातले प्रमुख केंद्र बनवले. त्यासाठी त्यांनी मुख्यत: किंग्ज आणि रॉयल पेंग्विन्सना आपलं लक्ष्य केलं, अर्थात पुरवठ्यासाठी रॉकहॉपर्स आणि जेन्टूस वापरायला त्यांनी कसूर केली नाही.

मॅक्क्वेरीची लांबी एकवीस मैल आणि रुंदी एक ते तीन मैल आहे. त्याच्या पठाराची उंची ६५०-१००० फूट आहे; जी किनाऱ्याच्या दिशेने झपाट्याने कमी होत गेलेली आहे. त्याचं एक भूशीर उत्तरेला समुद्रात पाऊण मैल घुसून एका एकांड्या सपाट टेकडीला जाऊन मिळालं आहे. नैऋत्येकडच्या 'कॅरोलाईन कोव्ह'च्या भेटीत बोटीचा तळ खडकाला भिडल्यामुळे डेव्हिसने बोट भूशिराच्या पश्चिमेला 'हॅसलबरो बे'वर नेली. मॉसन आणि एन्सवर्थने ठरवून टाकलं की टेकडीची उंची ३०० फूट असल्यामुळे बिनतारी यंत्रणेसाठी ती सर्वोत्तम जागा ठरेल. मोहिमेच्या पाच सदस्यांच्या राहण्याचं ठिकाण टेकडीच्या पायथ्याशी, भूशिराच्या उत्तरेकडे सीलर्सच्या निवासापासून जवळच असेल.

लगेचच सामान उतरवलं गेलं; ज्यापैकी काही 'वायरलेस हिल'वर, तर उरलेलं भूशिराच्या उत्तरेकडच्या किनाऱ्यावर गेलं. ऑरोरावरच्या सदस्यांना टोरोआवरच्या सदस्यांनीही हातभार लावला आणि सर्वांनी मिळून दीड वर्षे पुरेल एवढी साधनसामुग्री हलवायला सुरुवात केली. दरम्यान एका मोटरबोटने ९० टन कोळसा ऑरोरावर हलवला. टोरोआतला माल कमी झाल्यामुळे ती पाण्यावर चढली आणि तिची मूळ प्लिमसोल लाईन, जी दोन फूट पाण्याखाली होती ती आता दिसायला लागली.

ते अवजड सामान टेकडीवर वाहून नेणं, हे फार कठीण काम होतं. त्यासाठी वाईल्डने 'फ्लाईंग फॉक्स' तयार केला.

> *दोन खांबांच्या आधाराने स्टीलच्या दोन केबल्स बांधल्या आणि खालच्या बाजूला त्या एका खडकाभोवती फिरवून घेतल्या. त्या केबल्सवरून सामान वाहून नेण्यासाठी त्यांच्यावर कप्प्या बसवल्या. दोन टोकांमधली लांबी एवढी होती की वरच्या टोकात केबल्सना झोल येत होता. त्यामुळे खालच्या टोकातल्या केबलवर अतिरिक्त भार लादला की सुरळीत वहन होऊ शकत होतं.*

दुर्दैवाने सर्वाधिक अवजड वस्तू एका केबलला झेपणाऱ्या नसल्यामुळे दोन्ही केबल्सवर लादून केबल मानवी ताकदीच्या जोरावर वाहून न्याव्या लागल्या. बहुतेक सामान वर पोचल्यावर सदस्यांनी बिनतारीचे खांब उभे करायला घेतले आणि त्याचबरोबर केंद्राच्या दोन इमारती, इंजिन, डायनामो आणि जनरेटर ठेवण्यासाठी

एक केबिन आणि एक ऑपरेटर केबिन उभारायला घेतली.

त्या पंधरवड्यात मॉसनने इतरांप्रमाणे कष्ट उपसले, सर्वांच्या खांद्याला खांदा लावून स्वत:वरूनच इतरांना प्रेरणा दिली. त्याच्या कष्टांमुळे केवळ त्याच्या नेतृत्वाचा अधिकार राखला, एवढेच नाही तर त्याने पॅकिटाला लिहिल्याप्रमाणं, गेले काही दिवस अत्यंत कष्टाचे गेले पण मला ते आवडलं – मला त्यात आनंद लाभतोय. शारीरिक कष्टांची आणि माझी तार नेहमीच जुळते.

मोहिमेने दक्षिणेचा रोख करण्याची वेळ जशी जवळ आली, तसे बोटीला पिण्याच्या पाण्याची नितान्त निकड भासली. पिण्याच्या पाण्याच्या एका टाकीचं झाकण वादळादरम्यान पडल्यामुळे त्या टाकीत एवढं खारं पाणी घुसलं की ते पिण्याजोगं राहिलं नाही आणि सर्वांवर पाण्याच्या काटकसरीची वेळ आली. २१ डिसेंबरला बेटाच्या पूर्वेकडून पाणी मिळवण्याचे प्रयत्न झाले; पण पाणी तर मिळालंच नाही, उलट बोटीचा डाव्या बाजूचा नांगर गमवावा लागला, तर उजव्या बाजूच्या नांगराचे नुकसान झाले. शेवटी तो प्रयत्न तसाच सोडून द्यावा लागला.

ख्रिसमस ईव्हला, म्हणजे २४ डिसेंबरला मॅक्क्वेरीवरल्या सदस्यांचा निरोप घेऊन, गोडं पाणी मिळण्याची आशा करीत ऑरोरा कॅरोलाईन कोव्हच्या दिशेनं निघाली. शंभर यार्डस्वरल्या एका झऱ्याचे पाणी बादली-बादलीनं ११२ गॅलन्स्च्या दोन टाक्यांमध्ये भरायचं होतं. अतिशय संथ गतीनं टाक्यांमधली पाण्याची पातळी उंचावत होती. शेवटी, असह्य कंटाळ्यामुळे एकमतानी 'पाणी भरण्याचं' काम दुसऱ्या दिवसावर ढकलून रात्री ११ वाजता सगळेजण थांबले; पण चार तासांनी बोट पुन्हा एकदा खडकांवर आदळली. त्यामुळे नाईलाजाने गोड्या पाण्याची आणि शांत ख्रिसमसची कल्पना सोडून देऊन डेव्हिसने बोट खोल पाण्यात घातली आणि अॅन्टार्क्टिकचा रोख धरला.

केप अॅडेअरच्या पश्चिमेकडून जाणाऱ्या १५७ व्या दक्षिण रेखांशावरून जाण्याचा डेव्हिसचा मानस होता; परंतु त्यांना जमिनीवरून जाण्याची संधी मिळाली तरी उत्तरेकडून चुंबकीय ध्रुव गाठण्याचा प्रयत्न ते करू शकले असते. उतरण्याची संधी मिळाली नाही तर ते पश्चिमेकडे सरकू शकले असते. येनकेनमार्गे मुख्य भूमीवर पोहाचण्याची आशा बाळगत.

मोहिमेतल्या बहुसंख्य सदस्यांसाठी नजरेपुढे उलगडणारी दृश्यं एकदम नवी होती. २७ डिसेंबर रोजी त्यांच्या बोटीला असंख्य देवमाशांनी वेढले. नजर जाईल तिथे केवळ देवमासेच दिसत होते. त्यानंतर दोन दिवसांनी दुपारी पहिल्यांदा अॅन्टार्क्टिक पेट्रल हा पक्षी दिसला. अनुभवी मंडळींना कल्पना होती की तो हिमखंडांपासून फार दूर जात नाही. अर्थात लवकरच त्यांना 'हिमदर्शन' घडणार होतं. दोन तासांतच त्यांना दाट धुक्याआड हिमनग दिसले. 'हिमनग चकित

करतात,’ पश्चिम तळावर भूगर्भशास्त्रज्ञाची भूमिका पार पाडणाऱ्या फ्रॅन्क स्टिलवेलने लिहिलं. ‘प्रचंड मोठ्या पांढऱ्याधोप ढिगाऱ्याची मी कल्पना केली होती; पण ते तसे नव्हते. पाण्याच्या पातळीवर हिमनग सुंदर निळसर हिरवा दिसतो. त्यांच्यातील भेगा नीलमण्याच्या आकर्षक निळ्या रंगाने चमकतात.’

काही सदस्यांनी हिम कधीच पाहिलं नव्हतं. त्यांच्या या हिमदर्शनामध्ये मर्टझ्ची आडकाठी होती. फोटोग्राफर फ्रॅन्क हर्लीच्या मते, डोलकाठीच्या टोकावर जाऊन बसलेला मर्टझ् आनंदातिशयाने अक्षरश: चित्कारत होता. त्यामुळे सगळ्यांचं मनोरंजन होत होतं; पण मॉसन आणि डेव्हिसने सदस्यांना पुढच्या कामांचा अजिबात विसर पडू दिला नव्हता. चार-चार तासांची राखण; कुत्र्यांची निगा आणि मॅक्क्वेरीवर नुकसान पोचलेल्या मोटरबोटीची डागडुजी यांचा समावेश होता. काही कुत्रे मात्र फीट येऊन दगावले.

टोरोआने आलेल्या ज्या सदस्यांनी डेव्हिसला काम करताना पाहिलेलं नव्हतं, त्यांना लवकरच कळलं की त्याची माणसं त्याला ‘गांभीर्याचा पुतळा’ का समजतात. तो केवळ सत्तावीस वर्षांचा होता तरी त्याचा अंतर्मुखपणा आणि स्वत:वरच्या जबाबदारीची तीव्र जाणीव यामुळे तो अलिप्त आणि अनेकदा खुद्द मॉसनलादेखील अनुपलब्ध होतो. ‘डेव्हिस अत्यंत मितभाषी आहे, मार्गावर राहण्याबाबत आणि एकंदरच स्वत:च्या जबाबदाऱ्यांबाबत तो अति विचार करतो,’ होबार्टच्या वाटेवर मर्टझ्ने लिहिले, ‘त्याची बोट जेव्हा एकदम सुस्थितीत असेल तेव्हा कदाचित त्याचे वर्तन वेगळे असेल.’ पण हे कुणालाच कळणार नव्हते की डेव्हिस त्याच्या बोटीला कधीच परिपूर्ण समजत नाही. ३० डिसेंबरला दुपारी २:०० वा. ऑरोरा मोहिमेच्या पहिल्या हिमखंडाला सामोरी गेली, तेव्हा डेव्हिसला कल्पना आली की त्याच्या आणि त्याच्या अधिकाऱ्यांच्या खांद्यांवरची जबाबदारी अधिकच वाढली होती.

वर्षाच्या शेवटच्या सकाळी त्यांनी पश्चिमेचा रोख धरला होता. हिमखंडाच्या उत्तर सीमेला बगल देत दक्षिणेकडे जाण्यासाठी ते वाट शोधत होते. पुढचे काही दिवस ते उलटसुलट फिरले, अनेक वळणं घेतली; पण उतरता येण्याजोगी जागा काही त्यांना सापडली नव्हती. त्यानंतर साठ ते ऐंशी फुटी हिमकडा त्यांना आडवा आला. त्याच्या पूर्वेकडून निघून ते त्याच्या उत्तरेकडून पश्चिमेकडे आले आणि विल्किसच्या चुकीच्या नकाशाने गोंधळून गेले. पुढे, रॉसप्रमाणेच त्यांनीही विल्किसला टीकेचे लक्ष्य केले.

आता जोरदार वारं सुरू झालं. दोन दिवसांसाठी डेव्हिसला हिमखंडाच्या आडोशालाच राहावं लागलं. त्यादरम्यान जेव्हा कोळशाचा साठा घटत होता आणि दोन तळांचा विषयच सोडा, मुख्य तळासाठीही जागा सापडत नव्हती, तेव्हा मॉसनने मुख्य दल आणि पश्चिमी दल यांच्या एकत्रिक विलिनीकरणाचा महत्त्वपूर्ण

निर्णय घेतला; जेणेकरून मुख्य दलाची सदस्यसंख्या वाढेल आणि दुसरे दल... मुख्य दलाच्या वैज्ञानिक कार्यात हातभार तर लावेलच, शिवाय त्यांची स्लेजिंगची गुणवत्ता मुख्य दलाच्या उपयोगी पडेल. सदस्यांमध्ये आयत्या वेळी फेरफार करण्यात आले आणि ६ जानेवारीला न्याहारीच्या वेळी नवी योजना सर्वांच्या पुढ्यात ठेवण्यात आली. नव्याने योजलेल्या पश्चिमी तळाचे नेतृत्व वाईल्डकडे राहील. त्याचे सहकारी असतील हॅरिसन, वैद्यकीय अधिकारी सिडनी जोन्स, चुंबकतज्ज्ञ ॲलेक केनडी, हवामानतज्ज्ञ मॉर्टन मॉइस, नकाशातज्ज्ञ जॉर्ज डोव्हर्स आणि भूगर्भशास्त्रज्ञांची जोडगोळी ॲण्डी वॉटसन आणि आर्चिबाल्ड होडली. बाकी सर्वजण मॉसनबरोबर राहतील – उतरण्यासाठी कधी काळी जमिनीचा तुकडा मिळाला तर.

परंतु त्यांना फार काळ वाट पाहावी लागली नाही. ८ जानेवारीच्या सकाळी त्यांनी एक रुंद जिभेत प्रवेश केला, जिला मॉसनने नाव दिले, 'कॉमनवेल्थ बे.' तिथून अदमासे चाळीस ते पन्नास मैल पुढे एक खडकाळ भूभाग दिसत होता, १८४० मध्ये डुमाँट डी'अर्व्हिलला टेरे ॲडलीच्या पूर्व सीमेवर दिसलेल्या कॅप डीकुव्हर्टशी साम्य सांगणारा. मॉसनला कल्पना होती की कॉमनवेल्थ बे आणि त्याच्या पूर्वेकडचा भाग ना कुणी कधी पाहिला होता, ना त्यावर दावा केला होता. त्याने लगेचच त्याचे बारसे करून टाकले : ॲडली लॅण्ड.

ते जसे पश्चिमेकडे चालले होते तशी मॉसनची चिंता वाढत होती. ते चुंबकीय दक्षिण ध्रुवापासून अधिक दूर जात होते. अर्थातच त्याच्याशी निगडित वैज्ञानिक कार्य धोक्यात घालत होते. एवढेच नव्हे तर मॅक्क्वेरी आयलंडशी स्वत:चे असलेले बिनतारी दळणवळणही धोक्यात घालत होते; पण लवकरच त्यांना तोडगा सापडला. दक्षिणेला पंधरा मैलांवर एक खडकाळ प्रदेश दिसत असल्याची घोषणा वाईल्डने केली. ते त्या दिशेने गेले. नंतर एका व्हेलबोटमध्ये बसून मॉसन, वाईल्ड, मॅडीगन, बिकरटन, केनडी वेब, हर्ली आणि बॉब बेज मैलभर अंतर वल्हवत गेले आणि त्यांच्या निदर्शनास आले की छोट्या बेटांचा समूह वाटणारा तो प्रदेश वास्तविक एका हिमाच्छादनाची जीभ होती.

'डॉ. मॉसननी किनाऱ्यावर उडी मारली,' हर्लीने लिहिलं, 'आणि ॲडली लॅण्डवर पाऊल ठेवणारा पहिला मानव हा मान मिळवला. आम्हा सर्वांनाच दुसरा क्रमांक मिळवावासा वाटल्यामुळे आम्ही एकत्र उड्या मारल्या. मी घसरून पडलो आणि अनायसे ॲडली लॅण्डवर बसणारा पहिला मानव हा मान मला मिळाला. मॉसन आणि वाईल्ड यांना शोध लागला की जिभेची लांबी सुमारे एक मैल होती आणि सर्वाधिक रुंदी सुमारे अर्धा मैल. त्यामागे हिमाची उंची नियमितपणे वाढत चालली होती आणि त्यावर घळी दृष्टीस पडत नव्हत्या. आमच्या स्लेजिंग दलांसाठी हा उत्तम मार्ग होता... ह्याच्या डाव्या-उजव्या बाजूला घळींचे मोठे जाळे आणि पन्नास

ते दीडशे फूट उंचीचे कडे होते आणि त्यांच्या पायथ्याशी समुद्र. केबिन बांधण्यासाठीही तिथे योग्य जागा होती, बोट किनाऱ्याला लावण्याजोगं बंदर होतं आणि गोड्या पाण्याचे काही तलाव होते. शिवाय मुख्य भूमीवर आणि सदस्यांपैकी एकाच्या नावावरून नामकरण झालेल्या मॅकेलर बेटांवर मोठ्या संख्येने ॲडली पेंग्विन्स आणि वेडेल सील्स होती; जी प्रसंगी भुकेवर तोडगा ठरू शकतील.

दल ऑरोरावर पोचल्याबरोबर मॉसनने घोषणा केली की मुख्य तळासाठी किंवा ज्याला 'हिवाळी तळ' म्हणता येईल त्यासाठी योग्य ठिकाण गवसले आहे. अधिक वेळ न दवडता त्यांनी मटन, अंडी, इतर नाशिवंत पदार्थ आणि बेन्झिन मोटरबोटीवर आणि व्हेलबोटीवर लादले; पण हे सर्व किनाऱ्यावर उतरवण्यापूर्वी वाऱ्याचा जोर वाढू लागला आणि ते बोटीवर पोचण्यादरम्यान वादळ सुरू झाले. पुढले अठ्ठेचाळीस तास त्याने रौद्ररूप धारण केलं. त्यांना कल्पना नव्हती; पण मॉसनने तळासाठी निवडलेलं ठिकाण जगातलं सर्वाधिक वाऱ्याचं ठिकाण होतं; जिथे ध्रुवीय पठारावरून येणारे वारे ताशी ४५ मैल या वेगाने अखंड वर्षभर वाहत असतात. त्या वाऱ्यांनी आणि त्यांच्याबरोबर वाहत येणाऱ्या हिमाने, त्यानंतर त्यांनी केलेल्या प्रत्येक कृतीवर परिणाम केला.

दोन दिवसांनी वारा उतरला आणि बोटीवरून डेव्हिसच्या आणि किनाऱ्यावरून वाईल्डच्या मार्गदर्शनाखाली माल उतरवण्याला वेग आला. मोटरबोट शिगोशीग भरली गेली. व्हेलबोटची जोडी – तीही शिगोशीग भरलेली – तिला बांधलेली होती. शिवाय केबिन्स् किंवा संदेशयंत्रणेसाठी लागणारे खांब तयार करण्यासाठीचा लाकूडफाटा असलेले दोन तराफेही तिला बांधलेले होते. कधी बिकरटन तिचा नावाडी होई, तर कधी चिफ इंजिनिअर गिलीज. अशा तऱ्हेने दर खेपेला पाच ते सहा टन सामान उतरवले जात होते. पुढला आठवडाभर वादळं आली आणि गेली; पण दरवेळी वारं शांत झालं की माल उतरवणं चालू होतं. प्रत्येकजण आठ तास काम आणि आठ तास विश्रांती अशा फेऱ्यात अडकलेला होता. हवामान फार वाईट झालं तरच या चक्रात बदल होत होता. 'गांभीर्याच्या पुतळ्याच्याही ध्यानात आले की सर्वजण खपत होते आणि मॉसन नेहमीप्रमाणेच आघाडीवर होता.'

१८ जानेवारीपर्यंत त्यांनी तेवीस टन कोळसा, दोन केबिन्स, चुंबकीय प्रयोगशाळा, संपूर्ण बिनतारी संदेशयंत्रणा आणि अन्य सामानाचे दोन हजारांहून अधिक बोजे उतरवले. यामध्ये दोन वर्षे पुरेल एवढे अन्नधान्य, भांडीकुंडी, हत्यारे, बेन्झिन, रॉकेल, ल्युब्रिकेटिंग ऑईल्स, एअर-ट्रॅक्टर आणि इतर स्लेजेस होती. एकोणतीसपैकी बचावलेले एकोणीस कुत्रे सगळ्यांत शेवटी उतरवले गेले. दुसऱ्या दिवशी वैयक्तिक सामान उतरवल्यानंतर बोटीवर निरोप समारंभ झाला. कुणीकुणी भाषणं केली आणि हा प्रदेश प्रथम शोधलेल्या डी अर्व्हिल आणि विल्किस यांच्या सन्मानार्थ प्याले

रिकामे केले गेले. त्यानंतर 'ऑल्ड लँग साईन' म्हटले गेले आणि मॉसनच्या दलातले अठरा सदस्य किनाऱ्यावर निघाले. उरलेल्यांना शेवटचा तळ उभारण्यासाठी पश्चिमेकडे जाण्यासाठी बोटीवर सोडून. 'मला रडायलाच येणार होतं.' निन्निसनं लिहिलं, 'दुसरं पूर्ण दल, बोटीचे सर्व अधिकारी आणि खलाशांपैकी बरेचजण माझे मित्र होते, ते आम्हाला सोडून जात होते – दृष्टिआड होत होते – पश्चिमेकडल्या अपरिचित भूमीत.

निराशाजनक बाब म्हणजे वाईल्ड आणि मंडळींना तळ उभारण्यासाठी योग्य ठिकाण मिळायला जवळजवळ चार आठवडे खर्च करावे लागले आणि पंधराशे मैलांचं अंतर तुडवावं लागलं. इतकं करूनही त्यांना जमीन लाभली नाही, उलट बर्फच मिळाला. दिवसांमागून दिवस जात होते, सोबतीला वादळे होतीच, ऑरोरा अधिक पश्चिमेकडे सरकत होती. प्रत्येक संधीचा लाभ घेण्याचा प्रयत्न करीत डेव्हिस किनारा गाठण्याचा प्रयत्न करीत होता; पण दर वेळी अपयशी ठरत होता, डुमाँट डी'अर्व्हिल आणि विल्किसने जिथे जमिनीची नोंद केली होती, त्या दक्षिण भागातही नन्नाच. कोळसा वेगाने नाहीसा होत होता, अनेकजण आजारी पडलेले होते आणि त्याच वेळी ऐंशी फुटी कड्यांनी त्यांची वाट रोखली. पुढले साठ मैल डेव्हिसने हिमनदीच्या जिभेची कास धरली आणि तिच्या टोकाशी तो दक्षिणेला वळला, तो त्याच्यासमोर कधी कुणी न पाहिलेला, हिमनगांनी आणि हिमखंडांनी भरलेला समुद्र होता. त्याच्या पायथ्याशी, ज्याचे नामकरण 'शॅकलटन आईस शेल्फ' असे करण्यात येणार होते. वाईल्डने निराशेतून आग्रह धरला की त्याला आणि त्याच्या दलाला ऑस्ट्रेलियाला परत न नेता तिथेच सोडलं जावं. डेव्हिसचा नाईलाज झाला आणि सामान उतरवण्यासाठी काही दिवस खर्चून वाईल्ड आणि पश्चिमी दलाच्या अन्य सदस्यांना त्या पांढऱ्याधोप हिमराज्यात सोडण्यात आले. पुढले वर्षभर त्यांचा मॉसनशी, डेव्हिसशी किंवा बाह्य जगातल्या कुणाही व्यक्तीशी संपर्क राहणार नव्हता.

तिकडे हिवाळी तळावर – ज्या ठिकाणाला मॉसनने पहिल्या एका पुरस्कर्त्यावरून 'केप डेनिसन' नाव ठेवले होते – प्राधान्याने निवासाची व्यवस्था करावी लागणार, यात कुणाच्याही मनात शंका नव्हती. कारण एक केबिन उभी राहीपर्यंत सर्वांना केवळ चार तंबूंमध्ये रहावं लागणार होतं. म्हणूनच ऑरोराच्या प्रस्थानानंतर दुसऱ्याच दिवशी २० जानेवारीला धडाक्यात काम सुरू झालं. 'कामगार कायद्यांशी आमचा यत्किंचितही संबंध राहिलेला नसल्याने झालेली सुटका.' मॉसनने लिहिले, 'आमचे कामाचे तास सकाळी ७:०० वा. पासून रात्री ११:०० वा. पर्यंत राहात होते.'

चारही तळांसाठीच्या केबिन्सचं डिझाईन आणि प्रिफॅब्रिकेशन ऑस्ट्रेलियात झालेलं होतं आणि त्यांची जोडणी अॅन्टार्क्टिकमध्ये सुलभ व्हावी, अशा रीतीने

त्यांचे पॅकेजिंग झालेले होते; पण मॉसनने दोन दलांचे विलीनीकरण केल्यामुळे त्याला दोन केबिन्स मिळाल्या आणि तो आणि अल्फ्रेड हॉजमन, ॲडलेडचा आर्किटेक्ट – ज्याने मूळ आराखडे तयार केले होते – ह्यांच्यावर त्या दोन केबिन्सच्या पुनर्नियोजनाची जबाबदारी आली. त्यांनी ठरवलं की त्या दोन्ही एकमेकींशेजारी खेटून उभ्या राहतील – मोठीच्या आडोशाला छोटी. छोटीमध्ये वर्कशॉप आणि बिनतारी यंत्रणेची इंजिनरूम असेल, तसेच मोठी केबिन – जिथे निवासाची सोय असेल, ती अधिक सुरक्षित होण्याच्या उद्देशाने तिचा सामाईक भागही छोटीतच असेल.

प्रत्येक केबिनचं उतरतं छत जमिनीपासून पाच फुटांवर थांबत होतं. यामुळे मुख्य खोलीच्या बाहेर व्हरांडा तयार होत होता. त्याला प्रसंगी भिंती घालता येणार होत्या. या रचनेने केबिनला स्थैर्य, ऊब आणि वाढीव जागा लाभत होती. याचा वापर कोठार, प्रयोगशाळा किंवा कुत्र्यांच्या निवासाची सोय म्हणून करता येणार होता. व्हरांड्यामुळे तसेच मॉसनच्या गृहीतकामुळे, की इमारत वर्षभर हिमाखाली गाडलेली राहील, तिच्या खिडक्या केवळ छतांवर होत्या, प्रत्येक बाजूवर एक याप्रमाणे. 'तीन व्हरांड्यांच्या भिंतींलगत सामानाचे खोके ठेवले गेले, छताचा उतार जमिनीपर्यंत वाढवत नेत,' मॉसनने लिहिले, 'ज्यामुळे केबिनला भिडणारा वारा उभ्या पृष्ठभागावर आपटत नव्हता आणि काही प्रमाणात परावर्तित होत होता.'

निवासाची केबिन उभारण्याच्या कामातला पहिला टप्पा होता जोत्यासाठी कठीण 'नीस' खडकात डायनामाईटने खड्डे पाडणे. त्यानंतर त्या खड्ड्यांमध्ये तीन फुटी लाकडी खांब रोवले गेले, मग जिथे तक्तपोशी असणार होती, त्याखालील पोकळीत पन्नास टन खडक भरले गेले. चार दिवसांमध्ये हे काम झाल्यानंतर तक्तपोशी आणि २४ × २४ फूट खोलीच्या बाहेरच्या भिंती आणि ५ फुटी व्हरांडा पुरा झाला. वादळी वाऱ्याच्या धाकाने सदस्यांनी छतावरून स्टील वायर केबल्स टाकून जमिनीत पक्क्या बसवल्या.

निवासाच्या केबिनचा बाह्य भाग उभा झाल्याबरोबर १८ × १६ फूट वर्कशॉपचे जोते घालून झाले. वर्कशॉप निवासाच्या केबिनला जोडून असल्याकारणाने हॉजमनला त्यात बदल करावे लागणार होते, विशेषत: तिच्या छतात दोनच व्हरांडे असणार होते, कारण तिच्या उत्तरेला, वाऱ्याआड, बेजची ऑरोरावरची ऑब्झर्व्हेटरी असणार होती.

वर्कशॉप उभा राहीपर्यंत निवासाची केबिन राहण्यायोग्य होत होती. तिच्यात स्टोव्ह बसवला गेला, भिंतींलगत बंक्स जागेवर बसले, मॉसनची खाजगी बेडरूम, डार्करूम आणि लायब्ररी तयार झाली. स्टोव्ह बसवणे सर्वांत जिकिरीचं ठरलं; कारण तो जोडताना, त्याचे अनेक भाग हरवले असल्याचं लक्षात आलं. माल

उतरवताना एक खोका पाण्यात पडला होता आणि मॉसनला वाटले की आवश्यक ते भाग त्याच खोक्यात असणार. म्हणून तो आणि चार्ल्स लॅसेरॉन व्हेलबोट घेऊन तो खोका आणायला गेले; पण हुक लावून खोका वर काढणं त्यांना जमलं नाही. 'शेवटी मीच पाण्यात उतरलो,' मॉसनने लिहिलं; 'तळाला पाय टेकले तेव्हा माझे डोके जेमतेम पाण्याबाहेर राहिलं; पण वनस्पतींच्या गुंतवळातून खोका सोडवणे कठीण गेलं आणि इतकं करून तो खोका जामने भरलेला निघाला.'

३० जानेवारीला, दुसऱ्या एका खोक्यात स्टोव्हचे भाग सापडल्यानंतर स्टोव्ह पूर्णपणे कार्यरत झाल्यावर मॉसनने स्वयंपाक केला; ज्यात बदक, बटाटे, मटार, पीठ आणि दुधापासून तयार होणारा गोड पदार्थ ब्लहमॉन्झ, शेंगा आणि चहा-कॉफी यांचा समावेश होता. लॅसेरॉन, ज्याच्याकडे त्या दिवशीची भांडी घासण्याचं काम होतं, त्याने नंतर आठवण सांगितली की मॉसन कसा ब्लहमॉन्झ बनवण्याची प्रक्रिया दाखवण्याच्या बाबतीत आग्रही होता.

मी थोडा वेळ बघत बसलो आणि डॉक्टर मला प्रक्रिया समजावू लागले, तेवढ्यात माझं लक्ष पाकिटावर गेलं आणि मी म्हणालो, 'पाकिटावर त्याची प्रक्रिया लिहिलेली आहे.'

'हं,' ते आनंदात म्हणाले, 'मी तिचाच अवलंब करतोय; पण खरी गंमत आहे ती तंत्राची.'

थोड्या वेळाने, ब्लहमॉन्झ जमेनासे झाल्यावर डॉक्टरांच्या लक्षात आलं की प्रक्रियेनुसार दहा मिनिटांसाठी शिजत न ठेवता त्यांनी ते शिजायला लागतानाच उतरवलं होतं. मग हॅनमने त्यात थोडे पीठ मिसळले आणि ते व्यवस्थित जमले.

स्टोव्हचं महत्त्व केवळ स्वयंपाकापुरतं नव्हतं, त्याचा वापर ऊबेसाठीही होत असल्याकारणाने तो कायमस्वरूपी पेटलेलाच असे, अपवाद केवळ हिमवादळांनी केबिन्स हिमाखाली गाडली गेल्यावरच, तेव्हा सदस्य तो बंद करीत असत, कारण हिमाच्छादनाने आतमध्ये ऊब निर्माण होत असे. मधूनच हिम छतावरल्या खिडक्या झाकून टाकत असे, मग ॲसिटीलीन जनरेटरने आतमध्ये उजेडाची व्यवस्था होत असे. केबिन्समधून आत-बाहेर करणे, हिमामुळे क्लिष्ट होत असे. निवासी केबिन्चा एकमेव दरवाजा वर्कशॉपमध्ये उघडत होता आणि तिथल्या सामाईक खोलीचा दरवाजा पश्चिमेच्या व्हरांड्यात. आत-बाहेर करण्याचा तोच मुख्य मार्ग होता. त्याचप्रमाणे गोठवलेलं मटन ठेवलेल्या कोठाराचाही तोच दरवाजा होता. हवामानाच्या कलावर अवलंबून सदस्य एकतर छतातले दार वापरत किंवा बर्फात खोदलेल्या

भुयारी-मार्गाचा चोरदरवाजा वापरत.

प्रत्यक्ष केबिनमध्ये विविध ठिकाणे त्यांच्या मालकांची ओळख देत होती, मॉसन BAE चा सदस्य असताना देत होती अगदी तशीच. उदाहरणार्थ मॅडिगनच्या बंकवर निन्निसचा बंक असलेली दक्षिणी भिंत – जिथे बिकरटनच्या बंकवर मर्टझ्चा बंक असलेली पूर्वेकडची भिंत मिळत होती – त्या ठिकाणाला स्वाभाविक युरोपियन कलाने निन्निसने 'हाईड पार्क कॉर्नर' नाव ठेवले. तसंच बाजूलाच असलेल्या मॅकलिनच्या बॅक्टेरियोलॉजिकल लॅबोरेटरी टेबलला टोपण नाव मिळाले, 'सेंट जॉर्जेस हॉस्पिटल.' मॅडिगनच्या हवामानाशी निगडित काही यंत्रणाही केबिनमध्ये होत्या. बाकीच्या मात्र केबिनपासून वीस यार्डस्वर असलेल्या हवामान पडद्याजवळ होत्या, तर वारा आणि सूर्यप्रकाशाचे मापन करणारी साधने उंचीवर असणे आवश्यक असल्यामुळे ती दीडशे यार्डस्वर 'ॲनिमोमीटर हिल'वर होती.

सर्वसामान्य परिस्थितीमध्ये ही अंतरे मोठी नसली तरी वादळीवाऱ्यांमध्ये थोड्या वेळासाठीही केबिन सोडणं धोकादायक ठरू शकतं. मार्चमध्ये एके दिवशी मॅडिगन, बिकरटन आणि हॉजमन ॲनिमोमीटर हिलवर जाण्याच्या तयारीत असताना वाऱ्याचा वेग ताशी ८० मैलांचा होता. हॉजमन इतरांपासून बाजूला पडला आणि नोंदी घेऊन परतल्यानंतर बाकीच्यांच्या ध्यानात आलं की हॉजमन अजून बाहेरच आहे. 'दिशा हरवलेला मनुष्य समुद्रात फेकला जाणं सहज शक्य होतं.' निन्निसने लिहिलं, 'म्हणून मग आठ सदस्य त्याचा शोध घेण्यासाठी निघाले; ज्यांनी एकमेकांना दोरखंडाने बांधून घेतलं होतं, नपेक्षा ते स्वत:च समुद्रात फेकले जाण्याचा धोका होता; पण तो काही त्यांना सापडला नाही.'

दरम्यान हॉजमनने ॲनिमोमीटर हिल गाठला होता आणि तिथे कुणी न सापडल्यामुळे तो केबिनकडे परतायला निघाला. तो पुन्हा हरवला. त्यातच त्याचे हातमोजे वारा घेऊन गेला. तो रांगू लागला आणि एका खडकाळ भागापाशी तो पोचला – जो केबिनजवळचा 'मोरेन,' म्हणजे हिमनदीने वाहवत पाठवलेले खडक आणि वाळू असल्याचे त्याने ओळखले. त्याच्या आधाराने अखेर तीन तासांनंतर तो सुरक्षितपणे केबिनमध्ये परतला.

त्याहीपेक्षा मोठा पल्ला, वेब नियमितपणे पार करीत होता. त्याने आणि स्टिलवेलने चुंबकीय कार्यक्रमासाठी बांधलेल्या 'ॲबसोल्युट हाऊस' आणि 'मॅग्नेटोग्राफ हाऊस'पर्यंत जाता-येताना. 'मॅग्नेटोग्राफ हाऊस'मधील साधनं अन्य चुंबकीय वस्तूंच्या सान्निध्यात बिघडू शकतील, अशी होती. त्यामुळे तिथे केवळ तांब्याचे खिळे वापरलेले होते आणि केबिनपासून उत्तरेकडे ४०० यार्डस्वर डायनामाईटने सारख्या केलेल्या ठिकाणी ती बांधलेली होती; परंतु बांधून झाल्यानंतर काही दिवसांमध्येच वादळानं तिचं नुकसान केलं. म्हणून मार्चच्या पहिल्या पंधरवड्यात तिच्याभोवती

तीस टन खडकांचं संरक्षक कवच उभारलं गेलं.

त्यानंतर लगेचच एअर-ट्रॅक्टरसाठी हँगरचे काम हाती घेण्यात आलं आणि बिनतारीसाठी खांब उभे करण्याचे प्रयत्न झाले; पण वाऱ्यामुळे खांब काही उभे राहिनात. शिवाय असंही लक्षात आलं की मॅक्क्वेरी आयलंडवर संपर्क होण्याची शक्यता कमीच होती. हवामानाने जीवशास्त्रीय कार्यक्रमर्ह बिघडवून टाकला. मार्चच्या मध्यात व्हेलबोट गायब झाली. ती एकतर मॅक्केलर बेटांमध्ये वाहत गेली असावी अगर बुडाली असावी.

थोडक्यात काय तर बाहेर काहीही ठेवले, कितीही काळजीपूर्वक पक्के केले तरी सुरक्षित रहात नव्हते. 'केबिनच्या उत्तरेकडे अनेक चीजा सीतेच्या दागिन्यांप्रमाणे विखुरलेल्या होत्या, मॉसनने लिहिलं 'एक अवजड केस – जी दगडांच्या वजनांमुळे बराच काळ व्यवस्थित, सुरक्षित ठिकाणी असल्याचं भासत होतं, ती छिन्नविच्छिन्न झाली होती. तो प्रताप बहुधा 'व्हर्ली' या काही फूट ते शेकडो यार्डस्‌चा व्यास असलेल्या चक्रिवादळाचा असावा. त्यापैकी एकाने एअर-ट्रॅक्टरच्या केसचे तीनशे पाउंडी झाकण पन्नास यार्डस्‌वर उडवून लावलं.

सगळ्यात मोठी चिंतेची बाब होती, माणसांच्या सुरक्षिततेची. ते उचलले जाऊन दूरवर फेकले जाण्याची शक्यता होती. केबिनजवळच्या निसरड्या बर्फाने चालणे अधिकच कठीण होत होते; पण रांगण्याचे आणि सापाप्रमाणे सरपटत जाण्याचे प्रयोग झाल्यानंतर त्यांना उपाय सापडला की क्रॅम्पॉन्स घेतल्याशिवाय कधीही बाहेर पडायचे नाही आणि चालताना शरीर ताठरून, पुढे झुकून चालायचे. यात जरादेखील शैथिल्य आलं तर थेट तोंडावर आपटण्याचा धोका होता.

मॉसन हवामान सुधारण्याची अपेक्षा करीत होता; पण सरत्या मार्चबरोबर वादळांची तीव्रता आणि कालावधी वाढू लागला. त्याला जाणीव झाली की वाऱ्याचा वेग ताशी ३० मैलांपर्यंत उतरेतोवर बाहेरची कामं स्थगित करावी लागतील. मागच्या महिन्यात भयानक वाटणारं, बाहेरची कामं थांबवणारं वारं आताच्या वाऱ्याच्या तुलनेत सौम्य होतं. अर्थात या वास्तवाची जाणीव ही प्रत्येकाला अधिकाधिक निराश करून गेली. प्रत्येकाच्या मनात भीती भरून राहिली.

■

चक्रवाताचा जोम

'असं खरोखरच भासतं,' मध्य एप्रिलमध्ये निन्निसने लिहिलं, 'की निर्मितीच्या वेळी सगळी भूमी तयार झाल्यानंतरही मोठ्या प्रमाणावर खराब हवामान शिल्लक राहिलं असणार, जे सगळंच्या सगळं अॅन्टार्क्टिकाच्या ह्या छोट्या टापूत टाकून दिलं गेलं.' केप डेनिसनला त्यांचं आगमन झाल्यापासून प्रत्येक सरत्या महिन्यानिशी वाऱ्याचा वेग वाढविणाऱ्या आणि तापमान उतरवणाऱ्या चक्रिवादळाला तोंड देत असतानाच तो हे लिहीत होता. 'फेब्रुवारीभर वाऱ्याचा वेग ताशी २५ मैलांचा होता; पण अचानकपणे मार्चमध्ये त्याचा सरासरी वेग ताशी ४९ मैलांचा झाल्यावर पहिल्या वेगाची त्याच्याशी तुलनाच होण्यासारखी नव्हती. आणि आता एप्रिलमध्ये त्याची मजल ताशी ५१ मैलांपलीकडे जात होती.' म्हणूनच 'हे कायम असेच राहणार नाही,' ह्या निन्निसच्या नोंदीकडे दुर्लक्ष करता येण्यासारखे होते; पण तो केवढा चुकीचा होता – कारण पुढचे सहा महिने वाऱ्याचा सरासरी वेग कधीच ताशी ५५ मैलांखाली उतरला नाही. खरोखरच मॉसनने त्याच्या पुस्तकाला दिलेल्या नावाप्रमाणे, ते चक्रिवादळाच्या घरात राहात होते.

वारा आणि त्याने वाहून येणाऱ्या दगडा-वाळूचे सर्वाधिक दुष्परिणाम स्लेजिंग कार्यक्रमाला भोगावे लागले. दुसऱ्या कशाला तेवढे भोगावे लागले नाहीत. मॉसनची योजना होती, अंतर्भागाचे निरीक्षण करून पठारावर जाण्याचा सुरक्षित मार्ग शोधून काढून चिन्हांकित करायचा आणि स्लेजिंग मोहीम लांबवण्याच्या शक्यतांची पडताळणी करायची. महिनाभर कार्यरत राहणाऱ्या चौघांच्या मुख्य दलासाठी सहाय्यकारी ठरणाऱ्या प्रत्येकी चौघांची दोन दले धरून एकंदर डझनभर सदस्यांची मोहीम असण्याच्या शक्यतेमुळे ह्या महत्त्वपूर्ण कामगिरीवर जाण्याची संधी जवळजवळ प्रत्येकाला उपलब्ध होण्यासारखी होती; परंतु मर्टझ् आणि बेजला सोबत घेऊन

मॉसनने थोडी चाचपडणी केली असता असं निष्पन्न झालं की तुर्तास तळापाठच्या खड्या चढावाच्या धोकादायक भागात जाण्याचा प्रयत्न करण्यात अर्थ नव्हता. नजीकच्या भविष्यात स्लेजिंग होण्यासारखे नसल्यामुळे आणि बिनतारीचे खांब उभे करता न आल्याकारणाने मॅक्क्वेरीशी संपर्क होण्यासारखा नव्हता. मॉसनने सहकाऱ्यांना वैज्ञानिक कार्यात व्यस्त राहण्यास, स्लेजिंगच्या मोहिमेसाठी कपडे आणि साहित्य तयार करण्यास आणि केबिनजवळची नियमित कामं आणि देखभाल करण्यास सांगितले.

परंतु स्वत:साठी अल्प वेळ आणि न संपणारी कामं यामुळे सदस्यांमध्ये उत्साह वाढत नव्हता. मॉसनला मनोबलाची धास्ती वाटत होती. तो जरी स्वत:ला अथकपणे ढकलत होता तरी सहकाऱ्यांसाठी तो काही वेगळे करू शकेल असं वाटत नव्हतं. परंतु, तळ सोडणं धोकादायक असल्याची कल्पना असूनही सदस्यांची निराशा दूर करण्याच्या हेतूनं माऊंट इरिबस सर करण्याच्या शॅकलटनच्या निर्णयाची आठवण होऊन मॉसनने ठरवलं की २५ फेब्रुवारी हा दिवस 'विशेष' करायचा : अॅन्टार्क्टिकावर आल्यापासून पहिल्यांदाच त्याने रविवारची प्रार्थना आयोजित केली. सर्वांनी ईशस्तवन केले आणि स्टिलवेलने छोट्या बाजाने साथ केली. त्यानंतर सर्वांना बरोबर घेऊन त्याने पंचम जॉर्जच्या वतीने अॅडली लॅण्डचा ताबा घेतला. युनियन जॅक फडकावला गेला, जयघोष झाला आणि फोटो घेतले गेले. 'समारंभ साधा होता, तरी आपल्यापरीने प्रभावी,' निन्निसने नोंदवले. 'आम्ही शोध लावलेल्या नव्या भूमीचा आम्ही ब्रिटिश साम्राज्यात औपचारिकरीत्या समावेश केला आणि नकाशात आणखी एका लाल ठिपक्याची भर पडली. त्या रात्री झेंड्यांनी केबिनची सजावट केली गेली आणि विशेष भोजन समारंभानंतर भाषणं झाली.'

परंतु, तरीही हवामान सुधारण्याचं नाव घेईना. सरतेशेवटी त्याचं आव्हान पेलण्याचा मॉसनने निर्णय घेतला. २९ फेब्रुवारीला उशिरा दुपारी बिकरटन, हर्ली आणि मर्टझ् यांच्या सहाय्याने तो, बेज आणि मॅडिगन पठारावर जाणाऱ्या खड्या चढावावर चढाई करू लागले. मैलभर अंतर आणि ५०० फुटांची उंची पार करून त्यांनी स्लेज त्या ठिकाणी पक्के केले आणि ते रात्रीसाठी केबिनमध्ये परतले. दुसऱ्या दिवशी सकाळी त्यांनी स्लेज सोडवले आणि त्या ठिकाणाहून आणखी सव्वादोन मैलांचा पल्ला पार केला आणि त्या ठिकाणी मार्गदर्शक निशाण उभारले. संध्याकाळी ७:०० च्या दरम्यान मॉसन, बेज आणि मॅडिगन यांनी जवळजवळ साडेपाच मैलांचे अंतर आणि जवळजवळ १५०० फुटांची उंची गाठली होती. 'दक्षिणेकडे क्षितिजापर्यंत केवळ बर्फ, बर्फ आणि बर्फच दिसत होता, बाकी काहीही नाही,' मॉसनने लिहिले. वळून पाहता त्याला समुद्र दिसत होता; पण बर्फाच्या उंचवट्यामुळे हिवाळी तळ मात्र दिसत नव्हता.

पठाराच्या काठावर त्यांनी तळ दिला, दुसऱ्या दिवशी सकाळी पुढे जाण्याचं ठरवून. त्या रात्री मॅडिगन तंबूत काहीतरी धुंडाळत असल्यामुळे मॉसनला जाग आली. 'माझ्या स्लीपिंग बॅगमधून मी विचारलं की सगळं ठीक आहे ना, त्यावर मला उत्तर मिळाले की तो स्टोव्हची पिन शोधत होता,' मॉसनने लिहिले. मग मॅडिगन त्याच्या स्लीपिंग बॅगमध्ये परतला, सर्व शांत झाले आणि मॉसन विचार करीत राहिला की ह्या अवेळी त्याला स्टोव्हची पिन कशासाठी हवी होती... सकाळी... मॉसनला शोध लागला की मॅडिगनला आदल्या रात्रीच्या त्याच्या प्रतापांची कल्पनाच नव्हती. अॅन्टार्क्टिकावर झोपेत चालणारा तो पहिलाच होता.

तंबूतून बाहेर पाहता त्यांना प्रचंड प्रमाणात वाहून आलेले दगड वगैरे दिसले. त्यांना पुढे जाणं शक्य नव्हतं, त्यामुळे त्यांनी तिथे आणखी एक निशाण उभारलं, थर्मोग्राफ असलेल्या खोक्याचे पाय बर्फात रोवले आणि स्लेज पक्के केले. मग ते त्यांच्या हिवाळी तळावर परतले. या मार्गशोधनाच्या मोहिमेबद्दल त्यांनी स्वत:ची पाठ थोपटली, त्यांच्या पहिल्या निशाणापलीकडचं बर्फ अति भेगा पडल्यानं धोकादायक झालेलं होतं. परतताना त्यांच्या निदर्शनास आलं की वाढत्या उंचीबरोबर वाऱ्याचा जोर आणि वाहून येणारे दगड वगैरे वाढत होते. अर्थात, तळापाशी त्याची बिलकुल कमतरता नव्हती. या वाऱ्यानं त्यांना सलग पाच दिवसांकरिता केबिनमध्ये कोंडून ठेवलं. वसंतात आणखी स्लेजिंग होणे नाही, यावर शिक्कामोर्तब झालं.

भयावह वारं आणि हवामान यांच्या तडाख्यात मॉसन बेसावधपणे पकडला गेला होता, मॅकमर्डो साऊंड आणि व्हिक्टोरिया लॅण्डपेक्षा इथली वाट आणि हवामान फारच वेगळे होते. ते केवळ स्लेजिंगच्या आणि वैज्ञानिक कार्यक्रमांवर गदा आणत नव्हतं, तर जीवन-मरणाचा मुद्दा ठरत होतं. तरीही, लॅसेरॉनच्या मते, अशा चिंता नेत्याने स्वत:जवळ ठेवायच्या असतात, याची मॉसनला कल्पना होती : 'त्याला पोखरणारी चिंता तो दाखवत नव्हता... हवामानाने तो घाबरला होता तरी त्या वेळी तो त्या बाबतीत काही बोलला नाही, आमच्या अननुभवामुळे आम्ही गृहीत धरले की ही अॅन्टार्क्टिकाची परिस्थिती आहे, आणि तशातच कामं केली जातात.'

परंतु, काही दशकांनंतर एरिक वेबला वेगळ्या तऱ्हेने परिस्थिती आठवली. 'त्याच्या पहिल्या स्लेज खेपेनंतर... ५ मैलांवरच्या आमच्या दुसऱ्या निशाणाच्या ठिकाणी जेवताना तो आम्हाला म्हणाला,' वेबने लिहिले, 'यापूर्वी कधीच मी असं वारं आणि असं तापमान अनुभवलेले नाही. या सगळ्याची तुम्हाला जेवढी कल्पना आहे तेवढीच मला, त्यामुळे आहे या स्थितीत निभावून न्या.'

मॉसनच्या विरोधाभासी प्रतिमेच्या बाबतीत अशा विरोधी आठवणी सर्रास सांगितल्या जात. त्या काळातल्या काही आठवणी त्याला कठोर, मितभाषी आणि

अलिप्त भासवतात; तर इतर काही नाकखुपशा, स्वयंपाकघरात किंवा प्रयोगशाळेत लुडबुड करणारा; तर आणखी काही प्रेमळ, आदर्श व्यक्ती. तो नि:संशयपणे या सगळ्याचं मिश्रण होता. केबिनमध्ये तो इतरांपासून वेगळा राहत होता; पण त्याचे कारण हे होते की शॅकलटनने दाखवून दिले होते की नेत्याने इतरांबरोबर राहू नये; कारण तसे केल्यास इतरांवर त्याच्या अस्तित्वाचे दडपण येते. तसेच दैनंदिन कार्यांमध्ये लक्ष घालणे अशा व्यक्तीसाठी स्वाभाविकच होते; जी व्यक्ती अंतिम जबाबदार होती, त्याचबरोबर हिवाळी तळावर राहणाऱ्यांपैकी अॅन्टार्क्टिकाचा अनुभव असलेला तो एकमेव होता. कालांतराने बहुसंख्य सदस्यांनी जाणलं की मोहिमेच्या सुरक्षिततेचं आणि यशस्वीततेचं ओझं मॉसनच्या खांद्यावर असल्यामुळेच त्याच्या स्वभावाचा काही अंश तसा होता. अन्यथा इतरांबरोबर त्याचं चांगलं जुळत होतं, असंच म्हणावं लागेल. लॅसेरॉनने लिहिल्याप्रमाणे :

कधीकधी सोट्यासारखा ताठ असला तरी, आमच्या कल्पनेपेक्षा तो अधिक मोकळा होता आणि आमच्या हास्यविनोदांमध्ये सामील होत होता... माझ्या मते, आमच्यापैकी बहुतेकजण त्याच्यामागून कुठेही जाण्यास तयार होतील... तो अतिशय कामसू होता. सुरुवातीपासूनच त्याने एवढे काम केले आहे; तेवढे आमच्यापैकी कुणाही दोघांनी मिळूनही केले नसेल. आमच्या मनात आधीसुद्धा त्याचं स्थान आदराचं आणि कौतुकाचं होतं तरी मला खात्री वाटतं की आता तो आम्हाला पहिल्यापेक्षा अधिकच आवडू लागलाय. अर्थात, त्याच्या अंगी अनेक दोष होते तरीही हेच खरे. त्यातला एक प्रमुख म्हणजे त्याचं फटकळ तोंड, अर्थात तो तसं बोलला तरी कधीच त्याच्या बोलण्याला तोच अर्थ असेल असं नाही. तो मनातही काही ठेवत नसे.

अर्थात, ही वक्तव्ये कोणत्याही सदस्याच्या बाबतीत करता आली असती. एका छोट्या जागेत अठराजणांनी राहायचं म्हणजे त्यांच्यातले संबंध ताणले जाण्याचे प्रसंग येणारच. केवळ प्रतिकूल मते फक्त सेसिल मॅडिगनकडून येत होती, तो उंच, धट्टाकट्टा, बुद्धिमान, उर्मट आणि स्वत:ला इतरांपेक्षा वरच्या पातळीवरचा समजणारा होता. तो स्वत:ला मोहिमेतला सर्वोत्तम सदस्य समजत असे आणि मॉसनकडे नेतृत्व असल्याची अढी त्याच्या मनात दृढ झाली होती. संतापाच्या भरात तो मॉसनला लॅटिनमध्ये 'डु इप्से' म्हणजे 'खुद्द नेता' म्हणत असे. अर्थातच ते उपहासाने असे. स्वत: एकाही वैज्ञानिक क्षेत्राची जबाबदारी न घेता इतर वैज्ञानिकांच्या कामावर मॉसनने लक्ष ठेवणं मॅडिगनला बिलकुल पसंत नव्हतं.

अर्थात या मुद्द्यावर मॉसनने काळजीपूर्वक विचार केलेला होता. शांत पण

हुशार भूगर्भतज्ज्ञ फ्रँक स्टिलवेल थोडासा कात्रीत सापडला होता. मुळात त्याची नेमणूक तिसऱ्या तळावर झाली होती. तळांचे विलीनीकरण झाल्यावर तो हिवाळी तळावर आला, जिथे मॉसनदेखील भूगर्भतज्ज्ञ होता. परंतु या विद्वान वैज्ञानिकाला स्वत:चा सहाय्यक करण्याऐवजी मॉसन स्वत: त्याचा सहाय्यक झाला, तो स्टिलवेलला त्याच्या कामात हातभार लावू लागला. तसेच हवामानाच्या नोंदी घेऊ लागला, शिवाय जीवशास्त्रज्ञ जॉन हंटर याला गाळ उपसण्यात मदत करू लागला हे सर्वाधिक शारीरिक कष्टाचं परंतु त्याच्या आवडीचं काम होतं. आमच्या जीवनाला वैविध्य प्रदान करणारं काम होतं बर्फ खोदणं, 'हे तो अशा कामाविषयी लिहीत होता जे कुणाला विशेष प्रिय नव्हतं.' समुद्रावरच्या बर्फात, हिमनदीवर आणि गोड्या पाण्याच्या तलावांवरच्या बर्फात बरेच खड्डे खणले गेले... बर्फाच्या खड्ड्याच्या तळाशी कुदळ आणि फावडे घेऊन संबंध दिवसभर कष्ट केले तरी त्याला त्याचं विशेष काही वाटत नसे.'

वैज्ञानिक कार्यक्रमाविषयीचा – जो त्याने स्वत:च आखलेला होता – मॉसनचा असा दृष्टिकोनच त्याच्या समर्पणवृत्तीविषयी शब्दांपेक्षा अधिक सांगून जातो. अ‍ॅन्टार्क्टिकामध्ये आतापर्यंत राबवल्या गेलेल्या संशोधनांमध्ये हाच कार्यक्रम एवढा सर्वव्यापी होता. मॉसनप्रमाणेच फोर्ट स्ट्रीट मॉडेल पब्लिक स्कूल आणि युनिव्हर्सिटी ऑफ सिडनीमध्ये शिक्षण घेतलेला हंटर जीवशास्त्रीय कार्यक्रमाचा प्रमुख होता. त्याच्या अभ्यासात समुद्री स्तनधारी, पक्षी, कॉमनवेल्थ बे आणि गोड्या पाण्याच्या तलावांच्या उपशात मिळालेले जीव आणि भूचर यांच्या निरीक्षणांचा समावेश होता. दिवसेंदिवस तो त्याच्या नमुन्यांचा अभ्यास करताना दिसू लागला. औपचारिकरीत्या टॅक्सीडर्मिस्ट म्हणजे मृत जनावरांची कातडी भरणारा लॅसेरॉन स्वयंसिद्ध युवक होता, ज्याने टेक्निकल कॉलेज ऑफ सिडनीमधून भूगर्भशास्त्राचा डिप्लोमा घेतला होता; परंतु नमुने गोळा करण्याच्या त्याच्या कौशल्यामुळे मोहिमेत त्याची वर्णी लागली होती आणि तो हंटरबरोबर कातडी सोलणं, जोपासना करणं, कातडी भरणं इ. कामं करीत होता. प्रमुख वैद्यकीय अधिकारी आर्चिवाल्ड मॅकलिन – जो समोरच्याला 'हॅलो, डॅड' म्हणून संबोधत असे आणि म्हणूनच त्याला 'डॅड' हे टोपण नाव मिळालं, तो बॅक्टेरियोलॉजिकल संशोधनही करीत असे. सेंट जॉर्जेस हॉस्पिटलमध्ये म्हणजेच त्याच्या त्या टेबलावर अनेक नमुन्यांमध्ये तो व्यस्त असे.

दलातल्या प्रत्येकाला बाहेरचं काही ना काही काम करावं लागत असलं तरी काही वैज्ञानिकांना दररोज बाहेरच्या भीषण हवामानाला तोंड द्यावं लागत होतं. हवामानाच्या नोंदी घेण्यासाठी मॅडिगन आणि हॉजमनला दररोज हवामान पडद्यापर्यंत जावं लागत असे. ते बरेचदा केबिनमध्ये परतत ते तोंडावर बर्फाचा मुखवटा घेऊनच. बर्बेरी हेल्मेट्समधल्या त्यांच्या चेहऱ्यावर जमा होणाऱ्या हिमामुळे हा

मुखवटा तयार होत असे. शरीराच्या आणि श्वासाच्या उष्णतेने ते हेल्मेटच्या कडेवर, दाढीवर आणि चेहऱ्यावर चिकटून राहात असे आणि हेल्मेटचा उघडा भाग बंद करून टाकत असे. केबिनमध्ये परतल्यावर मुखवटा उतरवला जात असे; पण तसं करताना प्रथम हे पाहिलं जात असे, की तो हेल्मेटच्या कडेवरून सुटलेला आहे ना, कारण घाईने उतरवण्याचा प्रयत्न केल्यास त्याच्याबरोबर दाढीचे केसही निघून येत. त्यानंतर हेल्मेट काढलं जाई आणि भुवया, दाढी यांना चिकटून राहिलेले हिमकण बोटांच्या ऊबेने वितळवून काढले जात. मेच्या उत्तरार्धात बर्फाच्या मुखवट्यामुळे मॅडिगनच्या चेहऱ्याला हिमबाधा झाली. 'वस्तुस्थिती लक्षात येण्यापूर्वी', त्याच रात्री मॉसनने लिहिले, 'बर्फाचा थर समजून तो चेहऱ्याचा भाग काढून टाकण्याचा प्रयत्न करीत होता.'

'अझिमुथ' शब्दाचा सतत वापर करण्यामुळे 'अझि' हे टोपणनाव लाभलेल्या वेबला बरेचदा बॉब बेजला सोबत घेऊन, दररोज खूप वेळ मॅग्नेटोग्राफ हाऊसवर काढावा लागत असे. दर एक आठवड्याआड वेब ज्यादाच्या 'धावत्या' नोंदी घेत असे; ज्या वाईल्डच्या पश्चिमी तळाप्रमाणे, वेडेल समुद्राच्या परिसरातल्या विल्हेल्म फिलश्नरच्या जर्मन अॅन्टार्क्टिक मोहिमेप्रमाणे आणि दक्षिण गोलार्धातल्या अनेक प्रयोगशाळांप्रमाणे असत. हे काम करण्यासाठी वेबला चार तासांचा अवधी लागत असे आणि एक सदस्य त्याला सहाय्य करीत असे. 'शून्याखाली १०° ते २०° या तापमानात कमी जागेत हालचाल करणंही शक्य होत नसे,' लॅसेरॉनने लिहिले. 'हातमोजे घातले तर लिहिता येत नसे आणि हात उघडे ठेवले की ते गोठून इतके कडक होत की पेन्सिल धरणं कठीण होऊन बसे.'

एप्रिलमधल्या अशाच एका 'धावत्या' फेरीवरून मॉसनबरोबर परतताना एवढा हिमवर्षाव होत होता की आपण केबिनपाशी पोहोचलो आहोत, हे त्यांना कळलंच नाही. हिमवर्षावाने केबिन पुरती गाडून टाकलेली होती. 'केबिनमधला उजेड दिसत नव्हता, त्यामुळे केबिनपाशी पोहोचलो आहोत हे समजलंच नाही.' मॉसनने लिहिले. 'बाहेरचा मनुष्य कठोरात कठोर निसर्गाच्या सान्निध्यात असेल – तो एकमेव जीव असेल, हिमनदीच्या निर्मितीच्या वेळी उभा असलेला किंवा मंगळावर.' रांगत आईस अॅक्सने चाचपडत मॉसन छतातला दरवाजा शोधत होता. 'मला बिलकुल दिसत नव्हतं. बऱ्याच वेळाने चाचपडताना पोकळी जाणवली आणि आम्ही आतमध्ये उड्या मारल्या.'

अशा हवामानाला नियमितपणे अंगावर घेणारी आणखी एक व्यक्ती होती – बेज, जो रॉयल ऑस्ट्रेलियन इंजिनिअर्समधून रजेवर आलेला होता. वेबला सहाय्य करण्याबरोबरच तो समुद्री लहरींची निरीक्षणं करणं, अचूक वेळेच्या नोंदी ठेवणं आणि ध्रुवीय रंगीत पट्ट्यांची आणि खगोलशास्त्रीय निरीक्षणं घेणं ही कामं करत

असे. खगोलशास्त्रीय निरीक्षणांसाठी केबिनपासून तीस यार्डस्‌वर इमारत बांधणं आवश्यक होतं, त्यामुळे केप डेनिसनचं अचूक रेखावृत्त काढणं शक्य होऊ शकलं असतं.

वैज्ञानिकांव्यतिरिक्त अशा काही व्यक्ती होत्या ज्यांच्याकडे विविक्षित क्षेत्रांमधलं तांत्रिक कौशल्य होतं. अन्य सर्वसामान्य कामं करण्यासाठी मॉसनने त्यांची नेमणूक केली होती. ही वैविध्यपूर्ण भूमिका पार पाडणारा फ्रँक हर्लीच्या तोडीचा दुसरा कुणी नव्हता. लहान वयातच मेटलवर्किंग, इलेक्ट्रिक फिटिंग आणि इन्स्ट्रूमेंट मेकिंगचे शिक्षण लाभलेल्या हर्लीला फोटोग्राफीची तीव्र ओढ आणि उपजत देणगी असल्याचेही निदर्शनास आले. मोहिमेसाठी फोटोग्राफर हवा असल्याची जाहिरात मॉसनने दिल्याबरोबर, सिडनीमध्ये नाव कमावलेल्या हर्लीने त्वरित अर्ज केला आणि विनामोबदला सेवा देण्याचा प्रस्ताव मांडला. त्याला मॉसनला थोडं पटवावं लागलं, पण तो निवडला गेला आणि तो मोहिमेचा सदस्य झाला. गरज पडेल ते काम करण्याची तयारी दाखवू लागला; फोटो काढण्यासाठी कल्पनातीत (बरेचदा धोकादायकही) ठिकाण निवडण्याचं त्याचं कौशल्य काही औरच होतं. भोवतालचं दृश्य महत्त्व जाणून त्याचा वापर करण्याच्या त्याच्या खुबीतच त्याच्या कामाच्या दर्जाचं रहस्य होतं.

परंतु त्याची अशी हौसच केप डेनिसनच्या हिमकड्यांच्या पायथ्याशी त्याचा शेवट करणार होती. ‘मी नुकताच माझा कॅमेरा बसवला आणि जराही संकेत न देता माझ्या पायांखालचा बर्फ घसरला,’ त्याने नंतर लिहिलं. ‘पुढल्या क्षणी मी समुद्रात गटांगळ्या खात होतो. मी हात पसरले आणि बर्फाच्या थराखाली जाण्यापासून स्वत:ला बचावले; पण बर्फाचा पातळ थर मला पुरेसा आधार देत नव्हता, आणि दरवेळी मी त्यावर चढण्याचा प्रयत्न करताना तो तुटत होता.’ तो प्रसंग भयंकर होता आणि तो कुठे होता याची कुणालाच कल्पना नव्हती. ‘माझे स्नायू आखडत चालले होते आणि हात-पाय बधिर होत चालले होते. तितक्यात पंधरा यार्डस्‌वर असलेला बर्फाचा एक मोठा तुकडा माझ्या दृष्टीस पडला. बर्फावरून माझा कॅमेरा ढकलत नेत मी त्याच्या दिशेने सरकू लागलो. सुदैवाने मला तिथे पकड मिळाली आणि मी खूप कष्टाने पाण्याबाहेर आलो.’

अशा तऱ्हेने अकाली मृत्यूपासून बचावला जाऊन हर्ली ध्रुवीय मोहिमांच्या इतिहासातले नमुनेदार फोटो काढत राहिला. त्या वेळचे बहुसंख्य कॅमेरे अवजड होते, त्यांना ट्रायपॉडची गरज भासत असे आणि लाकडी चौकटीत बसवलेल्या काचेच्या निगेटिव्हज्‌ वापरल्या जात. हे सर्व लक्षात घेता त्याच्या प्रयासांचे महत्त्व अधिकच वाढते. गोठवणारी थंडी, वादळी वारे आणि हातांना हिमबाधा होण्याचा धोका अशा परिस्थितीत निगेटिव्हज्‌ हाताळणे आणि फोकसिंग स्केल नसलेला कॅमेरा ॲडजस्ट करणे सोपी गोष्ट नव्हती.

हर्लीप्रमाणे उपजत देणगी नसली तरी मोहिमेतला सर्वांत तरुण सदस्य असलेला पर्सी कॉरेलही फोटोग्राफीत वाकबगार होता. युनिव्हर्सिटी ऑफ अॅडलेडचा शास्त्रशाखेचा विद्यार्थी असलेल्या पर्सीची इंजिन्स आणि मेकॅनिक्सबाबतची हातोटी वाखाणण्याजोगी होती विमान कोसळल्यानंतर ते दुरुस्त करण्यात त्याने बिकरटनला चांगलीच मदत केली. त्या वेळी तो केवळ एकोणीस वर्षांचा होता, तरी मोहिमेचा इन्स्ट्रूमेंटमेकर म्हणून मॉसनने त्याची नेमणूक केली, जो निर्णय कल्पनातीत अचूक ठरला. बिघडलेली इन्स्ट्रूमेंटस् दुरुस्त करण्यात त्याने विशेष कसब दाखवले. तसेच तो अॅसिटिलीन जनरेटर कायम सुरळीत चालू ठेवू लागला. काम करणं कुणाला विशेष आवडत नसे, मात्र ते करणं भाग होतं.

पर्सी कॉरेलची नेमणूक अत्यंत लाभदायक ठरली; पण आणखी एका मेकॅनिकच्या बाबतीत, वॉल्टर हॅनॅमच्या बाबतीत तसं घडलं नाही. संपूर्ण बिनतारी यंत्रणेवर देखरेख ठेवणे आणि मुख्य तळावर चालकाची भूमिका पार पाडणे, यासाठी त्याची नेमणूक झालेली होती. तो दलातला सर्वोत्तम इंजिनिअर असल्याचेही बऱ्याच जणांचे मत होते; पण अशा धोकादायक वातावरणात बिनतारी यंत्रणा उभारण्याचं आव्हान त्याला फारच भारी पडलं. एप्रिलमध्ये हवामान जेव्हा निवळलं होतं, तेव्हा प्रत्येकजण खांब उभारण्याच्या कामात सामील झाला. काही चांगल्या दिवसांमध्ये काही खुंट्या ठोकून झाल्या आणि खालचे दोन खांब उभे राहिले. आशा पल्लवित झाल्या की थोड्याच दिवसांमध्ये मॅक्क्वेरी आयलंडशी त्यांचा संपर्क होऊ शकेल; पण जुलैच्या उत्तरार्धापर्यंत यंत्रणेवर काम करण्याच्या फारशा संधी उपलब्ध झाल्या नाहीत आणि उपलब्ध झालेल्या केवळ दोन चांगल्या दिवसांमध्ये उत्तरी संचाचा एक खांब उभा राहिला. १०० किलो वजनाच्या हॅनॅमला एवढ्या उंचीवर पाठवणे शक्य नसल्यामुळे बिकरटन खांबावर चढला आणि साडेतीन तास टोकावर लटकत राहून त्याने काम केले. दुसऱ्या रात्री वादळ आलं आणि दुसऱ्या खांबाचं काम होऊ शकलं नाही. प्रतिकूल हवामान ही अडचण होतीच; पण मॉसनच्या मते, हॅनॅम पूर्ण क्षमतेने काम करीत नव्हता. अर्थात हॅनॅमला ते मान्य नव्हतं. 'डॉ. मला म्हणाले की बिनतारी यंत्रणा हे मोहिमेतलं सर्वांत मोठं अपयश होतं,' हॅनॅमने लिहिले, 'हे हास्यास्पद आहे. त्यांची अपेक्षा असते की चाचणी घेतल्याशिवाय एखादी गोष्ट बसवली गेली पाहिजे आणि त्यानंतर ती चालली पाहिजे.'

उलटपक्षी, बिकरटनला त्याची कामं करण्यापासून हवामानानं रोखलं नाही; मात्र बिनतारीच्या खांबांप्रमाणेच त्याने ती अपूर्ण ठेवली. १४ एप्रिल रोजी त्याने एअर-ट्रॅक्टर दुरुस्त करायला घेतला, जो समुद्री सफरीत बिघडला होता आणि दोन महिन्यांमध्ये त्याने त्याचे इंजिन सुरळीत केले. दुर्दैवाने त्या यंत्राच्या खऱ्या क्षमतांची कल्पना येऊ शकली नाही, कारण जून महिनाभर वाऱ्याचा वेग ताशी ५८ किमी

होता आणि हवामान निवळेपर्यंत बाहेर त्याची चाचणी घेणं शक्य नव्हतं.

त्याच सर्व परिस्थितीमुळे शेवटच्या 'तंत्रज्ञा'लाही त्याचे कौशल्य आजमावण्याची संधी क्वचितच लाभली. (वास्तविक) झेव्हिअर मर्टझ्ला मोहिमेचा स्की तज्ज्ञ म्हणून घेतलं गेलं होतं; परंतु वादळी वारे, हिमवर्षाव आणि पठाराचा खडा उतार यामुळे तो बेलग्रेव्ह निन्निसबरोबर बोटीवर कुत्र्यांच्या देखभालीचं काम करीत राहिला. त्या दोघांना शेवटच्या क्षणी जमिनीवरच्या दलात स्थान मिळालं. बाकीचे जेव्हा गोदीवर काम करीत होते, तेव्हा ते दोघंच होबार्टबाहेरच्या तळावर कुत्र्यांची देखभाल करत होते. ऑस्ट्रेलियाच्या सफरीवर त्यांची एकमेकांशी चांगली गट्टी जमली होतीच, शिवाय आता इतरांबरोबरदेखील त्यांचे सूर जुळले. मर्टझ्ची प्रभावी कार्यशैली, त्याचा उमदा स्वभाव, बोलण्याची त्याची विशिष्ट लकब आणि इंग्रजीचे त्याचे कच्चे आकलन, यामुळे त्याचं कौतुक तर वाटत होतंच; पण तो हलक्या-फुलक्या विनोदांचं लक्ष्यही होता. त्याचं नाव ऑस्ट्रेलियन्ससाठी नवखे असल्यामुळे त्याला 'एक्स' हे उपनाम मिळालं. निन्निस गोबऱ्या गालांचा आणि लहान मुलीला शोभेशा गोऱ्या-गुलाबी वर्णाचा असल्यामुळे त्याचं नामकरण झालं 'चेरब.' तो उंच आणि बेढव होता. उत्तमोत्तम कपड्यांची असंख्य खोकी त्याने बरोबर आणली होती. परंतु मोहिमेतील सदस्यांच्या पुरुषी वातावरणात तो पटकन सामावला गेला, मात्र त्याच्या पाककलेचा साऱ्यांनी धसकाच घेतला होता.

मॉसनच्या मते, ह्या सगळ्यांचा एकविचारी गट जमला होता आणि त्याने त्याच्या रोजनिशीत लिहिले, 'इथे कॉमनवेल्थ बेवर असलेल्या मंडळींपैकी अनेकजण असे आहेत; ज्यांनी ग्रेट ब्रिटनला घडवण्यात हातभार लावला आहे. त्यांच्या आचारा-विचारांत इतकी जादू आहे की ते नरकातही स्वर्ग उभा करतील. दुर्दैवाने, हिवाळी तळावरचे तिघेजण मात्र या श्रेणीत बसण्याजोगे नव्हते.

केबिन राहण्याजोगी झाल्यानंतर मॉसनने सर्वांसाठी कामांची नियमित आखणी केली. एकत्रितपणे करण्याच्या कामांच्या पाळ्या नेमून दिल्या. प्रत्येक सदस्य दर अठरा दिवसांनी स्वयंपाक्याचे, गड्याचे आणि राखणदाराचे काम करीत असे. अर्थात त्यांना त्यांच्या कार्यक्षेत्रानुसार स्वतंत्र कामं दिली गेली होतीच. विशेष कौशल्य नसणाऱ्यांना इतर कामं जास्त होती. जसे, निन्निसवर कुत्र्यांची जबाबदारी होती, हर्बर्ट डाईस मर्फी कोठारप्रमुख होता, सर्जन डॉ. लेस्ली व्हेटर यांच्यावर जबाबदारी होती केबिनमध्ये बर्फ पुरवण्याची; तर जॉन क्लॉजचं काम होतं व्हरांड्यावरचं हिमाच्छादन दूर करणं आणि कचऱ्याची समुद्रात विल्हेवाट लावणं.

स्वयंपाकाचं, गड्याचं आणि राखणदाराचं काम प्रत्येकाला अनिवार्य होतं. स्वयंपाकाचं काम सकाळी ७:०० वा. सुरू होत असे आणि त्या रात्रीची भांडी

घासून होईपर्यंत चालू राहत असे. तेवढ्या कालावधीत तो ८:०० वा. नाश्ता, दुपारी १:०० वा. जेवण आणि संध्या. ६:३० वा. रात्रीचे जेवण करीत असे. केबिनमध्ये ऊब राखणं; परंतु तापमान ७° C वर जाऊ न देणं, हा त्याच्या त्या दिवशीच्या कामाचा भाग असे. स्वयंपाक्याला पदार्थ बनवण्यासाठी भरपूर स्वातंत्र्य होतं. अपवाद केवळ रात्रीच्या जेवणातल्या मुख्य आहाराचा असे; जो 'पिस डी' रेझिस्टन्स म्हणून ओळखला जाई – जो सोमवारी आणि गुरुवारी पेंग्विन, मंगळवारी आणि शुक्रवारी सील, बुधवारी आणि मंगळवारी मटन आणि शनिवारी स्वयंपाक्याची निवड असे.

अर्थातच, स्वयंपाक्यांच्या रुचीत आणि हातोटीत पुष्कळ वैविध्य होते. 'हर्ली. नेहमी हौशीने पाककला सादर करीत असे.' लॅसेरॉनने लिहिले. 'पण त्याच्यात हा दोष होता की परिणाम साधण्यासाठी प्रसंगी तो चवीचा बळी देत असे, होडीच्या किंवा अन्य वैशिष्ट्यपूर्ण आकाराची पेस्ट्री घडवता यावी म्हणून ती तो मुद्दाम घट्ट करीत असे. हॅनॅम, मी, हर्ली आणि हंटरने लवकरच 'दि सिक्रेट सोसायटी ऑफ अनकन्व्हेन्शनल कुक्स' स्थापन केली. इतरांना आम्ही क्रूक कुक्स'च्या सुमार दर्जात लोटून दिलं. हर्लीच्या नोंदीनुसार क्रूक कुक्स मिसेस बीटनना पाककलेतील अंतिम अधिकारी मानीत आणि पदार्थ निवडण्याचे काम मर्फीवर सोडून देत, जो केवळ सहज उपलब्ध पदार्थ निवडीत असे. मर्फीला सुरुवातीला कसलीच अडचण आली नाही; परंतु मार्चअखेरीस पेंग्विन्स नाहीसे झाल्यानंतर ताजे किंवा शिळे मटण निवडणे त्याला कठीण होऊन बसले आणि पूर्वी जतन करून ठेवलेल्या पक्ष्यांचे अवयव तोडण्यासाठी त्याला छिन्नी-हातोडी वापरावी लागली.

'क्रूक कुक्स'चा महारथी होता निन्निस. त्याने केलेल्या साल्मन केजरीची निवड बहुमताने संपूर्ण मोहिमेच्या कालावधीतला सर्वांत वाईट पदार्थ म्हणून केली गेली. मिसेस बीटनची पाककृती होती : डबाभर साल्मन, २ औंस बटर, २ औंस कणिक, मिरी व मीठ चवीनुसार चौपट प्रमाणाच्या दृष्टीने निन्निसने साल्मनचे चार डबे, ८-८ औंस बटर आणि कणिक आणि मिरी व मीठ चवीनुसार असं वाचण्याऐवजी तेही ८-८ औंसं वापरावं असं त्यानं वाचलं. पदार्थ अवनमधून बाहेर आला तो छान तपकिरी दिसत होता; पण निन्निसच्या आठवणीनुसार, 'ते एवढं तिखट होतं की डोळ्यांना धारा लागल्या आणि रंध्रारंध्रातून घाम फुटू लागला आणि तोंडाची आग शमवण्यासाठी सर्वांनी वाटीवाटीने बटर खाल्लं.

सर्वांचे उसासे टाकून झाल्यानंतर निन्निसच्या कष्टांची पावती म्हणून सर्वांनी एकमुखाने 'चॅम्पियनशिप'च्या आरोळ्या ठोकल्या. किरकोळ चूक, निष्काळजीपणामुळे घडलेला किरकोळ अपघात किंवा केबिनमधल्या जीवनातले निर्हेतुक नुकसान याची दाद म्हणून 'चॅम्पियनशिप!' असे ओरडले जाई. फडताळातून थाळ्या पडल्या...

पदार्थ करपला किंवा अवनमध्ये एखादा टिन फुटला, तर उपस्थित सर्वजण उत्साहात 'चॅम्पियनशिप!'चा घोष करीत.

स्वयंपाक्यांची भूमिका पार पाडल्याच्या दुसऱ्या दिवशी ती व्यक्ती गडीकाम करीत असे; ज्यात जेवणासाठी टेबल मांडलं, थाळ्या गरम करणं, दोन वेळा केबिनचा केर काढणं, बर्फाचं पाणी करणं, कोळसा आणणं, कचऱ्याची विल्हेवाट लावणं आणि प्रत्येक जेवणानंतर टेबल, थाळ्या आणि भांडी स्वच्छ करून ठेवणं यांचा समावेश होता. केबिनमध्ये अठराजण होते हे पाहता हे काम सोपं नव्हतं, त्यामुळं अधूनमधून चुकादेखील घडत. एकदा निन्निसने मॉसनचे बर्फाचे दोन नमुने पाणी करण्यासाठी वापरले.

संध्याकाळी सर्व स्वच्छता झाली की राखणदाराचे काम सुरू होत असे. त्याच्या मुख्य जबाबदाऱ्या असत रात्रीच्या हवामानाच्या आणि ऑरोराच्या नोंदी ठेवणं, केबिनचं तापमान राखणं आणि बर्फाचं पाणी करण्याचं काम व्यवस्थित चालू आहे ना ते पाहणं. ह्या कामामुळे कपडे धुण्यासाठी आणि आंघोळीसाठी गरम पाणी मिळण्याची एकमेव संधी लाभत असे; पण केबिनमध्येदेखील इतका प्रचंड गारठा असे की आंघोळ कल्पनेतच बरी वाटे. त्यामुळे अठरा दिवसांनी लाभणारी ही संधीही काहीजण धुडकावून लावीत.

सगळेजण भल्याबुऱ्या प्रकारे आपलं काम करत होते, मात्र मॉसनच्या मते काहीजण कामात कुचराई करत होते. त्यांच्यापैकी मुख्य होते डॉ. लेस्ली व्हेटर. त्यांना बर्फ गोळा करण्याचं काम दिलं होतं. मुळात काही विशेष क्षमता नसतानादेखील त्यांना मोहिमेत घेतलं होतं, कारण मॉसनला तिसऱ्या तळासाठी सर्जनची नितान्त गरज होती. ते अंगापिंडानं मजबूत असले तरी ते आळशी होते. शिवाय त्यांनी मॉसनला स्पष्टपणे सांगून टाकलं की ते दक्षिणेत आले होते ते परीक्षेच्या अभ्यासासाठी, कष्टाची कामं करण्यासाठी नाही. हा मुद्दा ४ जून रोजी सार्वजनिक झाला, जेव्हा त्यांनी मॉसनला सवाल केला की हिवाळी दिनचर्या कार्यान्वित कधी होईल? मॉसनने त्यांच्या बोलण्याचा अर्थ विचारल्यावर त्यांनी त्याला सांगितले की मॉसनने त्यांना शब्द दिला होता की त्या कालावधीत प्रत्येकजण अर्धा दिवस काम करेल आणि बाकीचा वेळ विश्रांती घेईल 'हे असह्य आहे,' त्या रात्री मॉसनने संतापाने लिहिले, 'त्यांनी कधीही दिवसभरांत दोन तासांपेक्षा अधिक वेळ काम केलेले नाहीये.'

तिथपासून परिस्थिती बिघडतच गेली. 'आज दुपारी मी बर्फ घेऊन येतो, असं सांगूनही ते दिवसभर झोपून होते,' मॉसनने लिहिलेल्या तक्रारीपैकी एक.

'डॉ. व्हेटर ध्रुवीय मोहिमेच्या पात्रतेचे नाहीत... अलीकडे ते ज्यादा कामाची तक्रार करतात; पण वास्तविक दिवसभरात ते केवळ दोन तास काम करतात.' पुढल्या आठवड्यात मॉसनने डॉ. व्हेटरना केबिनबाहेर असलेल्या क्लोजची जागा

घ्यायला सांगितल्यावर पुन्हा तपासणी झाली. काही तासांनंतर डॉ. व्हेटर बिछान्यावर वाचत पडलेले मॉसनला दिसले. 'मी त्यांना बोलून दाखवलं की ते मोहिमेच्या पात्रतेचे नाहीत, कारण त्यांच्याकडे ना जिद्द आहे, ना स्वत:ला झोकून देऊन काम करण्याची वृत्ती,' मॉसनने लिहिलं, 'नेहमीप्रमाणे त्यांनी कुठलाही आरोप गांभिर्याने घेतला नाही आणि माझ्या मतांना कवडीचीही किंमत दिली नाही.'

मॉसनला एकट्या डॉ. व्हेटरचा ताप नव्हता. बत्तीस वर्षांच्या मर्फी आणि मोहिमेतला सर्वांत वयस्क सदस्य चाळीस वर्षांचा क्लोज हे दोघंही मॉसनची डोकेदुखी होते. मर्फीच्या प्रदीर्घ अनुभवाच्या दाव्याने मॉसन सुरुवातीला प्रभावित झाला होता; पण प्रत्यक्षात दक्षिणेत आल्यानंतर आपल्या बडबडीने इतरांची बेसुमार करमणूक करण्याव्यतिरिक्त त्याने स्वत:च्या कुठल्याही कौशल्याचे दर्शन घडवले नाही. मॅडिगनने मत व्यक्त केलं की मर्फी कोठार सांभाळण्याच्याही पात्रतेचा नव्हता, आणि मॉसनलाही ते शेवटी पटलं. 'मर्फीचं काम सर्वाधिक कष्टाचं भासतं,' मॉसनने उपहासाने लिहिलं, 'अत्यंत आवश्यकता असते तेव्हा तो जेमतेम काही वेळ कोठारात उपलब्ध असतो. स्वयंपाक्याच्या भूमिकेच्या बाबतीतही त्याचं वागणं यथातथाच होतं. मर्फी भयंकर आचारी आहे – पाणी आणि बटरमध्ये तो शेंगा उकडवतो, मग ते सगळं पाणी तो चाळणीतून ओतून टाकतो.'

तरीदेखील मर्फी परवडला अशी क्लोजची तऱ्हा होती. दिवसेंदिवस तो जास्तच वेंधळेपणा करू लागला. त्याची अकार्यक्षमता आणि अनिश्चितता प्रकर्षाने जाणवू लागली. 'पुन्हा एकदा 'डु इप्से'ने क्लोजला हलक्या हातानी कणिक मळायला शिकवलं आणि पुन्हा तो तिला नेहमीप्रमाणेच तिंबू लागला, मुष्टीयोद्धाप्रमाणे,' निन्निसने लिहिले. सरतेशेवटी मॉसनचा संयम ढळला आणि तो म्हणाला, 'तू कधी शिकणार नाहीस, क्लोज.' 'पण डॉक्टर', क्लोज म्हणाला, 'कलाने घेण्याची कला मला नीटशी समजत नाही,' नेहमीप्रमाणेच लफ्फेदारपणे तो म्हणाला.

मॉसन त्याला तापदायक समजत असला तरी इतर सदस्य त्याला मस्तपैकी 'टारगेट' बनवत. 'क्लोज आजचा राखणदार आहे आम्ही. एका नळीचं एक टोक हर्लीच्या बंकजवळ पाण्यात बुडवून ठेवलं आहे. तिचं दुसरं टोक ॲसिटिलीन जनरेटरवरच्या पाण्याच्या टाकीवर सोडलं आहे. तिच्यातून हवा फुंकल्यावर पाण्यातून बुडबुडण्याचा आवाज येईल आणि जनरेटर फुटतो की काय असं भासेल,' निन्निसने लिहिलं. 'अपेक्षेप्रमाणे क्लोज भेदरला. काल रात्री हर्ली अधूनमधून नळीत फुंकत होता. भेदरलेल्या क्लोजने स्फोटाच्या शंकेने दोन वेळा कॉरेलला बोलावून आणलं. वर असंही सुचवलं की मॉसनने ॲसिटिलीन जनरेटर वापरणं बंद करून कंदिलाचा वापर करावा.'

अशा गमतींमुळे सदस्यांमधली जवळीक वाढायला मदतच झाली. स्लेजिंग

सुरू झाल्यावर याचा खूप उपयोग झाला. खुद्द क्लोजच्या मनातही त्याची भंबेरी उडवणाऱ्या हर्लीविषयी अढी नव्हती. त्याने लिहिले, 'हर्ली आमच्या दलाचा जीव आणि आत्मा आहे. त्याचे विनोद बोचरे नसतात. त्याचा हजरजबाबीपणा साऱ्यांना पुरून उरतो.'

तिथल्या त्या शापित विश्वामध्ये हर्लीच्या खोडसाळपणामुळे रंजकता आणली. तो प्रदीर्घ, अंध:कारी हिवाळा हर्लीच्या विनोदांमुळे लाकाकून निघत असे. हिमवर्षाव एवढा वाढला की स्वत:ला स्वत:ची पावले दिसेनाशी झाली. वाऱ्याचा जोर कल्पनातीत वाढला. ५ मे रोजी त्याचा वेग दिवसभर ताशी ९० मैलांचा होता. काही आठवड्यांमध्येच त्याने ताशी २०० मैलांची मजल गाठली. तत्पूर्वी मॉसनने लिहिलं, 'त्या भयाण वारा-वादळात बाहेर थांबण्याऐवजी नरकयातना भोगणं अधिक सुखावह होईल.'

अखेरीस 'मिडविंटर डे' म्हणजे हिवाळ्याचा मध्यंतर उगवला. केबिनमधले तापमान जेमतेम ०° सेंटिग्रेडवर राखणे शक्य होत होते, छतातल्या खिडक्यांवर ५ इंच जाडीचं बर्फ साचलं होतं. जमिनीवर तर इतका थर साचला होता की मोजण्यात अर्थ नव्हता. कुत्र्यांची फर त्या जमिनीवरच्या थराशी एकसंध होत होती. बिचाऱ्यांना ओढून-ओढून सोडवावं लागत होतं. यावरून तिथल्या थंडीची कल्पना येऊ शकेल. मात्र हेही तितकंच खरं की ती येणाऱ्या मोठ्या दिवसाची आणि स्लेजिंग हंगामाची नांदी होती.

■

स्लेजिंगचा आरंभ

हिवाळ्याच्या मध्यापर्यंत केप डेनिसनवरच्या सदस्यांनी स्लेजिंगच्या पूर्वतयारीला सुरुवात केलेलीच होती. तयारीतल्या कोणत्याही चुकीमुळे जीवितहानी होऊ शकते, याची जाणीव ठेवून कपडे, तंबू, स्लेजेस आणि अन्नसाठा तयार करताना ते विशेष काळजी घेत होते. घळीमध्ये पडताना बचावाचे साधन होणारे स्लेज खेचण्याचे पट्टे – 'हार्नेसेस' सर्वाधिक महत्त्वाचे असल्यामुळे ते तयार करताना साहजिकच सर्वाधिक काळजी घ्यावी लागणार होती. मॉसनने सुचवलं की कुत्र्यांना वेढणारे पट्टे तिहेरी कॅनव्हासचे शिवावेत; जे पुढे खांद्यावरून जाणाऱ्या अरुंद पट्ट्यांना शिवले जातील. सुई-दोऱ्याने हातशिलाई किंवा मशीनवर शिलाई न करता येणं म्हणजे निव्वळ परस्वाधीनता होती. ती दूर करायचा उपाय म्हणजे इतके दिवस 'निव्वळ बायकी' समजून कटाक्षानं बाजूला सारलेल्या धावदोरा, आरपार शिवणं, थिंबल, शटल यांसारख्या कला आत्मसात करणं.

प्रत्येक सदस्याने स्वत:च्या कपड्यांमध्ये सोयीस्कर बदल करायचे होते. प्रत्येकाला स्लेजिंगच्या कपड्यांचे दोन संच मिळालेले होते, ज्यात बाहेर घालायच्या बर्बेरी प्रकारातले दोन होते, त्यातल्या एकाचं हेल्मेट आणि ब्लाऊज जोडलेलं होतं तर दुसऱ्याचं सुटं होतं. त्याच्या आतमध्ये ते 'येगर फ्लीस'चे जाड सूट, बनियन, शर्ट, अंडरपॅण्ट, स्वेटर, पायजमा, स्टॉकिंग्ज आणि सॉक्स घालणार होते. तसेच फिनेस्को, स्की बूटस, क्रॅम्पन्स, हातमोजे यांखेरीज फेल्ट, लम्बस्किन आणि वुल्फस्किन या बिनअंगठ्याच्या हातमोजांचे मिटन्सचे जोडदेखील त्यांना देण्यात आले.

कपड्यांच्या शिवणीतील अगदी छोटीशी फटदेखील त्या हिवाळी तळावरच्या थंडीची चुणूक दाखवण्यास पुरेशी होती. त्यातून वाराच नाही तर बर्फसुद्धा आत

शिरला असता. अर्थात, सदस्यांनी खूप आधीच तयारी सुरू केल्याने अडचणी समोर तर आल्याच, शिवाय त्यावर तोडगेदेखील शोधता आले. उदाहरणार्थ, उंच निन्निसने त्याच्या बुटांच्या वरच्या बाजूला कॅनव्हास शिवून आतली बर्बेरी ट्राऊझर्स आतच बंदिस्त केली. डॉ. व्हेटरना 'टॉगल किंग' नाव पडले, कारण स्लेज ओढताना ब्लाऊज वर होऊ नये यासाठी ते ब्लाऊज आणि ट्राऊझर्स काडी आणि दोऱ्याच्या बंधनांनी बांधण्याच्या प्रयत्नात होते. मर्फीने त्याच्या बुटांमध्ये केलेल्या वैशिष्ट्यपूर्ण बदलाने मॉसनचे लक्ष वेधले. 'आपले बूट आपण सुधारत असल्याच्या भ्रमात खरंतरं मर्फी त्यांची वाट लावत होता.' अनेक क्लुप्त्या लढवूनही चेहऱ्याचे रक्षण करण्याचा मार्ग काही कुणाला सापडला नाही, बर्बेरी हेल्मेटमध्ये चेहरा उघडाच राहात होता.

केवळ मनुष्य-सदस्यांनाच व्यक्तिगत बदल लाभले नाहीत, तर निन्निस आणि मर्टझ् यांनी कुत्र्यांची मापे घेऊन त्यांच्यासाठी हार्नेसेस तयार केले. त्यानंतर स्लेजेससाठी कुत्र्यांचे गट तयार केले गेले, त्यांच्या हालचालींची निरीक्षणे केली आणि स्वत:प्रमाणेच त्यांच्यासाठीही आवश्यक ते काळजीपूर्वक बदल केले गेले.

कपडे आणि साधनांबरोबरच अठ्ठेचाळीस आठवड्यांसाठी लागणाऱ्या अन्नसाठ्याची तयारीही सदस्यांनी एकत्रितपणे केली. शॅकलटनच्या मोहिमेतला मॉसनचा अनुभव आणि त्यानंतर त्याने केलेला आहाराचा अभ्यास यावरून त्याने प्रतिसदस्य प्रतिदिन एक किलोचा आहार मुक्रर केला, शॅकलटनने आणि वाईल्डने पश्चिमी तळासाठी साधारण एवढाच आहार ठरवला होता. त्या आहारातले प्रमुख घटक होते, पेमिकन – मटण आणि चरबीचे मिश्रण आणि प्लाजमन बिस्किटस् – कणिक आणि दुधाच्या प्रथिनांपासून बनवलेली. हे दोन्ही पदार्थ पाण्यात घालून खिरीसारख्या दाट किंवा सुपासारख्या पातळ स्वरूपात शिजवता येत. दूध, पावडर, साखर, बटर, प्लाजमन चॉकलेटस्, कोको आणि चहा हे दैनंदिन आहारातले इतर घटक होते.

हे पदार्थ करायचं काम कंटाळवाणं आणि वेळखाऊ होतं. दोन सदस्य एका वेळी प्लाजमन बिस्किटस्वर काम करीत, एक जण हातोडीने त्यांचे बारीक तुकडे करून ग्राईंडरमध्ये घालायचा, तर दुसरा ग्राईंडर फिरत ठेवायचा. पेमिकनचे असंख्य डबे फोडून त्याचे तुकडे करून पुन्हा त्याचे मिश्रण केले जाई; कारण तुकडे करताना त्यातली चरबी वेगळी होत असे. मग हे तुकडे आणि पावडर डायनिंग टेबलवरल्या सदस्यांना दिले जात. काहीजण त्यात दूध पावडर, साखर आणि कोको घालत, तर काहीजण पेमिकन आणि प्लाजमन बिस्किटस् एकत्र करीत. त्यानंतर त्याचं वजन केलं जाई – इतर पदार्थांप्रमाणेच आणि ते एका पिशवीत भरले जात. एका पिशवीत एका आठवड्याचा तिघांचा आहार एकत्र असे. यातल्या बहुतेक पिशव्या हिवाळ्यातच

शिवल्या गेल्या होत्या, तर काही पिशव्या मॉसनच्या पत्नीने आणि तिच्या आईने शिवलेल्या होत्या – वेगवेगळ्या तळासाठी वेगवेगळ्या रंगात – ज्यामुळे त्यांना 'पॅकिटा बॅग्ज' हे नाव ठेवलं गेलं. मॉसन किंवा पॅकिटाला कधी कल्पनेतदेखील वाटलं नसेल इतकी महत्त्वाची भूमिका यातल्या एका थैलीनं पार पाडली, त्याबद्दल नंतर पाहू.

३१ जुलै रोजी फटफटण्यापूर्वीच निन्निस, मर्टझ् आणि कुत्र्यांनी ताशी ७० मैलांच्या वाऱ्याला तोंड देत, हिवाळी तळाच्या पार्श्वभूमीच्या खड्या चढावावर साधनसामुग्रीचे बोजे खेचून नेण्यास सुरुवात केली. सुमारे १ मैलांच्या अंतरावर आणि ३७० फुटांच्या उंचीवर 'मॅग्नेटिक केव्ह' किंवा 'अझिमुथ्स केव्ह' नावाची गुहा होती. कुठल्याही धातूचा दूरपर्यंत संपर्क येणार नाही अशा अंतरावर ही गुहा खोदलेली होती. त्यामुळेच मॅग्नेटोग्राफ हाऊस आणि ॲबसोल्युट हाऊस इथे घेतलेल्या चुंबकीय निरीक्षणांची तुलना करणं वेबला शक्य झालं होतं. साधनसामुग्री पठारावर नेताना पहिला टप्पा म्हणून या गुहेचा उपयोग करण्यात येणार होता.

त्यानंतरची तयारीची पायरी होती, गेल्या मार्चमध्ये ज्या ठिकाणी स्लेज सोडून देण्यात आले होते, तिथे साधनसामुग्री घेऊन जाणे. हे ठिकाण खड्या चढावांपलीकडे असल्यामुळे पठारावर सामान पोचवण्यासाठी फेऱ्या मारण्याकरिता तो उचित टप्पा ठरणार होता. ९ ऑगस्ट रोजी मॉसन, निन्निस आणि मॅडिगन यांनी मॅग्नेटिक केव्हमध्ये स्लेज लादले आणि आठ कुत्र्यांच्या सहाय्याने त्यांनी तीन मैलांवरच्या निशाणाकडे कूच केलं. दुसऱ्या दिवशी वाऱ्याचा जोर एवढा प्रचंड होता की शंभर यार्डस्‌वरच त्यांची दमछाक झाली. तरीही सरत्या दुपारी ते साडेपाच मैलांवरच्या निशाणापाशी पोचले आणि त्यांनी स्लेज आणि साधनसामुग्री शोधून काढली.

सततच्या वाऱ्यामुळे तळ उभारणं कठीण होतं, म्हणूनच मॉसनने गुहा खोदण्याचा निर्णय घेतला. तंबू खराब होऊ नयेत, सामान सुरक्षित राहावं आणि कायमस्वरूपी सुरक्षित निवारा लाभावा, हा त्यामागचा हेतू होता. त्यांनी प्रथम उभा खोल खड्डा खणला आणि त्याच्या तळात तिघांना पुरेशी खोली तयार केली. 'आम्ही तिला अल्लाउद्दिनची गुहा नाव ठेवले – ती एकदम जादुई होती, कारण बाहेर एवढा हलकल्लोळ माजलेला असताना आतमध्ये एकदम शांतता असायची, घोंघावत्या वाऱ्याचाही आवाज आतमध्ये पोचत नसे,' मॉसनने लिहिलं. 'मोहिमेतल्या सदस्यांमध्ये लोकप्रिय असलेल्या 'लेडी बेटी अक्रॉस दि वॉटर' या पुस्तकातल्या गुहेवरून नाव ठेवलेली ती गुहा मॉसनच्या मते गोष्टीतल्या गुहेप्रमाणेच स्फटिकी होती.' आमच्या उच्छ्वासांनी भिंती चमकत आणि हिऱ्यांसारख्या लखलखत. तिचे व्यावहारिक फायदेही होते, कारण पाणी हवे असल्यास भिंती खरवडून ते उपलब्ध होत असे,

तिच्यात तयार झालेल्या कोनाड्यांमधून वस्तू ठेवण्याची सोय होती, तिला जोडून असलेल्या घळीत कचरा टाकता येत होता आणि कपड्यांना चाटून ते भिंतींना चिकटवून ठेवता येत होते.

दुसऱ्या दिवशी तीव्र वाऱ्याला तोंड देत ते पठाराच्या दिशेने सरकले. केबिनपासून आठ मैल अंतरावर आणि समुद्रसपाटीपासून १८०० फूट उंचीवर काळ्या ढगांनी हिमवर्षावाचे संकेत दिल्यामुळे त्यांना थांबावं लागलं. वाटचाल चालू ठेवण्याचा निन्निसचा आणि मॅडिगनचा प्रस्ताव धुडकावून मॉसनने परत फिरण्याचा आदेश दिला. कुदळ, फावडे आणि बिस्किटांचा मोठा साठा तिथेच सोडून ते परत फिरले. नशिबाने त्या दिवशी संधिप्रकाशात त्यांना अल्लाउद्दिनची गुहा सापडली, मात्र दुसऱ्या दिवशी हिमवर्षावानं त्यांना तिथेच अडकवून ठेवलं.

हिवाळी तळावर परतण्यास उतावीळ झालेल्या निन्निस आणि मॅडिगनचं म्हणणं मान्य करून, हिमवर्षावातच त्यांनी १५ ऑगस्टला परतीचा रस्ता धरला. अर्ध्या मैलावर त्यांच्या लक्षात आलं की त्यांना वाटलं होतं त्याप्रमाणे कुत्रे त्यांच्यापाठून आले नव्हते. त्यांनी परतण्याचा विचार केला; पण हिमवर्षावात गुहा सापडणं कठीण तर होतंच, शिवाय वाऱ्याच्या उलट दिशेनं स्लेज खेचत जावं लागलं असतं, म्हणूनच त्यांनी तो विचार सोडून दिला. 'त्याचप्रमाणे तिथे सोडून दिलेल्या थैल्यांमधल्या खाद्याचा यथोचित समाचार कुत्र्यांनी घेतला असता, याबद्दल मॉसनला खात्री होती. त्यांनी परतण्याचा विचार सोडून दिला,' निन्निसने लिहिलं. त्यामुळे त्यांनी परतीच्या मार्गावर वाटचाल चालू ठेवली. दुपारच्या जेवणाच्या वेळेपर्यंत ते तळावर पोचले.

दुसऱ्या दिवशी सकाळी पाच कुत्रे बरोबर घेऊन मर्टझ्, बेज आणि हर्ली मागे राहिलेल्या कुत्र्यांना आणायला परत गेले; पण वाऱ्याचा वेग ताशी ८० मैलांवरून १४० पर्यंत गेला. 'आम्ही एकेक मीटर पुढे सरकत राहिलो,' मर्टझने लिहिलं, 'एक क्षण असा आला की खड्या चढावावर आम्ही, स्लेज आणि कुत्रे उलटे मागे जायला लागलो... माझे सहकारी मधूनच रांगत होते... एका जोरदार झोताने कुत्र्यांना आडवे घातले... केबिनपासून सुमारे एक किलोमीटर अंतरावरच्या अझिमुथ केव्हपाशी पोचायला आम्हाला दोन तास लागले.' हर्ली आणि बेजला हिमबाधा झाली, त्यामुळे शहाणपणाचा निर्णय घेऊन ते केबिनकडे परतले.

पुढले चार दिवस हवामान आणखीनच बिघडलं. केबिनबाहेर पडण्याचा विचारही करता येत नव्हता. तरीही उतावीळ मर्टझ्ने लिहिलं, 'माझ्या एकट्यावर अवलंबून असतं, तर आम्ही बाहेरच्या बर्फात आमच्या स्लीपिंग बॅग्जमध्ये असतो आणि कुत्र्यांचा शोध घेण्याचा प्रयत्न तरी केला असता. अतिसावध मॉसन प्रत्यक्ष स्लेजिंगमध्ये कितपत पुढाकार घेईल, हा प्रश्नच आहे.'

शेवटी, २१ ऑगस्ट रोजी वाऱ्याचा वेग 'केवळ' ताशी ६१ मैलांवर आल्यावर मर्टझ्, बेज आणि हर्ली अल्लाउद्दिनच्या गुहेकडे निघाले. तिथलं दृश्य हृदय पिळवटणारं होतं. सहाही कुत्र्यांची फर गोठून बर्फात चिकटली होती. त्यांना उठून उभं राहता येत नव्हतं, ना ते अन्नाच्या थैल्यांपर्यंत पोहोचू शकले, ना त्या फोडून काही खाऊ शकले. त्यामुळे ते फार अशक्त झाले होते. 'मी त्यांना पेमिकन खायला दिलं, काहींना तर भरवावं लागलं,' मर्टझ्ने लिहिलं, 'त्यांची ती अशक्त नजर जणू विचारत होती की आम्ही एवढा उशीर का केला.' 'ग्रॅण्डमदर' नावाची कुत्री त्याच दुपारी वारली. तिघांनी ठरवले की इतर कुत्र्यांना सावरण्यासाठी वेळ देणे आवश्यक होते; परंतु ते परतण्यापूर्वी आणखी एका वादळाने त्यांना तीन दिवसांकरिता कोंडून ठेवले. तेवढ्या वेळात त्यांनी गुहा आणखी कोरून काढली, भावी रहिवाश्यांकरिता. काहींसाठी ती फार आवश्यक ठरणार होती.

संपूर्ण मोहिमेत ती सर्वांत अनोखी संवेदना होती. ऑगस्ट महिना मे प्रमाणेच वादळी ठरला, सरासरी ताशी ६१ मैलांचा वारा असलेला; परंतु शेवटचा दिवस मात्र स्वच्छ आणि शांत उगवला आणि त्याच्या पुढचा आणि त्याच्या पुढचा दिवसही. एकंदर पाच दिवसांचा कालावधी शांततामय राहिला. 'स्वच्छ सूर्यप्रकाश होता,' लॅसेरॉनने लिहिलं, 'तापमानही वाढत जाऊन १८° फॅ. म्हणजेच –८ से. वर स्थिरावलं... सारेच केबिनच्या बाहेर पडले. सगळ्यांनी आपले बर्बेरी आणि हातमोजे काढून टाकले. डोक्यावर टोप्या होत्या, मात्र त्या कानाच्या वर गुंडाळल्या गेल्या.'

सगळ्यात आधी बिनतारीवर लक्ष पुरवले गेले. ऑगस्टच्या पूर्वार्धात दक्षिणेचा खांब उभा राहिला होता. महिन्याच्या त्या अखेरच्या दिवशी दोन्ही खांबांच्या मध्ये एरियल उभी करण्यात आली. लगेचच हॅनॅमने संदेश पाठवायला सुरुवात केली. मात्र मॅक्क्वेरीवरून प्रतिसाद मिळाला नाही. अर्थात सगळ्यांनाच त्यामुळे निराश वाटलं. हॅनॅमला खांबांची उंची कमी वाटत होती, तर मॉसनला हॅनॅमचे प्रयत्न कमी वाटत होते; पण वस्तुतः त्यांचे संदेश पलीकडे जात होते. मॅक्क्वेरीवरच्या आर्थर सॉयरला हॅनॅमची 'खटखट' ऐकू जात होती. त्याचा संदेश होता : 'आणखी खांब उभे करण्यासाठी शांत हवामानाची वाट पाहण्यातच निम्मे आयुष्य खर्ची पडले.' सॉयरने त्वरित प्रतिसाद दिला; पण त्याच्या लक्षात आले की त्याचा संदेश पलीकडे जात नव्हता.

दरम्यान, इतर कामे द्रुतगतीने हाती घेण्यात आली. दररोज एक-एक दल मॅग्नेटिक केव्हमध्ये किंवा तिथून अल्लाउद्दिनच्या गुहेत साधनसामुग्री नेऊन ठेवत होते. परिणामी, अर्ध्या टनाहून अधिक सामान पठारावर पोचलं. स्टिलवेलने केप डेनिसनचं भूरचना सर्वेक्षण केलं, बेज त्याच्या खगोलशास्त्रीय निरीक्षणांमध्ये गुंतला,

बिकरटनने एअरट्रॅक्टरवर ‘रनर्स’ बसवले आणि हर्ली फोटोग्राफीत गुंतला. मॉसन, हंटर आणि हर्ली अधूनमधून समुद्रकिनारी जाऊन खोदकाम करीत आणि प्रत्येकजण केव्हा ना केव्हा गटांगळ्या खात. उत्तम हवामानामुळे कदाचित ते गाफील राहू लागले. ४ सप्टेंबरला मॅडिगन, बिकरटन आणि कॉरेल समुद्री बर्फावर खूप दूर गेले. अचानकपणे जोरदार वारे सुरू झाले, त्याचं रूपांतर वादळात झालं. तिघेही त्वरित उलटे फिरले आणि धावत सुटले. ‘ती खरोखर मृत्यूशी शर्यत होती,’ लॅसेरॉनने लिहिले :

ते जसेजसे जवळ येत होते, तसतसा वाऱ्याला जोर येत होता... बर्फाला तडे जायला लागले. असं वाटायला लागलं की, शेवटचं शंभर यार्डसूचं अंतर कापणं आता शक्यच नाही... आता ५० यार्डस् उरले, आता वीस. तितक्यात समुद्री बर्फ आणि किनारा यातल्या वाढत्या भेगेवरून किनाऱ्यावरल्या सदस्यांनी स्लेज किनाऱ्यावर खेचून घेतले... काही मिनिटांमध्ये... भेगेशिवाय काहीच उरलं नाही.

जरी चांगल्या हवामानाचा कालावधी संपला तरी असे चांगले टप्पे येतात हे लक्षात येऊन स्लेजिंगच्या प्रदीर्घ मोहिमेच्या मॉसनच्या आशा उंचावल्या. त्याने ठरवलं, की सदस्यांना स्लेज खेचण्याचा अनुभव मिळावा आणि केप डेनिसनचे हवामान अन्य स्थानिक ठिकाणांहून उग्र आहे का, ते पडताळून पाहता यावं, या दोन कारणांसाठी पहिल्याच संधीला तीन दलं बाहेर पडतील.

७ सप्टेंबरला ताशी ५६ मैलांच्या वाऱ्याला तोंड देत वेब, मॅकलिन आणि स्टिलवेल अल्लाउद्दिनच्या गुहेकडे निघाले. मात्र त्याहून वेगाच्या वाऱ्याने एक दिवसाकरिता तिथेच अडकून पडले. त्यानंतर जिथे मॉसनने कुदळ, फावडे आणि बिस्किटांचा साठा ठेवलेला होता, तिथे ते पोहोचले. सगळं सामान घेऊन ते दक्षिणेकडे निघाले; पण वाऱ्याचा वेग ताशी ८० मैलांहून अधिक राहिल्यामुळे त्यांना केबिनपासून बारा मैलांच्या आतच थांबावे लागले. वाऱ्याच्या वेगामुळे त्यांना हलता तर येत नव्हतंच, शिवाय तंबू फाटण्याची दाट शक्यता होती. म्हणूनच एका अरुंद घळीच्या काठापर्यंत त्यांनी एक तिरपा, उतरता बोगदा खोदला. वादळाने त्यांना त्या बोगद्यात तीन दिवसांकरिता अडकवून ठेवलं. या दरम्यान त्यांनी त्या बोगद्याची मोठी गुहा केली आणि तिला नाव दिलं, ‘कॅथेड्रल ग्राटो.’ आणखी दक्षिणेकडे जाता येईलसे वाटत नसल्यामुळे त्यांनी एका कड्याच्या आडोशाला पंधरवड्यांचा पुरवठा आणि रॉकेल ठेवलं आणि ते हिवाळी तळावर परतले.

११ सप्टेंबरला बाहेर पडलेल्या निन्निस, मर्टझ् आणि मर्फी यांना त्याहून वाईट

परिस्थितीला तोंड द्यावं लागलं. अल्लाउद्दिनच्या गुहेपासून आग्नेयेकडे चालताना वाऱ्याचा वेग ताशी ७० मैलांपेक्षा अधिक होता. 'मर्फी बरेचदा उलटा येऊन माझ्यावर आपटत होता, मर्टझ्ने लिहिलं. 'कितीदा तर तो जमिनीवर उताणा आपटायचा. पट्ट्यांमध्ये जखडलेले त्याचे हात-पाय हवेतच तरंगायचे.' तीन दिवसांनध्ये त्यांना अल्लाउद्दिनच्या गुहेपासून केवळ १२.५ मैलांचा पल्ला पार पाडता आला; पण ज्या ठिकाणी कुणा माणसानं अजूनपर्यंत पाऊलही ठेवलेलं नव्हतं, अशा ठिकाणी असल्याच्या जाणिवेने मर्टझ एवढा खूश झाला की तो गुळगुळीत बर्फावर नाचू-गाऊ लागला. दुसऱ्या दिवशी सकाळी वाऱ्याने ताशी ९० मैलांचा वेग पकडला आणि तापमान –३०° फॅ. म्हणजेच –३४° सें. इतकं खाली आलं. तंबूला भोकं पडली, प्रायमस स्टोव्हचा एक भाग उडून गेला. तंबू उडून जाण्याची शक्यता निर्माण झाली. आता क्रॅम्पॉन्स आणि आईस ॲक्सेस हाताशी ठेवून स्लीपिंग बॅग्जमध्ये गुरफटवून घेण्याव्यतिरिक्त काही करणं त्यांना शक्य नव्हतं. वारा उतरल्यावर त्यांनी थेट हिवाळी तळ गाठला आणि गोष्टीवेल्हाळ मर्फीने त्यांच्या भयंकर अनुभवाचे रूपांतर 'स्लीपिंग बॅगमध्ये तिघे' या गोष्टीत केल्यावर सर्व सदस्यांची हसून मुरकुंडी वळली. अर्थात या गोष्टीच्या केंद्रस्थानी तो स्वत: होता हे सांगणे न लगे.

तिसऱ्या दलाची स्थिती मात्र गंभीर होती. मॅडिगन, व्हेटर आणि क्लोज १२ सप्टेंबरला निघाले आणि पठारावर पोचल्यानंतर पश्चिमेकडे कूच करीत त्यांनी असंख्य घळी आणि 'सास्त्रुगी' पार केल्या. वाऱ्याने ताशी ७० मैलांची सीमा ओलांडली आणि तापमान –३५° फॅ. (–३७° सें.) एवढं उतरलं. क्लोजच्या हातांना एवढी हिमबाधा झाली की मॅडिगनला त्याचे कपडे बदलून द्यावे लागले. एक आठवड्यात त्यांना नेमून दिलेला पन्नास मैलांचा पल्ला त्यांनी पार केला. त्यांनी तिथे अन्न आणि रॉकेलचा साठा करून ठेवला. त्यांच्या परतीच्या प्रवासात वाऱ्याचा जोर एवढा होता की त्यामुळे तंबूचे खांब तर उखडलेच, शिवाय तंबूचं कापडही फाटलं. तिघांनी तंबूची थातुरमातुर डागडुजी केली आणि ते नियोजित वेळेत कसेबसे हिवाळी तळावर परतले.

तिन्ही प्रवासांनी मॉसनला सूचित केले की स्लेजिंगची मोठी मोहीम हाती घेण्याजोगी परिस्थिती अजूनही नाही. त्यांनी हेही दाखवून दिले की इतर काही साधनांबरोबरच तंबूमध्ये सुद्धा सुधारणा करणं गरजेचं होतं, तरच निसर्गाला तोंड देता येण्याची थोडीफार शक्यता होती. 'रॉस सागराच्या परिसरात ब्रिटिश मोहिमेत यशस्वी ठरलेल्या तंबूंसारखे तंबूही इथे निरुपयोगी ठरले,' मॉसनने नंतर लिहिले. 'त्यांच्याहून मजबूत बांधणीचे करवून घेऊनही ते अल्पजीवी ठरले. तिन्ही टेहळ्या दलांच्या तंबूंची लक्तरे झाली आणि केवळ नशीब बलवत्तर म्हणूनच कोपातीही गंभीर

दुर्घटना न घडता सगळे परतले.’

अनुभव घेऊन परतलेल्या सदस्यांची मते अधिक ठाम होती. ‘स्लेजिंगमधल्या आमच्या दोन अनुभवांवर मी मॅडिगनशी बोलत होतो,’ तेव्हा तो म्हणाला, की उभ्या जीवनात त्याने एवढा भयंकर पंधरवडा कधी अनुभवला नव्हता. स्लेजिंगची त्याची हौस पुरती फिटली होती. निन्निसने लिहिलं. ‘गंमत म्हणजे... मी स्वत: जरी हे स्वीकारायला तयार नव्हतो, तरी मलाही तसंच वाटत होतं. शांत वातावरणात स्लेजिंग करणं नक्कीच छान असेल; पण ताशी ६० ते ८० मैलांच्या वेगानं वारा अंगावर घेत, –१५° फॅ. ते –३०° फॅ. इतक्या न्यूनतम हवामानात, तंबू सदा असुरक्षित असताना, पुढल्या क्षणाची शाश्वती नसताना स्लेजिंग करणं म्हणजे नरकयातनाच.’

परंतु, कोणाही सदस्याला नजीकच्या भविष्यात स्लेजिंगचा विचार करायची आवश्यकतादेखील भासली नाही. ताशी ५० मैलांपेक्षा अधिक वेगानं वाहाणाऱ्या वाऱ्याचा ऑक्टोबर हा सलग सातवा महिना ठरला. वाऱ्यानं जराही उसंत घेतली नाही. त्यामुळे आपण एखादी मोहीम हाती घेऊ, हा मॉसनचा विचार वाऱ्याबरोबर उडून गेला. यात भर म्हणून अशा काही घटना घडल्या की मॉसन अधिकाधिक निराश झाला – हा आठवडा असा वेगळ्याच प्रकारे त्याच्या स्मरणात राहिला.

मालिकेची सुरुवात महिन्याच्या सुरुवातीलाच व्हेटरच्या विक्षिप्तपणाने झाली. मॉसनकडे व्हेटरच्या गैरवर्तनांची यादी मुळातच तयार होती – आळस, चोरून दारू पिणे, अवज्ञा आणि कर्तव्यहीनता. जेव्हा मॉसनने त्याला दरवाजासमोरचं बर्फ हटवायला सांगितलं, तेव्हा तो वाचनाच्या इराद्याने केबिनमध्ये आला. मॉसनने संतापून त्याला विचारलं की तो काम अर्धवट टाकून का आला? त्याने उत्तर दिलं की त्याने पुरेसं काम केलं होतं; आता मॉसनचा पारा आणखी चढला. “मग तू मोहिमेत कशासाठी आलास?” व्हेटरचे उत्तर, “असली कामं करण्यासाठी नाही.” “तसं असेल तर मोहिमेत सहभागी होण्याचा तुझा निर्णय मूर्खपणाचा होता.” व्हेटरचा प्रतिसाद : “तू तुझा मूर्खपणा चालू ठेव. पुढचीत मी नसेन.” मॉसनला जाणीव झाली की असं इतरांच्या देखत भांडणं योग्य नव्हतं, म्हणून त्यानं व्हेटरला स्वत:च्या खोलीत नेलं; पण ठिकाण बदललं तरी दोघांच्याही भूमिकेत फरक मात्र पडला नाही. व्हेटरनं आरोप केला की मॉसनला जी व्यक्ती व्यस्त वाटत नसे, तिला तो कामाला लावीत असे, ज्यामुळे तो आणि आणखी काहीजणांनी हिवाळाभर कामांची अशी व्यवस्था लावलेली होती; जेणेकरून त्यांच्यावर ज्यादा बोजा येणार नाही. मॉसनने व्हेटरला सांगितले की तिघांनी तसे केल्याची त्याला कल्पना होती आणि ते त्याला बिलकुल पसंत नव्हते. अलीकडे लॅसेरॉन व्हेटरचं काम करीत होता आणि तेही तासाभरात पुरे करीत होता.

या संभाषणाचा व्हेटरवर जरी विशेष परिणाम झाला नाही, तरी मॉसनवर झाला. त्याला जाणीव झाली की सर्जनची मते, अन्य सदस्यांच्या असंतोषाचीही निदर्शक होती आणि त्याच रात्री त्यानं नवीन वेळापत्रक सादर केलं. आता सहा तासांचं दिवसभराचं काम केल्यानंतर संध्या ४:०० वा. सदस्य काम थांबवू शकणार होते, अर्थात अन्य निर्धारित कामांचा अपवाद वगळता. शिवाय बाहेरचं विशेष महत्त्वाचं काम नसेल तर रविवारी कामाला सुटीदेखील जाहीर केली.

चार दिवसांनंतर अशा कामाची दुर्लभ संधी मिळाली. वारा ताशी ४० मैलांहून खाली पडला. वैज्ञानिक कामं करून घेणं, पुरवठा करणं आणि बिनतारीच्या खांबांवर काम करणं यात सारेचजण जुंपले. नव्वद फुटांच्या उंचीवर पाच तास राहून, केवळ छातीभोवती दोरखंडाच्या फासाचा आधार घेऊन बिकरटन उत्तरी खांबावर काम करीत राहिला. आणि त्याने खांबाची उंची ११५ फुटांपर्यंत वाढवली. काम करता करता अचानक त्याच्या हातातून हातोडा निसटून खाली पडला. नशीब तिथे कुणी नव्हतं, नाहीतर खालच्याचा कपाळमोक्ष नक्की होता. नशिबानंच कुठलंही आणि कुणाचंही नुकसान झालं नाही.

त्यानंतर आठवडाभरात, ते सर्व प्रयत्न 'बर्फात' गेले. हॅनॅमनी तर त्या दिवसाला 'ब्लॅक संडे' हेच नाव दिलं. जेवण चालू असताना वादळाचा वरच्या पट्टीतला कर्कश आवाज सर्वांच्या कानांवर पडला. छताची नासधूस झाल्याच्या शंकेने हॉजमन पाहणी करायला गेला, तेव्हा उत्तरी खांबाच्या वरच्या भागाची वाट लागल्याचं त्याला दिसलं. त्याचं कारणही लगेच उघड झालं. पफोमीटरवरची वाऱ्याच्या वेगाची शेवटची नोंद होती ताशी २०२ मैल. मात्र मॉसनच्या अंदाजाप्रमाणे वाऱ्याच्या वेग ताशी किमान २५० मैल असावा.

पुढचा पंधरवडाभर वादळ चालूच राहिलं. सर्वांनाच जाणीव झाली की स्लेजिंगची मोहीम हाती घ्यायचीच असेल, तर हवामानाची पर्वा न करता निघणं आवश्यक होतं. डेव्हिस आणि ऑरोरा १५ जानेवारी रोजी येणं अपेक्षित असल्यामुळे सर्व दलांनी तोपर्यंत परतणंदेखील आवश्यक होतं. आता स्लेजिंगची मोहीम मुळातच मॉसनच्या नियोजित कालावधीहून कमी काळ चालू राहणार होती. निन्निसनं लिहिलं की, 'आता हवामान कितीही वाईट असलं तरी मुख्य दलांनी कूच करावी, असा निर्णय मॉसनला नाईलाजाने घ्यावा लागला. वाऱ्याच्या राक्षसी वेगाला न घाबरता, न थांबता वाटचाल करणं भागच आहे, हे मॉसनच्या लक्षात आलं आहे.' महिन्याच्या दुसऱ्या पंधरवडाभर त्या दलांच्या रचनेविषयी आपापसात चर्चा होत राहिल्या. २७ ऑक्टोबर रोजी मॉसनच्या घोषणेने चर्चांना विराम मिळाला. दहा दिवसांमध्ये मोहीम सुरू होईल आणि तीत सात दले सहभागी होतील, असं त्यानं जाहीर केलं.

आदल्याच आठवड्यात मॉसनने घेतलेल्या एका अंतिम निर्णयाने सगळे जुळून

आले. मोहिमेतला सर्वांत जास्त उत्साही म्हणून गणला गेलेला, परंतु आत्मकेंद्री, आढ्यतापूर्ण आणि वर्चस्व गाजवण्याच्या स्वभावामुळे अतिशय अप्रिय असणाऱ्या वेबला चुंबकीय ध्रुवाच्या दलाचा प्रमुख करण्याचा मॉसनचा मानस होता; पण जसजशी वेबच्या स्वभावाची अधिक ओळख होऊ लागली, तसतशी आपल्या या निर्णयाबद्दल मॉसनला शंका येऊ लागली. महिन्याच्या शेवटी दुसरे 'डिप सर्कल' अचूक करण्याच्या बाबतीत मॉसन त्याचा पिच्छा पुरवू लागल्यावर वेब त्याच्यावर खवळला. 'तो म्हणतो की खगोलशास्त्रीय नोंदी घेण्यात मॅडिगन कच्चा आहे,' मॉसनने लिहिलं. त्याने पुढं लिहिलं :

> *'मला उमजलं की तो मोहिमेवरच नाराज आहे. तो असे समजतो की प्रत्येक विशेषतज्ञ स्वत:ला स्वत:च्या मूळ क्षमतेहून खूप अधिक लेखतो. त्याचा समज आहे की मोहिमेत फक्त तो एकटाच पूर्ण सशक्त आहे. तो म्हणाला की त्याने मला कधीही थिओडोलाईटने कोन मोजताना पाहिलेले नाही आणि माझ्या अचूकतेविषयी तो साशंक होता. तो असेही म्हणाला, की शॅकलटनच्या मोहिमेत एकही सदस्य असा नव्हता ज्याला यंत्रसामुग्री व्यवस्थित हाताळता येत होती... मी पुन्हा एकदा त्याचं मूल्यांकन केलं आणि इतरांकडून त्याच्याविषयी ऐकलेले जमेस धरून निर्णय घेतला की तो दलात दुसरा असेल.'*

मॉसनच्या दक्षिणी दलात वेब असेल का हा प्रश्नच नव्हता; पण त्याच्याकडे नेतृत्वगुणांची एवढी वानवा होती की बेजकडे दलाचं नेतृत्व सोपवलं गेलं. खुद्द वेबच्या मतेही तो निर्णय शहाणपणाचा होता : 'वसंतातल्या प्रायोगिक मोहिमेत माझी चाचणी घेतल्यानंतर (मला कल्पना न देता) मॉसनने निर्णय घेतला की चुंबकीय ध्रुवाच्या दलाचा प्रमुख होण्यासाठी आवश्यक असलेली पुरेशी पक्वता माझ्या ठायी नाही. पुढल्या घटनांनी सिद्ध केलं की त्याचा निर्णय योग्य होता.' नेतृत्वाची बेजची योजना केल्यानंतर अन्य दलांची सदस्यत्वं ठरवण्यास मॉसन मोकळा झाला.

दक्षिणी दल हेच प्रमुख वैज्ञानिक दल आहे, हे मॉसनचं मत कायम होतं. म्हणून त्याने बेज, वेब आणि हर्लीला थेट दक्षिण चुंबकीय ध्रुव गाठण्याची आणि जाताजाता वाटेत चुंबकीय मापन घेण्याची आज्ञा दिली. मोहिमेला मुळातच उशीर झालेला असल्यामुळे दल प्रत्यक्ष ध्रुवांपर्यंत पोचू न शकण्याचा धोका लक्षात घेऊन, गती वाढवण्याचं लक्ष्य देऊन मॉसनने मर्फी, लॅसेरॉन आणि हंटर या तिघांचं सहाय्यक दल स्थापन केलं.

अन्य दलं पूर्वेच्या रोखानं जाणार होती. ॲडली लॅण्डच्या नोहिमेने विल्किसच्या नकाशांमध्ये त्रुटी आहेत, हे सिद्ध झालं होतं. पश्चिमेच्या किनारपट्टीची रेखांकने ऑरोराने नोंदवून घेतली असतील, अशी मॉसनने आशा केली. मॅडिगन, मॅकलिन आणि कॉरेल यांचे पूर्व किनारपट्टीचे दल, आदल्या जानेवारीत त्यांनी हिमनदीच्या ज्या जिभेवर वास्तव्य केले होते, त्याच्या पूर्वेकडच्या किनाऱ्याचा अभ्यास करेल. दरम्यान स्टिलवेल, हॉजमन आणि क्लोज यांचे दुसरे पूर्व दल प्रथम पूर्व किनारपट्टीच्या दलाच्या सहाय्यक दलाची भूमिका पार पाडेल. मग उलटे फिरून, हिमनदीची जीभ आणि हिवाळी तळादरम्यानच्या प्रदेशाचा नकाशा तयार करेल आणि भूगर्भीय सर्वेक्षण करेल. त्यानंतर ते तळावर परततील आणि तोपर्यंत दक्षिणी सहाय्यक दलातल्या क्लोज आणि लॅसेरॉन यांना बरोबर घेऊन स्टिलवेल पुन्हा त्याच प्रदेशात जाऊन किनाऱ्याचा नकाशा तयार करेल आणि सर्वेक्षण करेल याप्रमाणे सर्व कार्यक्रम आखला गेला.

मोहिमेवर निघणारं शेवटचं दल – बिकरटन, हॉजमन आणि व्हेटर – डिसेंबरपर्यंत निघणार नाहीत, त्यामुळे एअर-ट्रॅक्टरला निसर्गाचा कोप कमीतकमी सहन करावा लागेल, हे तिघं पठारावर पश्चिमेकडे जातील आणि यंत्राच्या यथोचित चाचण्या झालेल्या नसल्यामुळे जर का ते कुचकामाचे ठरले, तर ते तिघे पुढं पायी निघतील.

अखेरीस, सगळ्यात मोठा पल्ला असणारे सुदूर पूर्वेचे दल असेल मॉसन, निन्निस, मर्टझ् आणि कुत्र्यांचे ३५० मैलांचे पठार तुडवत ते ओटस् लॅण्डवर पोचतील. तिथे पर्वत असल्याची नोंद १९११ मध्ये 'टेरा नोव्हा'ने केली होती. या योजनेमुळे AAE चे शोध आणि स्कॉटचे शोध जोडले जातील. आणि पर्यायाने ही मोहीम सर्वोत्तम ठरेल; त्याचबरोबर ती सर्वाधिक धोकादायकही होती.

■

सुदूर पूर्वेची शोकांतिका

मॉसनच्या योजनेनुसार काही दले ६ नोव्हेंबरला, तर उरलेली दुसऱ्या दिवशी निघणार असल्यामुळे ५ नोव्हेंबर हा सगळ्यांचा एकत्र असण्याचा शेवटचा दिवस होता. त्याकरता विशेष निरोप समारंभाचे आयोजन करण्यात आले. नित्याप्रमाणेच हवामानाचा शब्द शेवटचा राहिला आणि पुढचे दोन्ही दिवस मोहिमेला कारावास घडला. अखेरीस ८ नोव्हेंबर रोजी पूर्व किनारपट्टीचे दल आणि दोन सहाय्यक दले बाहेर पडली.

उत्तरेकडे पायी जाणाऱ्या दलाला कुत्र्यांनी पटकन गाठलं असतं, म्हणून सुदूर पूर्वेचे दल इतरांनंतर निघणार होतं, त्याचं आणखी एक कारण म्हणजे मॉसनला काही काळ मॅडिगनच्या आणि स्टिलवेलच्या दलांबरोबर जायचं होतं; परंतु हवामानाने रोखून धरल्यामुळे अधिक विचार करायला त्याला वेळ मिळाला. 'इथले टपाल पुढल्या जानेवारीत नेलं जाईल; परंतु मी तुझ्याशी काही कारणास्तव संपर्क साधू शकलो नाही, तर त्या परिस्थितीत हेच माझं शेवटचं पत्र समज,' त्याने ९ नोव्हेंबरच्या रात्री पॅकिटाला लिहिले. इथे अनंत, अनाकलनीय अडचणी येतात आणि माणसाचं जगणं दिवसांच्या हिशोबात मांडलं जातं. त्यातून आमच्या स्लेजिंग मोहिमेला सुरुवात होणार आहे.'

मोठ्या पल्ल्याच्या स्लेजिंग मोहिमांवर जाणाऱ्या वीरांनी अशा भावना व्यक्त करणं सर्वसामान्य होतं आणि निन्निसनेदेखील तेच केलं. 'आता मी माझं लेखन थांबवलं पाहिजे. निदान दोन महिन्यांकरता, किंवा कदाचित कायमस्वरूपी.' त्यानं लिहिलं, 'कारण पुढल्या दोन महिन्यांमध्ये काय घडेल कुणास ठाऊक?' निन्निसने अनेकदा स्वत:च्या भवितव्यविषयी अशी शंका उपस्थित केलेली होती. तो लंडनमध्ये होता तेव्हाही स्वत:ला अपघात होण्याच्या भयाने तो ग्रासलेला असे. 'ह्या मोहिमेत,

स्लेजिंग करताना अपघात होण्याची शक्यता आहे,' मॉसनच्या भेटीनंतर त्याने रोजनिशीत लिहिलं होतं. 'मी कदाचित घळीत कोसळेन, अशा ठिकाणी जिथे कोणी पोचू शकणार नाही... मला मनापासून वाटतं, की आत्महत्येचा मार्ग योग्य असेल... अशा तऱ्हेच्या शक्यता गृहीत धरून तशीच परिस्थिती उद्‌भवली तर उपयोगी पडावी म्हणूने पोटॅशियम सायनाइडची गोळी स्वत:जवळ बाळगण्याच्या माझा मानस आहे.'

मॉसनने जरी आपली भीती अशा प्रकारे व्यक्त केली नाही, तरी दुसऱ्या दिवशी सकाळी पॅकिटाला लिहिलेल्या पत्रात त्यानं सूचक उल्लेख केले. 'वारा जोराचा असला तरी आजचं हवामान छान आहे. तासाभरातच आम्ही प्रस्थान ठेवू. माझ्याबरोबर दोन चांगले जोडीदार आहेत, डॉ. मर्टझ् आणि लेफ्टनंट निन्निस. काही विपरीत घडेलसं वाटत नाही; परंतु मी तुझ्याकडे ऑस्ट्रेलियात परतू शकलो नाही तर ध्यानात ठेव, की माझं तुझ्यावर अपार प्रेम होतं... आता मला थांबायला हवं. कारण बाकीचे माझी वाट पाहत आहेत.'

खरंतर हिवाळी तळावरचे बाकीचे सदस्य पेंग्विनच्या अंड्यांच्या ऑम्लेटवर ताव मारत होते. ती मर्टझ्‌ची खासियत होती. मोहिमेसाठी केवळ माणसंच नाहीत, तर कुत्रेही 'बेगमी' करीत होते. निन्निसने आधीच लिहून ठेवलेले होते :

रात्रीच्या खाण्याच्या वेळेस म्हातारा 'बेसिलिस्क' आनंदात होता. मी त्याला मटणाचा मोठा तुकडा दिला होता. थोड्या वेळाने पाहतो तर तो तुकडा गायब आणि याची केविलवाणी गुरगुर चालू, जणू काही उपाशी आहे. मला शंका आली आणि मी त्याच्या बाजूचा बर्फ उकरून पाहिला, त्या क्षणी त्याने अधिक केविलवाणं प्रदर्शन केलं. तेवढ्यात त्याचा मटणाचा तुकडा माझ्या हाताला लागला. तो मी त्याला दिल्यावर तो नाराज झाला. आणखी मटण मिळवण्याच्या त्याच्या योजनेवर पाणी फिरलं होतं.

आता कुत्रे पूर्णपणे तयार होते. जेवणानंतर ते उत्साहात तळाबाहेर पडले. थोड्या वेळापूर्वीच त्यांचं चित्रीकरण करण्यासाठी हर्लीने सिनेमॅटोग्राफ तयार केला होता, तेव्हा अर्धवट लादलेल्या स्लेजला त्यांना बांधलेलं होतं. त्यांचा जोर एवढा होता की त्यांनी अचानकपणे पुढे झेप घेतली, ज्यामुळे पार केलेले अंतर मोजण्याकरिता स्लेजच्या कडेला जोडलेल्या सायकलच्या चाकाचं म्हणजे स्लेजमीटरचं नुकसान झालं.

अखेरीस, मॉसनचं दल मार्गस्थ झालं. दोन स्लेजेसना जोडलेल्या सत्तावीस उत्साही कुत्र्यांमुळे दुपारनंतर ते अल्लाउद्दिनच्या गुहेत पोचले. तिथे मॉसन, मर्टझ्

आणि निन्निस यांनी त्यांच्या सामानाची पुन्हा वेगळी व्यवस्था केली. हिमनदीच्या खड्या चढावावर त्यांनी तिसरे स्लेज दुसऱ्यावर लदले. रनर्स चांगले रहाण्यासाठी त्यांनी हे केलं. अल्लाउद्दिनच्या गुहेतले ज्यादा सामान घेऊन त्यांनी वजन विभागले, जे एकूण १७२३ पाउंडस् होते. जवळजवळ निम्मं ओझं दोन स्लेजेसवर लादलं गेलं. पहिलं दल ही स्लेजेस खेचणार होतं तर दुसरं दल, तिसरं स्लेज. या तिसऱ्या स्लेजवर उरलेलं अर्ध सामान लादलं गेलं.

सुदूर पूर्वेच्या दलाचे प्रमुख स्लेज, पायी प्रवास करणाऱ्या दलांच्या स्लेजप्रमाणेच लादले गेले होते. त्याच्यावर डोलकाठी आणि शिडाची काठी लावलेली होती. त्याच्या पुढ्यातल्या लाकडी खोक्यात स्टोव्ह, स्पिरिटची बाटली, रॉकेल भरण्यासाठी फनेल, दुरुस्तीची हत्यारे आणि अन्य निगडित साधने होती. त्या खोक्यावर नानसेन कुकर बांधलेला होता. हा कुकर फिडयॉफ नानसेन या नॉर्वेजियन व्यक्तीने तयार केला होता. तो प्रत्येक ध्रुवीय मोहिमेमध्ये वापरला जात असे. तसाच एक खोका स्लेजच्या मागच्या भागात होता. यामध्ये हिप्सोमीटर-थर्मोमीटर्सचा संच, दुर्बिण, फोटोग्राफीची साधने आणि वैद्यकीय साधनं ठेवलेली होती. त्याच्या कडेला एका ट्रेमध्ये रॉकेलचे डबे होते. त्याच्याही मागे स्लेजमीटरकडे जाणारा शाफ्ट होता. स्लेजच्या मध्यभागात तंबू, स्लीपिंग बॅग्ज, कपडे, पादत्राणे, दोरखंड, थिओडोलाईटच्या दांड्या, रायफल, कुदळ, फावडी, स्कीज, क्रॅम्पॉन्स आणि खाद्यपदार्थांचे डबे यांसारख्या अत्यावश्यक वस्तू होत्या. ह्या टप्प्यात दुसऱ्या दोन स्लेजेसवर बहुतांशी खाद्यपदार्थांचे डबे, इंधन आणि जवळजवळ ७०० पाउंडस् कुत्र्याचे खाणे होते. सीलचे मटण, जलचरांची चरबी आणि सुकवलेल्या पेमिकनचा यामध्ये समावेश होता.

मॉसनने अल्लाउद्दिनची गुहा सोडली तेव्हा आग्नेयेकडे साडेअठरा मैलांवर मॅडिगनच्या आणि स्टिलवेलच्या दलांना गाठण्याचा त्याचा इरादा होता. मात्र हवामानाच्या विरोधामुळे त्याचं दल निम्म्यावरच खिळून राहिलं. जोरदार हिमवृष्टीमुळे अन्य दलं किंवा मुक्कामाचा तळ सापडणं अशक्य होतं. म्हणूनच त्यांनी ते होते तिथेच तंबू ठोकला.

अशा हवामानात तंबू उभारणं सोपं नव्हतं, त्यासाठी तिघांची गरज लागली. तंबू शंकूच्या आकाराचा होता आणि त्याचे एका बाजूचे कापड बाहेरच्या बाजूला जमिनीवर पसरून त्यावर बर्फाचे ठोकळे ठेवायचे होते; जेणेकरून ते उडण्यापासून रोखले जाऊ शकणार होते. तंबूत प्रवेश करण्यासाठी तंबूच्या आतल्या भागातून बोगदासदृश मार्ग बांधता येणार होता. त्याची मूळ रचना अशी होती की त्याचे बांबूचे पाचही पाय वरच्या बाजूला एकत्र जोडता येऊन त्यावर कापड घालता येईल; पण अशा जोराच्या वाऱ्यामध्ये तसं करणं अशक्य असल्यामुळे बांबूचे खांब बिजागरीच्या

सहाय्याने तंबूच्या आतमध्येच जोडलेले होते. तंबू उभारण्याचा पहिला टप्पा होता, बर्फाचे ठोकळे तयार करण्याचा. त्यानंतरचा टप्पा होता तंबू उभा करण्याचा. लॅसेरॉनच्या नोंदीप्रमाणे एका सदस्याने तंबूत प्रवेश केला आणि त्याने वाऱ्याला तोंड देणाऱ्या बाजूचे तिन्ही पाय फाकवून कापडाला ताण दिला आणि त्याचवेळी मागच्या बाजूच्या दोन पायांना उभे राहण्याजोगी जागा सोडली. आतला सदस्य शेवटचे दोन पाय बसवत असताना बाहेरचे दोघे जीव मुठीत धरून होते. मागचे दोन पाय एकमेकांजवळ आले तर कापडाला झोळ येऊन ते वाऱ्याच्या जोराने फाटलं असतं. शिवाय आतमधली जागा कमी झाली असती. अखेरीस, बाहेरच्या कापडावर बर्फाचे ठोकळे ठेवले गेले आणि तंबूमधले खालचे कापड अंथरले गेले.

त्या हिममहालात मॉसन आणि त्याचे सहकारी पुढचे पाच दिवस राहिले, मात्र जेव्हा एकदा थोड्या वेळासाठी का होईना वारा थांबून सूर्यदर्शन घडलं, तेव्हा ते लगेचच शक्य तेवढे पुढे सरकले. मर्टझ्च्या शब्दात, 'ईश्वराला विसर पडलेल्या ठिकाणी त्यांनी पुन्हा मुक्काम ठोकला. ते पुन्हा तिथे अडकून पडले. जणू काय हिमवर्षावाने त्यांना गाडून टाकलं होतं. कुत्र्यांना खाऊ घालण्यापुरतंच ते बाहेर येत होते. 'अन्य प्राणी – अगदी लांडगेसुद्धा – असं हवामान सहन करू शकणार नाहीत,' मर्टझ्ने लिहिलं. 'आमचे एस्किमो कुत्रे सदा आनंदी असतात. मी त्यांना खाणे देत असताना ते माझ्याभोवती उड्या मारतात. त्या वेळी ते हिमगोळ्यांप्रमाणे भासतात.' अर्थात त्यांची ही वर्तणूक सदस्यांना नेहमीच पसंत असे, असे नाही. एके रात्री पाव्हलोव्हाने, काही पिलांना जन्म दिला. पाव्हलोव्हा ही एक प्रसिद्ध रशियन नर्तकी होती. लंडनमध्ये असताना तिने ऑरोराला भेट दिली होती. निन्निसने नंतर एका कुत्रीला हेच नाव दिलं. त्या बर्फाळ प्रदेशात पिल्लांना जन्म देण्याचा पहिला मान पाव्हलोव्हाने पटकावला. तिने आणि अन्य काही कुत्र्यांनी त्या पिलांना लगेचच खाऊन टाकले.

अखेरीस १६ नोव्हेंबरला हवामान निवळले आणि हवामानाने रोखून ठेवलेली अन्य दले त्यांना येऊन मिळाली. मॅडिगनचे दल स्टिलवेलच्या दलाहून जोमदार निघाले. बरेचदा त्यांच्यातला एखादा सदस्य सहाय्यक दलाच्या सहाय्यार्थ माघारी जात होता. त्या रात्री तिन्ही दलं शेवटच्या वेळी एकत्र येऊ शकली. कॅरोलने स्लेजमीटर दुरुस्त केला. आपण जणू हाईड पार्क कॉर्नरवर असल्याच्या थाटात मर्टझ् आणि निन्निस मॅडिगनच्या तंबूत गेले आणि मर्टझ्ने नेहमीप्रमाणे जर्मन युवा गीत गाऊन साथीदारांचं चैतन्य फुलवलं. पायी जाणाऱ्यांनी कुत्र्यांचा निरोप घेतला, आणि हिवाळी तळावर जन्मलेल्या पिलांपैकी सर्वांत मोठ्या 'ब्लिझार्डचं' जास्तच कौतुक झालं. 'ब्लिझार्ड माझी खास दोस्त होती आणि बहुतेक वेळा तीच माझ्याबरोबर ॲनिमोमीटरपर्यंत येत असे,' मॅडिगनने लिहिले. 'विशेष परवानगीने तिला बंधमुक्त

करवून आमच्या तंबूबाहेर ठेवलं होतं. स्लेजवर कुकर बांधून ठेवलेला पट्टा चावून तिनेही आमच्यावरचं तिचं प्रेम सिद्ध केलं.'

दुसऱ्या दिवशी पहाटे, पायी जाणाऱ्या दलांनी प्रस्थान ठेवलं. मॉसनच्या दलाने स्टिलवेलच्या दलाकडून आणखी खाद्यपदार्थ आणि रॉकेलचे डबे घेतल्यामुळे त्यांनी त्यांच्या स्लेजेसची फेरमांडणी केली. त्यांनी त्यांच्या दलाचा एक सदस्य कमी केला. गॅजेट – ब्लिझार्डची आई – पुन्हा गर्भवती झाल्यामुळे तिचा वेग मंदावला होता; किंबहुना, आदल्या दिवशी तिला उचलून घ्यावं लागलं होतं. त्यामुळे तिला गोळी घालण्यात आली. ती आणि तिच्या पोटातल्या पिलांची मिळून इतर कुत्र्यांसाठी चोवीस जेवणे झाली. त्या संध्याकाळी ते जेवण करण्यात कुत्र्यांना फारसं स्वारस्य नव्हतं; कारण त्यांच्या साथीदाराचा गंध त्या जेवणाला होता; पण दुसऱ्या दिवशी रात्री त्यांनी 'गॅजेट'चे भक्षण केले, अपवाद केवळ 'शॅकलटन'चा. त्याने मात्र नाक मुरडलं.

कुत्र्यांच्या दलांनी अल्पावधीत इतर दलांना गाठलं आणि त्यांच्या एकत्रित प्रवासाच्या कालावधीत मॉसनचं दल पुढे जाऊन इतर दलं पोचेपर्यंत त्यांच्यासाठी गरमागरम चहा तयार ठेवत असे. सरत्या दुपारी, एका डोंगरमाथ्यावरून मॉसन, मर्टझ् आणि निन्निस यांना मनोरम दृश्य दिसले. दूरवर ईशान्येला त्यांना तो प्रचंड हिमकडा दिसला, ज्याच्या कडेने ऑरोरा कॉमनवेल्थ बे'ला गेली होती. त्याच्या पूर्वेकडे किनारपट्टीचे भूशीर होते, जिला नंतर 'मर्टझ् ग्लेशियर टंग' नाव दिलं गेलं. खरंतर तिथेच मॉसनला जाणीव झाली की त्याला त्याचा मार्ग आणखी दक्षिणेकडे सरकवावा लागेल. पायी येणारी दलं पोहोचेपर्यंत त्यांनी तिथे मुक्काम ठोकला. ह्या दलांना बदल समजावून देऊन, त्यांचा निरोप घेऊन मॉसनचे दल निघाले.

१८ नोव्हेंबरच्या प्रात:कालाने रम्य वातावरण आणले आणि कुत्र्यांच्या क्षमतांविषयीच्या शंका दूर झाल्या. त्या दिवशी दोन खडकाळ टेकड्यांसहित पंधरा मैलांचं अंतर पार करण्यात आलं. हिमाच्छादनामुळे दिसू न शकलेल्या पहिल्या टेकाडाला त्यांनी 'मॅडिगन न्युनाटाक' हे नाव दिलं, तर दुसऱ्याला 'ऑरोरा शिखर.' आता पायी दल नसल्यामुळे त्यांनी पुढल्या महिन्याकरता एक विशिष्ट पद्धत अवलंबली. 'कुत्र्यांच्या दांडग्या शक्तिनिशी विस्तारीत मोकळ्या प्रदेशातून स्लेजिंग करताना पुढे राहून मार्गदर्शन करणारा बिनीचा शिलेदार असणं आवश्यक होतं, जेणेकरून कुत्रे दिशाहीन पळत सुटणार नाहीत,' मॉसनने लिहिले. 'स्किईंग करणारा मर्टझ् आता ती भूमिका पार पाडीत होता. मॉसन आणि निन्निस आपापले स्लेज त्याच्यामागून नेत होते.

तिघेही सन्माननीय श्वान-वाहक झालेले होते. त्यांच्यात मॉसन अर्थातच उजवा

ऑस्ट्रेलेशियन ॲन्टार्क्टिक मोहिमेसाठी निधी उभारणे तसेच अन्य पाठिंबा मिळवणे, यासाठी जुलै, १९११ मध्ये काढलेले डग्लस मॉसनचे छायाचित्र.

१६ जानेवारी, १९०९ रोजी ब्रिटिश ॲन्टार्क्टिक मोहिमेवरील तिघांचे दल (डावीकडून - ॲलिस्टर मॅक्के, टी. डब्ल्यू. एजवर्थ डेव्हिड आणि मॉसन) ७२°, १५°, १५५° S, १६'E येथे दक्षिण चुंबकीय ध्रुवानजीक पोचले. या प्रदेशावर ब्रिटिश साम्राज्याचा दावा दर्शविण्यासाठी मॅक्के आणि डेव्हिड यांनी तेथे युनियन जॅक फडकवला. छायाचित्रात डेव्हिडच्या हातात दिसत असलेली दोरी कॅमेरा क्लिक करण्यासाठी मॉसनने कॅमेऱ्याला जोडली होती.

जॉन किंग डेव्हिसने ऑरोराच्या गतीविषयी तक्रार नोंदवली होती, तरी त्याच्या पहिल्या सफरीत तो तिच्यावर प्रभावित झाला होता. त्याने नोंद केली होती, 'ती फार उत्तम आहे आणि हाताळण्यास सोपी, आणि या दोन्ही महत्त्वपूर्ण बाबी अनुभव घेऊनच निदर्शनास येऊ शकतात.' त्यानंतर लगेचच त्याने पुष्टी जोडली : 'खोल समुद्रात ती लाजवाब आहे.' सफरीच्या शेवटी डेव्हिसचे मत झाले की, ऑरोरा ॲन्टार्क्टिकासाठीची सर्वोत्तम बोट होती.

८ जानेवारी, १९१२ रोजी मॉसनच्या (कुदळ घेतलेला) नेतृत्वाखालील दलाने केप डेनिसनवर पाऊल ठेवले. जिथे मुख्य तळ उभारण्याचा मॉसनने निर्णय घेतला, ते तिथे उतरले. त्या वेळच्या असामान्य शांत हवामानाने ते ठिकाण जगातलं सर्वाधिक वाऱ्याचं ठिकाण आहे, ही वास्तवता लपवली होती.

केप डेनिसन येथील मुख्य केबिनची बांधणी चालू असताना. २० जानेवारीला जमीन सपाट करण्याचं काम सुरू झालं. पाच दिवसांनी छत चढलं आणि ३० जानेवारीला सदस्यांनी त्यांच्या नव्या घरात पहिलं सहभोजन केलं.

केबिनच्या छताला केलेल्या दारातून बाहेर येत असलेला झेव्हिअर मर्टझ्, इतर अन्य वेळी सदस्यांना बर्फाखालील बोगद्यातून बाहेर यावं लागे.

बर्फाखाली खणलेल्या भुयारांमधील हिम काढणारा बी.इ.एस्. निन्निस, विसाव्याच्या क्षणी. साठवणूक आणि बाहेर पडण्याचा मार्ग असा या भुयारांचा दुहेरी उपयोग होत होता.

शांत हवामान असलेल्या दिवशी मुख्य तळावरचे सारे सदस्य बिनतारी यंत्रणेचे खांब उभारण्याच्या क्लिष्ट कामात मदत करीत.

स्वच्छ सूर्यप्रकाशात अल्लाउद्दिनच्या गुहेतून अवतीर्ण होणारा मर्टझ्. मर्टझ्च्या पाठीमागे दिसत असलेले कापड गुहेच्या तोंडावर अंथरले जाई; जेणेकरून ती बर्फाने बंद होऊ नये. एकदम मागे दिसत आहे पुरे लादलेले स्लेज.

बॉब बेज आणि फ्रँक हर्ली अल्लाउद्दिनच्या गुहेत पठारावरच्या वाऱ्यापासून संरक्षित. हिवाळी तळावरच्या परतीच्या एकाकी प्रवासात मॉसनला इथे आठवडाभर अडकून राहावे लागले होते.

हिवाळी तळावर जेवणानंतर भांडी घासताना. या कामात मदत करणे मित्रत्वाचे निदर्शक होते. जॉन हंटर आणि बॉब बेज भांडी पुसत आहेत, तर अल्फ्रेड हॉजमन भांडी घासत आहे.

हर्लीच्या सर्वाधिक प्रसिद्ध आणि जिवंत छायाचित्रांपैकी एक. वादळादरम्यान बर्फ खणत असलेले दोन सदस्य. पार्श्वभूमीवर केप डेनिसनच्या केबिन्स.

पूर्वेकडील प्रवासाच्या पहिल्या दिवशी अल्लाउद्दिनच्या गुहेजवळ स्लेजला टेकून विसावलेला मॉसन. त्याच्या पाठीमागे निन्निस असावा, कारण हे छायाचित्र मर्टझ्‌ने काढलेले आहे.

सुदूर पूर्वेच्या प्रवासातून परतताना मॉसनने आपल्याजवळच्या छोट्याशा हत्याराने या स्लेजचे दोन भाग केले आणि खेचत आणले, एकट्यानेच तोवर मर्टझ्‌चा मृत्यू झाला होता.

फेब्रुवारी, १९१३मध्ये ऑरोरावरून केप डेनिसन सोडलेले मुख्य तळावरले सदस्य बसलेले, डावीकडून – फ्रॅन्क हिटलवेल, जॉन हंटर, पर्सी कॉरेल, हर्बर्ट डाईस मर्फी; उभे असलेले, डावीकडून – लेस्ली व्हेटर, फ्रॅन्क हर्ली, एरिक वेब, वॉल्टर हॅनॅम, चार्ल्स लॅसेरॉन आणि जॉन क्लोज.

१९१४मध्ये परतीच्या प्रवासातले ऑरोरावरचे सदस्य – मॅक्क्वेरी आयलंड दलामधील सदस्यांसह – डावीकडून – फ्रॅन्क बिकरटन, अल्फ्रेड हॉजमन, जॉन हंटर, जॉर्ज एन्सवर्थ, सेसिल मॅडिगन, फ्रॅन्क हर्ली (बसलेला), बॉब बेज, लेस्ली ब्लेक (मॉसनच्या पाठीमागे), डग्लस मॉसन, आर्चिबाल्ड मॅकलिन (ब्लेक शेजारी), चार्ल्स सॅण्डेल, पर्सी कॉरेल आणि हॅरॉल्ड हॅमिल्टन (बसलेला).

३१ मार्च, १९१४ मॉसन आणि पॅकिटा यांच्या विवाहसमयी (डावीकडून) हेस्टर बेरी (वधू सखी), जॉन किंग डेव्हिस (वर सखा), विल्यम मॉसन (वर बंधू), डग्लस मॉसन, जी. डी. डेलप्रॅट (वधुपिता), पॅकिटा डेलप्रॅट, हेन्रीएटा डेलप्रॅट (वधू माता), कारमेन डेलप्रॅट (वधू भगिनी), टी. डब्ल्यू. एजवर्थ डेव्हिड आणि विली डेलप्रॅट (वधू बंधू).

१३ जानेवारी १९३० रोजी एन्डरबी लॅण्डमधील प्रोक्लेमेशन आयलॅण्डवर पंचम जॉर्जचा त्रिवार जयजयकार करण्यात आला. बेटाच्या ८५० फुटी शिखरमाथ्यावर मॉसनने एन्डरबी लॅण्ड, केम्प लॅण्ड आणि मॅक रॉबर्टसन लॅण्डवर राजाचा अधिकार सांगणारे पत्र वाचले.

होता, त्याला अॅन्टार्क्टिक मोहिमांचा पूर्वानुभव होता, आधीची स्कॉटची मोहीम ज्या वेळी कुणाकडंच कोणतंच कौशल्य नव्हतं, किंवा शॅकलटनची निमरॉडमधली मोहीम; ज्यामध्ये एकटा अर्नेस्ट जॉईस सक्षम होता. किंबहुना, मॉसनने श्वानवहनावर एवढा विचार आणि अभ्यास केलेला होता की तो विवाद्य विषय बनून राहिला होता. हिवाळ्यात त्याने 'एस्किमो फॅन' पद्धतीने कुत्रे स्लेजला जोडण्याविषयी शंका व्यक्त केली होती. या पद्धतीचा अवलंब निन्निस आणि मर्टझ् करीत असत. 'त्यांचे मत होते की घळींच्या प्रदेशात 'युकॉन' पद्धत सर्वोत्तम ठरेल,' निन्निसने लिहिले; 'यामध्ये मनुष्य पुढे असतो आणि त्याच्यामागे जोडीने जोडलेले कुत्रे फॅन पद्धतीमध्ये मनुष्य, स्लेजेस आणि कुत्रे असं सगळंच कोसळण्याचा संभव अधिक असेल, तर युकॉन पद्धतीत केवळ मनुष्य कोसळेल, ज्याला खेचून बाहेर काढता येईल.'

हिवाळ्यात आणि वसंतात, निन्निसने आणि मर्टझ्ने दोन्ही पद्धतींच्या चाचण्या केल्या; पण युकॉन पद्धतीविषयीच्या निन्निसच्या मनातल्या शंका कायम राहिल्या : 'मधूनच बिनीचा कुत्रा उलटा फिरल्यावर दोरखंडाचा अशक्य गुंता होतो... पुढचे कुत्रे चाबकाच्या पल्ल्याबाहेर राहतात, तसेच एस्किमो पद्धत अंगवळणी पडल्यामुळे कुत्रे आपल्या नेहमीच्या जोडीदाराला डावी-उजवीकडे शोधू लागतात. एकंदरीत, त्या पद्धतीने ते चांगले काम करीत नाहीत, असे माझे मत आहे.' परंतु मॉसन ठाम राहिला आणि ऑक्टोबरच्या उत्तरार्धात त्याने घोषणा केली की ते युकॉन पद्धतच वापरतील. निन्निस आणि मर्टझ् यांनी लगेचच ती पूर्ण वेळ अवलंबायला सुरुवात केली, कुत्र्यांच्या आठ जोड्या वापरून आणि ब्लिझार्डला राखीव ठेवून. 'सुरुवातीला ब्लिझार्ड डोकेदुखी ठरली, चाबकाचे फटके खाऊनही जागची हलायची नाही फरफटली जायची आणि काही वेळाने स्वत:ला पट्ट्यातून सोडवून घ्यायची,' निन्निसने लिहिले. 'तिला बहुधा कल्पना आली असावी की त्या प्रवासावर जाणे तिच्यासाठी किंवा अन्य कुठल्याही चतुष्पादासाठी चांगलं नव्हतं. अल्पावधीतच त्याची अचूक भीषणता जाणवणार होती.'

१९ नोव्हेंबरच्या रात्री ज्यादा झोप घेऊन निघाल्यानंतर मर्टझ् ग्लेशिअरच्या दरीच्या उतरंडीमुळे त्यांचा आदल्या दिवशीचा जोम ओसरला. मर्टझ् खुलला होता, कारण सभोवतालची दृश्यं त्याला त्याच्या मायभूमीची, स्वित्झर्लंडची आठवण करून देत होती; पण मॉसन मात्र त्यांच्या स्लेजेसच्या आणि सामानाच्या चिंतेने ग्रासलेला होता. अनेकदा स्लेजेस उलटी होत होती किंवा गडगडत होती. मधूनच स्लेजेस कुत्र्यांच्या पुढे जात होती, ज्यामुळे त्यांच्याखाली चिरडले जाण्यापासून वाचण्यासाठी कुत्रे सैरावैरा पळत पट्ट्यांमध्ये गुरफटत आणि स्लेजेस्ना आवर घालीपर्यंत त्यांच्याबरोबर फरफटत जात. ब्लिझार्डच्या एका पायाला दुखापत झाल्यानंतर उतार संपेपर्यंत सर्व कुत्र्यांना सुटे ठेवले गेले.

पुढचा दिवस तसाच, किंबहुना, अधिक वाईट होता. निन्निस हिमांध झाला होता आणि उतार एवढा खडा होता की त्यांनी कुत्र्यांना आईस ॲक्सला बांधून ठेवले आणि जवळजवळ ३०० फुटांचे अंतर दोरखंडाचा अटकाव घालून स्लेजेस हातोहात उतरवली. अखेरीस कठीण समतल बर्फावर पोचल्यावर त्यांना हायसं वाटलं; पण थोडं पुढे जाऊन पाहतात तर उतरंड अजून संपलेली नसल्याचं त्यांच्या निदर्शनास आलं. मग अचानक मॉसनचे निम्मे कुत्रे गायब झाले. 'पुढल्या क्षणी माझ्या ध्यानात आले की पंचवीस फूट रुंदीच्या घळीवरच्या हिमपुलावर स्लेजेस होती,' मॉसनने लिहिले, 'सर्वांना वर खेचून काढून कठीण बर्फावर नेईपर्यंतचा वेळ आम्हाला युगासारखा वाटला. त्यानंतर थोड्या वेळाने त्याची पुनरावृत्ती झाली.' त्यानंतर 'जिंजर बिच' या त्यांच्या उत्तम कुत्रीने एकाच पिलाला जन्म दिल्यावर त्यांनी तिथेच मुक्काम करण्याचे ठरवले.

२१ नोव्हेंबरला हिमनदीच्या प्रत्यक्ष पृष्ठभागावर ते पोचल्यानंतर त्यांना सतत घळी आडव्या यायला लागल्या. कुत्रे त्यात कोसळू लागले. एका मुक्कामी मॉसन आणि मर्टझ्ला अचानकपणे प्रचंड आवाज ऐकू आला. त्यांनी त्या दिशेने पाहिले. निन्निस एका घळीच्या काठावर लटकत होता. त्यांनी त्याला खेचून वर काढलं आणि त्यांच्या ध्यानात आलं की त्यांचा तंबू एका विवरावरच्या बर्फाच्या पातळ थरावर उभा होता. ते विवर शेकडो फूट खोल होते. केवळ दैव बलवत्तर म्हणूनच ते जिवंत होते.

त्याच दिवशी तीन वेळा जिंजर बिच थांबली आणि तिने एकंदर तेरा पिलांना जन्म दिला. ती पिले आणि गोळी घालून मारण्यात आलेला दुसरा कुत्रा, जॅपी, लगेचच कुत्र्यांचे भोजन झाले.

दुसऱ्या दिवशी पुन्हा घळींच्या जंजाळातून त्यांचे मार्गक्रमण सुरू झाले; पण त्यांची गती चांगली राहिली आणि सरत्या दुपारपर्यंत त्यांनी सोळा मैल पार केले, उंच-सखल सिरॅक आईसचा शेवटचा भाग मागे टाकला आणि दरीची पल्याडची बाजू पार करायला सुरुवात केली. वाटेत अचानकपणे निन्निसचे स्लेज हिमपूल तोडून लटकून राहिले. ते खेचून काढण्यापूर्वी त्यावरले सामान काढून घेण्यात काही तास गेले, त्यांच्यापैकी एकाने दोरखंडाला बांधून घेऊन उलटे लटकून एकेक जिन्नस पृष्ठभागावर दिला. दुसऱ्या दिवशी सकाळी प्रस्थान ठेवून तासभरही उलटला नसताना आदल्या दिवशीची पुनरावृत्ती झाली, मात्र या वेळी निन्निसदेखील स्लेजबरोबर कोसळला; पण शेवटच्या क्षणी त्याने स्लेजचा दोरखंड धरून ठेवल्यामुळे तो बालंबाल वाचला.

एव्हाना निन्निस लागोपाठ तीन वेळा घळीत कोसळला होता, तरीही पुढल्या वेळेला धोकादायक भाग पार करताना अधिक काळजी घेणं एवढंच त्यांच्या हातात

होते. सामान्य पद्धत ही होती की बिनीचा शिलेदार स्की पोलने हिमपुलाची चाचपणी करे. कुत्र्यांना पुलाच्या काठावर ठेवून तो पुल पार करत असे आणि पलीकडे सुरक्षित ठिकाणी पोचल्यावर पहिल्या स्लेजला येऊ देत असे, त्यानंतर त्याच मार्गावरून दुसरी स्लेज येत असे. एवढी काळजी घेणे अत्यावश्यक होते. मॉसनने लिहिले, 'न पेक्षा मागचे कुत्रे पुढल्यांच्या मागोमाग जातील, हिमपुलाची कडा कुरतडतील आणि त्यामुळे त्यांचे स्लेज कदाचित कडेवरून घळीत लोटले जाईल.'

पुढले तीन दिवस कुत्रे अक्षरश: बर्फावरून उडत होते. 'खेचण्याची त्यांची वृत्ती नि:संशयपणे जन्मजात आहे... आम्हाला जाणवले की पट्टे अडकवून घेऊन स्लेजेसकडे जाणे त्यांना आवडत असे.' मॉसनने लिहिले. 'त्यांचे पट्टे जोडल्याबरोबर पट्ट्याच्या दुसऱ्या टोकाला जे काही जोडलेले असेल ते खेचण्यासाठी कुत्रे आतुर असत. कुत्र्यांचे दल स्लेजला जोडण्यापूर्वी स्लेज जमिनीला खिळवून ठेवणे आवश्यक होते, नाहीतर पूर्ण तयारी होण्यापूर्वीच ते ते खेचून नेण्याचा धोका होता. पठारावर जाणाऱ्या चढातही ते थांबले नाहीत, मात्र फ्युजिलिएचा जोम कमी झाल्यामुळे त्याला गोळी घालणं भाग पडलं.

पठारावर पुन्हा मनोरम दृश्ये अवतरत होती. एकदा धुक्याच्या पडद्याआडून पन्नास-साठ मैलांवरचा काळसर प्रदेश त्यांना दिसला. ते खडकाळ टेकाड असावं. त्यांचा अंदाज बरोबर निघाला. २७ नोव्हेंबरला सकाळी जागं झाल्याबरोबर त्यांना जे दृश्य दिसलं ते सर्वांत अद्‌भुत होतं. 'आम्हाला संपूर्ण प्रदेश दिसला,' मर्टझने लिहिलं, 'आमच्यासमोर विस्तीर्ण हिमनदी होती, घळींच्या जंजाळाने नटलेली. आणि दूरवर हिमखंड, लहान टेकाडे, सर्व काही पांढरेधोप.' अनपेक्षितपणे त्यांना आणखी एक महाकाय हिमनदी सापडली होती, पहिल्या जिभेपेक्षा अधिक रुंद जिभेवर जाणारी.

उतरंड उतरण्यावाचून त्यांना गत्यंतर नव्हते. सर्वोत्तम मार्ग शोधण्यासाठी काही तास खर्च करूनही त्याची उतरंड भीषणच ठरली. स्लेजेस उलटली आणि कुत्र्यांचे पट्टे गुरफटले आणि त्यांना बऱ्याच कुत्र्यांना बंधमुक्त करावे लागले. शेवटी त्यांना सगळे सामान दोरखंडांनी उतरंडीवरून खाली सोडावे लागले. स्लेजेस थेट खाली जाऊन मोडून पडू नयेत म्हणून हातांनी त्यांना आवरण्यात त्यांचे हात दुखायला लागले. त्यावर कडी म्हणजे ते अशा तऱ्हेने पायथ्याशी पोचल्यावर त्यांच्या लक्षात आलं की सशक्त कुत्र्यांपैकी एक – बेटली – गायब झाला होता, बहुधा घळीत. दुसऱ्या दिवशी त्यांना आणखी एक गमवावा लागला. ब्लिझर्ड मागे पडू लागली म्हणून तिला गोळी घालावी लागली. आता त्यांच्यांकडे बारा कुत्रे उरले होते आणि पैकी एकही आता सुस्थितीत उरलेला नव्हता, हिमनदीतल्या उतरंडीबरोबर त्यांच्या

कार्यक्षमतेला आणि जोमालाही उतरंड लागली. 'कुत्र्यांची शक्ती संपल्यात जमा आहे, प्रगतीची लक्षणे गंभीर दिसतात,' मॉसनने लिहिले. 'अशा उंचसखल आणि घळींच्या प्रदेशाऐवजी समतल पृष्ठभाग असता तर किती बरं झालं असतं.'

परंतु नंतरची हिमनदी पार करणं फारच कठीण होतं. हिचं नामकरण 'निन्निस ग्लेशिअर' असं करण्यात आलं. खराब हवामानामुळे ते चार दिवस झगडत राहिले, त्यांना सतत थांबावं लागलं. मार्गक्रमण करतानाही आणि मुक्कामातही समस्या त्यांची पाठ सोडत नव्हत्या. एका संध्याकाळी शॅकलटन या कुत्र्याने खाण्याची पिशवी फोडली आणि त्यातलं अडीच पाउंड बटर फस्त केलं. तिघांचा आठवड्याचा खुराक. त्यानंतर एक दिवस, घळींच्या प्रदेशात मॉसन कुत्र्यांबरोबर पळत असताना स्लेज अचानक मागे जाऊ लागले. एक घळ पार केल्यानंतर कुत्रे अचानक वळले, ज्यामुळे मागचे स्लेज घळीत घरंगळले आणि उभे लटकत राहिले. 'पूर्ण शक्तिनिशी मी पुढचे स्लेज रोखून धरले,' मॉसनने लिहिले, 'मग निन्निस आणि मर्टझ् आले आणि त्यांनी कुदळीने आणि आईस ॲक्सने स्लेजला अटकाव घातला आणि त्याभोवती स्लेजचा दोरखंड जखडून टाकला.'' परंतु स्लेजचे रनर्स पुढे आलेल्या त्रिशंकूच्या आकाराच्या बर्फाच्या तुकड्यात अडकले गेल्यामुळे स्लेज वर खेचून काढता येत नव्हते. अखेरीस मॉसनला दोरखंडाने बांधून खाली सोडण्यात आलं. त्याने स्लेजच्या मागच्या भागाला दोरखंड बांधला. अशा प्रकारे दोन्ही बाजूंना दोरखंडाने बांधल्या गेलेल्या स्लेजला त्यांनी थोड्या कष्टांनी वर काढले.

महिन्याच्या अखेरच्या दिवशी ते निन्निस ग्लेशिअरच्या पूर्वसीमेवर पोचले आणि आता त्यांचे डोळे पठारावर लागले होते. परंतु, डिसेंबर महिना आपल्याबरोबर नव्या समस्या घेऊन आला. तापमान अचानकपणे एकदम वाढले – ३४° फॅ. (१°सें) ज्यामुळे बर्फ एवढे बुळबुळीत झाले की कुत्र्यांची खेचण्याची कार्यक्षमता एकदम खालावली आणि रात्रीच्या थंडाव्यात प्रवास करण्याचा निर्णय मॉसनला घ्यावा लागला. तरीही पृष्ठभाग खराबच होता, सास्त्रुगीचा, दोन ते तीन फुटांची उंचसखलता असलेला.

ते पठारावर पोचले, मात्र मॉसनने हाय खाल्ली. 'विल्किसच्या नोंदीमुळे आमची फसगत झाल्याचं स्पष्ट झालं... कारण ईशान्येला जमीनच नव्हती,' त्याने लिहिले, 'आणि त्याने जर काही पाहिलेच असेल तर तो हिमखंडाचा काठ असणार. म्हणजे आम्ही आत्ता खऱ्या खंडाच्या काठावर होतो. या शोधामुळे पुन्हा दिशा बदलणे आले, कारण मॅडिगनला मॉसनची सूचना होती, किनारपट्टीलगत पुढे सरकण्याची, म्हणजेच पूर्व किनारपट्टीच्या दलाचा मार्ग उत्तरेच्या दिशेला त्यांच्यापासून फार दूर नसणार. त्यामुळे पुढचे दोन दिवस ते दक्षिणेकडे जात राहिले, किनारपट्टीपासून दूर दूर.

४ आणि ५ डिसेंबरला कुत्र्यांचा जोम परतल्याचे भासले, कारण पूर्वेकडे वळत दलाने सव्वीस मैलांचे अंतर आणि अठ्ठावीसशे फुटांची उंची पार केली; पण अशा छान यशापाठोपाठ शाप आला. तीन आठवड्यांनंतर प्रथमच प्रलंबित वादळ आले. 'मोठे पल्ले मारल्यानंतर एक दिवस स्लीपिंग बॅगमध्ये घालवणं ठीक असतं.' मॉसनने लिहिले, 'पण सलग तीन दिवस स्लीपिंग बॅगमध्ये काढावे लागले तर कोणीही वैतागेल.' त्यातून तिघांची शारीरिक अवस्थाही बरी नव्हती. मॉसन मस्तकशूळाने हैराण होता आणि त्याचा ओठ फाटलेला होता, निन्निस नखुर्ड्याने ग्रासलेला होता आणि सतत कठीण बर्फावर झोपावे लागल्यामुळे मर्टझ्‌ची पाठ बोलत होती.

अखेरीस, ९ डिसेंबरला हिमवर्षावातच त्यांनी पुन्हा मार्गक्रमण सुरू केले. तीन दिवसांत त्यांनी चाळीस मैलांचे अंतर पार केले आणि ते लांबलचक; पण सौम्य उतारावर पोचले; जिथे त्यांना कोसळणाऱ्या हिमखंडांनी रोखले आणि त्याच्यापलीकडे किनाऱ्याचे कडे गोठल्या समुद्रात कोसळत होते. तिथून उत्तरेकडे, केप फ्रेशफिल्ड असे मॉसनने नामकरण केलेल्या हिमाच्छादित द्वीपकल्पापाशी किनारा दक्षिणेकडे वळला होता, ज्यामुळे तिघांना पुन्हा एकदा आग्नेय पकडावी लागली, घळींचे जंजाळे आणि सिरॅक आईस टाळण्यासाठी.

१३ डिसेंबर रोजी, बोट पकडण्याच्या दृष्टीने उलटे फिरण्याची वेळ जवळ आलेली असताना तिघांनी अंतिम योजना आखल्या. गेल्या काही दिवसांमध्ये असे दिसत होते की किनारपट्टी जवळजवळ पश्चिमेकडून पूर्वेकडे ओटस लॅण्डच्या बाजूला जात होती. त्यामुळे त्यांनीही तीच दिशा धरून, मात्र थोडं अंतर्भागातून जाण्याचं ठरवलं; जेणेकरून घळींपासून दूर राहता येईल. अशाने आणखी एका आठवड्याकरिता त्यांना चांगली प्रगती साधता येणार होती. सुरुवातीला ते पठारावरच्या उंच ठिकाणी जात रहाणार होते. सुमारे तीस मैल आग्नेयेकडे. तिथे तळ ठोकून हिवाळी तळावरच्या परतीच्या प्रवासासाठी पुरवठा करून पुढले पाच दिवस शक्य तेवढ्या गतीने पूर्वेकडे जायचं. मग पुन्हा तळाकडे परतून केप डेनिसनच्या दिशेनं सरळ रेषेत जायचं, जेणेकरून चांगल्या हवामानाबरोबरच पाठीमागून वाहणारा अनुकूल वारा त्यांना लाभेल, असा विचार त्यांनी केला.

दरम्यान निन्निसच्या बोटाच्या नखुर्ड्याच्या वेदना सहनशक्तीपलीकडे गेल्या. कित्येक दिवस त्याने त्याचा सल सहन केला होता आणि अनेक रात्री त्याला शांत झोप लागली नव्हती. अर्थात तरीही त्याच्या कार्यक्षमतेवर त्याचा परिणाम झालेला नव्हता; परंतु आता मात्र त्याने मॉसनला ते कापून काढायला सांगितले. ती छोटीशी शस्त्रक्रिया यशस्वीरीत्या पार पडल्यानंतर निन्निस विश्रांती घेऊ लागला आणि मॉसन आणि मर्टझ्‌ने तोपर्यंत त्यांची स्लेजेस आणि सामानसुमान पुन्हा नीट लावून घेतले.

निन्निसच्या स्लेजवर मटणाचे अवजड डबे असल्यामुळे ते खिळखिळे झाले

होते. त्यामुळे त्यांनी ते तिथेच सोडून दिले आणि त्यावरचं कातडं त्यांनी कुत्र्यांना खायला दिलं. त्यावरचं उर्वरित सामान त्यांनी दुसऱ्या दोन्ही स्लेजेसवर विभागून लावलं. कुत्र्यांची नवी दलं तयार केली गेली आणि सहा सर्वोत्तम कुत्रे जे तळापर्यंत त्यांची साथ करतील अशी त्यांना आशा वाटत होती, ते त्यांनी मागच्या, निन्निसच्या स्लेजला जोडले. त्या स्लेजवर महत्त्वाची यंत्रसामुग्री आणि बहुतांशी खाद्यपदार्थ असल्यामुळे दोन्हींत तेच अधिक लादलेले होते. पुढचे स्लेज मॉसनचे असेल, ज्यावर कमी महत्त्वाचे सामान असेल आणि ज्याला सहा कमकुवत कुत्रे जोडले जातील; जे शेवटी इतरांचे भोजन होतील. म्हणजेच, घळींत काही जाणार असेल तर ते पुढचे, कमी महत्त्वाचे स्लेज जाईल.

सर्व तयारी होऊन निघायला दुपारचे २ वाजले. तरीही दिवसअखेर त्यांनी १४ मैलांचं अंतर पार केलं. वाटेत त्यांनी मोठा गडगडाट ऐकला. जरी मॉसनने त्याचे वैज्ञानिक कारण सांगितले तरी निन्निस आणि मर्टझ्‌ मात्र त्या वेळी अस्वस्थ झाले होते. 'रात्री ८ वा. आमच्या पायांखाली हादरे जाणवले.' मर्टझ्‌ने नोंदवले. 'बहुधा हिमखंड फुटत होते; पण त्याचा आवाज मात्र तोफेच्या गडगडाटासारखा होता. माझे जोडीदार थोडे भ्यायल्यासारखे वाटले, कारण हिमखंड फुटण्याचा आवाज त्यांनी पूर्वी कधी ऐकलेला नव्हता.'

ते मुक्कामाला थांबले तोवर तळापर्यंतचं निम्मं अंतर तर कापलं होतंच शिवाय १९०० फुटांची उंचीही सर केलेली होती. घळींच्या धोक्याच्या टापूपलीकडे दक्षिणेकडे आपण गेल्याबद्दल स्वत:ची पाठ थोपटून घ्यावी, असंही त्यांना वाटलं.

शनिवार, १४ डिसेंबरचा दिवस प्रवासाच्या दृष्टीने पोषक उगवला, निरभ्र आकाश, केवळ १० मैल प्रतितासाच्या वेगाचा वारा आणि तापमान असे की बर्फाचा पृष्ठभाग स्लेजिंगसाठी एकदम योग्य. निन्निसला गेल्या काही दिवसांमध्ये प्रथमच चांगली झोप मिळाली होती आणि आठवडाभरात प्रथमच त्याचं बोट दुखत नव्हतं. परतीच्या प्रवासासाठीचा पुरवठा करून ठेवायचा होता, त्या संध्याकाळवर तिघांचेही डोळे लागले होते. दुपारी एके ठिकाणी थांबून मॉसनने अक्षांशाचं दैनंदिन मापन केलं. ते तिथून निघाले तेव्हा कुत्रे उत्साहात स्लेजेस खेचत होते आणि मर्टझ्‌ आनंदात गात होता.

थोडं अंतर पार केल्यानंतर समतल, अखंड पृष्ठभागावर मर्टझ्‌ला अचानकपणे एक घळ आडवी आली, 'गेल्या काही आठवड्यांमध्ये जशा असंख्य घळी आम्ही मागे टाकल्या होत्या तशीच एक.' तो ओरडला, 'घळ,' आणि उजवीकडे नव्वद अंशात वळून पुढे गेला. मॉसनला मर्टझ्‌च्या इशाऱ्याचे आश्चर्य वाटले, कारण ते किनारपट्टीवरच्या घळींच्या जंजाळापासून खूप दूर आलेले होते. तो त्या ठिकाणी पोचला तेव्हा त्याला छुप्या घळीचे केवळ लक्षण दिसले, तरीही त्याने निन्निसला

इशारा दिला, जो त्याच्या स्लेजच्या कडेने चालत होता आणि त्यानेही त्याच्या कुत्र्यांना नव्वद अंशात वळण्याचा इशारा दिला. मॉसनचे कुत्रे पुढे निघाल्यावर त्यानेही स्लेजवर उडी मारली आणि त्याने नोंदवलेल्या अक्षांशाची पाहणी केली. 'पाठून कसलाही आवाज येत नव्हता, केवळ एका कुत्र्याच्या केकाटण्याचा; जो बहुधा चाबकाच्या फटकाऱ्यामुळे आला असावा, असा माझा ग्रह झाला,' मॉसनने लिहिले, 'मला चांगलं आठवतं आहे की मी जॉर्जला – माझ्या दलातल्या सर्वांत आळशी कुत्र्याला – ताकीद दिली, 'हे बघ जॉर्ज, तू नीट वागला नाहीस तर तुलाही तसाच प्रसाद मिळेल.'

पाव मैल अंतर पार केल्यानंतर मॉसनने पाहिले की मर्टझ् थांबून त्यांच्या मागचा प्रदेश न्याहाळत होता. मॉसनने त्याची नजर पकडली आणि निन्निस कुठे दिसेना हे पाहून त्याने चटकन स्लेजवरून खाली उडी मारली आणि तो पळू लागला. पळताना त्याला वाटून गेले की जमिनीच्या उंचवट्यामुळे त्याला दूरचे दिसत नसेल, पण तरीही त्याने मर्टझ्‌ला खूण करून स्लेज आणायला सांगितले.

दोघांच्या पुढ्यात अकरा फूट रुंदीची घळ होती आणि तिच्या पलीकडच्या तटावर स्लेजेसचे दोन माग दिसत होते, तर अलीकडच्या तटावर केवळ मॉसनच्या. मंद निळसर उजेडात घळीत पाहताना ताजे, सुटे हिमकण हवेत तरंगताना त्यांना दिसले. तसेच घळीच्या खड्या भिंती सरळ खोल जात होत्या आणि वाढत्या खोलीनिशी त्यांचा फिका निळसर रंग दाट होत चालला होता. क्षणभर त्यांना धक्का बसला. मग त्यांनी त्यांच्या साथीदाराला हाक मारल्या. प्रतिसाद म्हणून एका कुत्र्याचं कण्हणं कानावर पडलं. 'पलीकडच्या तटावर दोरखंडाला लटकलेली खाद्यपदार्थांची पिशवी आणि एक अर्धमेला कुत्रा आम्हाला अंधुक दिसत होता,' मॉसनने लिहिले, 'तसाच आणखी एका कुत्र्याचा अवशेष आणि बहुधा तंबू दिसत होता.' फ्रॅन्कलिन नावाच्या कुत्र्याने त्याचा पुढचा भाग उचलण्याचा प्रयत्न केला; पण त्याची पाठ मोडली होती आणि तो कण्हत तसाच पडून राहिला. 'आम्हाला कसलाच आवाज ऐकू येत नव्हता,' मर्टझ्‌ने लिहिले, 'स्लेज काठावर ठेवून दोरखंडाने बांधून घेऊन खाली उतरावे असे मला वाटत होते; पण घळ खूप रुंद होती आणि आमच्याकडचे दोरखंड आखूड. आम्हाला काहीतरी करावंसं वाटत होतं, पण आम्ही काय करू शकत होतो?'

ते पुन:पुन्हा ऐकत राहिले, हाका मारत राहिले; पण त्यांना कोणताच प्रतिसाद मिळाला नाही. काहीतरी, काहीही दिसावे म्हणून त्यांनी दुर्बिण वापरून पाहिली; पण त्याचा काहीच उपयोग झाला नाही. मग मॉसनने मासेमारीची दोरी खाली सोडली. ती कुत्र्यापर्यंत टेकेपर्यंत तिची लांबी भरली १५० फूट. त्यांनी त्यांच्याजवळचे अक्षरश: सर्व प्रकारचे दोरखंड एकमेकांना जोडले, तरीही त्यांची लांबी खूपच थिटी

पडली. फ्रॅन्कलिनचे कण्हणे थांबले आणि स्मशानशांतता पसरली. त्यांनी पुन्हा त्यांच्या मित्राला हाका मारल्या; परंतु वस्तुस्थितीकडे दुर्लक्ष करण्यासारखे नव्हते. 'निन्निस क्षणार्धात मृत पावला असणार,' मर्टझ्ने लिहिले. 'तो गंभीर जखमी असेल आणि बेशुद्ध असेल तर तो वाचणार नाही. हिमनदीत १५० फूट खोलीवर खूप गारठा असतो; पण ती खोली केवळ पुढे आलेल्या भागापर्यंतची होती, आणि 'घळ आणखी खूप खोल होती आणि निन्निस आणखी खोल आपटला असणार.'

तरीही त्यांनी हार मानली नाही. तीव्र आशावादाने पुढले तीन तास ते हाका मारीत राहिले, कानोसा घेत राहिले; पण त्यांना प्रतिसाद मिळाला नाही. त्या भीषण कभिन्न मुखातून केवळ गोठलेली हवा वर येत राहिली. मध्यान्हीनंतर, त्यांच्या दु:खावर उतारा मिळावा यासाठी काहीतरी करावे म्हणून थोड्या उंचीवरती जाऊन सभोवतालचं निरीक्षण करण्याचा त्यांनी निर्णय घेतला. त्यांनी प्रत्यक्षात पाच मैलांचं अंतर कापलं आणि हिवाळी तळापासून ३१५.७५ मैलांवर म्हणजेच त्यांच्या प्रवासाच्या सीमेवर ते पोचले. त्या उंचीवरून त्यांना हेही दिसले की त्यांच्या मित्राला गिळणारी घळ एकमेव नव्हती, तर हिमाच्छादन आणि तिथपर्यंत जाणाऱ्या मार्गावर त्यांचे जंजाळ होते.

एकटेपणाच्या भावनेने ते पुन्हा दुर्घटनास्थळी गेले. दरम्यानच्या काळात आपला मित्र शुद्धीवर आला असावा अशी आशा करीत पुन्हा तासभर त्यांनी त्याला हाका मारल्या; पण व्यर्थ. 'आम्ही काहीच करू शकत नव्हतो, अगदी काहीच,' मर्टझ्ने लिहिले, 'आम्ही नुसते उभे होतो, मित्राच्या थडग्यापाशी, मोहिमेतल्या माझ्या सर्वांत प्रिय मित्राच्या थडग्यापाशी. मॉसनच्या प्रार्थना पुस्तिकेतून आम्ही प्रार्थना म्हटली. आम्हाला तेवढाच दिलासा होता, आमचा प्रिय मित्र निन्निस याला अखेरचा निरोप देणं, त्याला अखेरचा सन्मान बहाल करणं. त्यातल्यात्यात एकच गोष्ट चांगली होती. ती म्हणजे तो आनंदात असताना त्याला मृत्यू आला. ईश्वराची कृत्ये अनेकदा आपल्या आकलनापलीकडली असतात.'

या अपघाताचं कारण न कळल्याने दु:खाबरोबरच आश्चर्याचे कढ त्यांना पचवावे लागले. शिवाय स्लेजच्या सुरक्षिततेची इतकी काळजी घेऊनही अघटित ते घडलं होतंच. 'पहिली स्लेज घळीपासून का वाचली?' मॉसनने विचारलेला प्रश्न दोघांच्याही मनात ठाण मांडून बसला होता खरं तर. 'मी बहुधा नशिबवान ठरलो, कारण हिमपृष्ठ तोडण्याची शक्यता असलेला तिरप्या, कर्णरेषेवरून माझे स्लेज गेले तरी काही झाले नाही. दोन्ही स्लेजेसच्या वजनांमध्ये तीस पाउंडस्‌चाही फरक नव्हता.' उलट मॉसन स्वत: स्लेजवर असल्यामुळे त्याचंच स्लेज अधिक जड होतं. पहिल्या स्लेजमुळे हिमपूल कमकुवत झाला असणं शक्य नव्हतं, कारण मॉसन आणि निन्निस घळीवरून वेगवेगळ्या कोनांत गेले होते. नाही, त्याचं स्पष्टीकरण

एकदम साधं होतं, 'निन्निस स्लेजच्या बाजूने चालत होता, तर मी स्लेजवर बसलेला होतो. म्हणजेच निन्निसच्या पावलांवरचं त्याचं पूर्ण वजन घळीवरचं हिमपृष्ठ फोडायला पुरेसं ठरलं.'

दु:खाची बाब ही की ते पूर्णपणे टाळण्यासारखे होते. नानसेन, ऑटो स्वर्ड्रप आणि रोल्ड आमंडसेन, या तिघा नॉर्वेजियन ध्रुवीय संशोधक प्रवाशांनी नि:संशयपणे सिद्ध करून दाखवले होते की ध्रुवीय प्रदेशात स्कीज वापरणं केवळ सोयीस्कर किंवा प्रवासाची गती वाढते म्हणूनच महत्त्वाचं नसतं, तर ते सुरक्षाही बहाल करतं. मनुष्याच्या पावलांवर पडणाऱ्या त्याच्या वजनाच्या तुलनेत स्कीजवर त्याचं वजन दसपटीने विभागले जाते; जेणेकरून त्याचा प्रतिइंच भार कमी होतो. याचाच अर्थ असा की निन्निसने मर्टझ्प्रमाणे स्कीज घातले असते अगर मॉसनप्रमाणे तो स्लेजवर बसलेला असता तर कदाचित ती दुर्घटना घडली नसती.

परंतु आता मॉसन आणि मर्टझ्ला त्यांच्या मित्राविषयीचे विचार झटकून टाकून स्वत:विषयी विचार करणे क्रमप्राप्त होते. त्यांची परिस्थिती काही चांगली नव्हती : 'सर्व खाद्यपदार्थ घळीत गेले होते,' मॉसनने लिहिले, 'आणि त्याचबरोबर फावडे, कुदळ, तंबू, मर्टझ्च्या बर्बेरी ट्राऊझर्स आणि हेल्मेट, कप्स, चमचे, डोलकाठी, शीड इ. देखील. आमच्यापाशी स्लीपिंग बॅग्ज, दहा-बारा दिवस पुरतील एवढे खाद्यपदार्थ आधाराचे खांब नसलेला तंबू, आमच्या खाजगी बॅग्ज, कुकर आणि रॉकेल एवढंच काय ते शिल्लक होतं.' त्याशिवाय सहा सर्वोत्तम कुत्रे आणि कुत्र्याचे सगळे खाणेही घळीत गेले होते. उर्वरित कुत्र्यांची शारीरिक स्थिती चांगली नव्हती. खराब झालेले हातमोजे आणि कातडी पट्टे यांसारख्या गोष्टी ते आनंदाने खात होते.

अशा प्रतिकूल परिस्थितीतही मर्टझ् आणि मॉसनचे एकनत झाले की शक्य तेवढा थेट मार्ग निवडून, वाटेत कुत्र्यांना आपापसात आणि त्यांच्यात खायला घालून ते केप डेनिसनला पोचू शकतील. त्यांचा पहिला मुक्काम होईल १२ डिसेंबरच्या त्यांच्या तळावर, जिथे त्यांनी स्लेज आणि अन्य काही साहित्य सोडून दिलेलं होतं. आता त्यांच्या दृष्टीनं ते फार महत्त्वाचं होतं. त्यानंतर त्यांची मृत्यूशी शर्यत सुरू होणार होती. 'मी आणि मॉसननं एकमेकांना धरून राहायला हवं,' मर्टझ्ने लिहिले, 'आणि आमच्यापाशी शिल्लक असलेल्या साधनांनिशी हिवाळी तळापर्यंत पोचण्याची शर्थ करायला हवी.' दरम्यान रोजनिशीत त्याच्या दृष्टीने संकटाची नोंद करून झाल्यावर मॉसनने शेवटी पुष्टी जोडली : 'ईश्वर आम्हाला सहाय्य करो.'

■

मृत्यूशी शर्यत

१५ डिसेंबरला पहाटे २:३० वा. २५ मैलांचा प्रवास करून आलेल्या मॉसन आणि मर्टझ् यांना त्यांनी आधी सोडून दिलेले स्लेज दिसले आणि दोन दिवसांपूर्वीच्या मुक्कामाच्या ठिकाणी आपण आलो आहोत हे त्यांना कळलं. लांब पल्ल्यांच्या स्लेजिंगच्या सफरींमध्ये परतीच्या वाटेवर प्रवासी संशोधकांना नेहमीच आनंद होतो, निदान त्यांना सुटल्यासारखं वाटतं. या वेळी मात्र त्यांना तसं काही वाटलं नाही : 'आम्ही परतीच्या वाटेवर होतो निन्निसशिवाय,' खंतावलेल्या मर्टझ्ने लिहिले, 'क्षणापूर्वी आमच्याबरोबर असलेला आमचा प्रिय मित्र निन्निस क्षणार्धात पंचतत्त्वात विलीन झाला. माझा तर अजूनही विश्वास बसत नाहीए.'

एका तंद्रीतच दोघांचा प्रवास सुरू होता. ना काही संभाषण ना कुठली विशेष दक्षता. ना स्कीज्वरच्या मर्टझ्ला, ना त्याच्या मागून जाणाऱ्या मॉसनला भान होतं की या उतारावरून इतक्या वेगात जाताना जर किंचितही तोल ढळला तर निन्निसच्या भेटीला जायची दाट शक्यता होती. मॉसनने लिहिलं, 'मार्गातली एखादी घळ कोणत्याही क्षणी आम्हाला गिळंकृत करू शकते, अगदी अचानक.' हा विचार सातत्याने आमच्या डोक्यात होता; पण निन्निसच्या जाण्याचा धक्का इतका जबरदस्त होता की आमचं काय होईल, याचा विचार करायचं मानसिक त्राण आमच्यात उरलंच नव्हतं.'

विश्रांती घेण्यापूर्वी तंबू उभारणं भाग होतं. सोडून दिलेल्या स्लेजच्या रनरचे मर्टझ्ने दोन तुकडे केले ते दोन तुकडे आणि दोन स्कीज मिळून तंबूचे आधाराचे खांब होणार होते आणि मग तिथे दोन स्लीपिंग बॅग्ज जेमतेम मावणार होत्या. एका वेळी एकच मनुष्य हालू शकत होता. तंबूची उंची तर इतकी कमी होती की आतमध्ये उभं राहणं शक्य नव्हतं; परंतु तो तंबू नैसर्गिक शक्तींना थोड्याफार

प्रमाणात रोखणार होता एवढंच.

तंबूत शिरल्यावर झोपण्याऐवजी त्यांच्या मनात विचारांचं थैमान सुरू झालं. त्यांच्यापुढे दोन पर्याय होते – एकतर आधी किनारा गाठून त्याच्या कडेकडेने हिवाळी तळावर जाणं. त्या वाटेवर असलेल्या सील आणि पेंग्विन्समुळे त्यांच्या स्वतःच्या आणि कुत्र्यांच्या पोटाचा प्रश्न मिटणार होता. मात्र एकतर हा लांब पल्ल्याचा मार्ग होता, शिवाय प्रचंड घळी याच वाटेवर विखुरलेल्या होत्या. दुसरं म्हणजे, मॉसनने ब्रिटिश अ‍ॅन्टार्क्टिक मोहिमेत अनुभवला होता तसा समुद्री बर्फ फुटण्याचा धोकाही होताच.

दुसरा पर्याय होता थेट पठार गाठून सर्वांत जवळच्या मार्गाने हिवाळी तळ गाठणं. हा भाग त्यांच्यासाठी थोडासा परिचित होता, त्यामुळे कुठला भाग टाळावा हे त्यांना ठरवता येणार होते. त्यांच्यापाशी अजून कुकर, रॉकेल आणि दहा-बारा दिवस पुरेल एवढे खाद्यपदार्थ होते, जपून आणि काटकसरीनं वापर केला तर पाच आठवडे हे त्यांना पुरलं असतं. अर्थात मार्गात अनपेक्षित अडचणी येऊन प्रदीर्घ मुक्काम नाही करावा लागला तर. आणि अन्न अगदी संपलंच तर कुत्र्यांना मारून खाण्याचा पर्याय उपलब्ध होता.

विचारांती त्यांनी दुसरा पर्याय निवडला. या मार्गावर उपासमार तर निश्चित होतीच, शिवाय पूर्व किनारपट्टीच्या दलाशी गाठ पडण्याची मुळंच शक्यता नव्हती. मॅडिगन, मॅकलिन आणि कॉरेल त्याच वेळी सुरक्षित, कठीण समुद्री बर्फ तुडवत केप फ्रेशफिल्डच्या दिशेने किनारपट्टीच्या ज्या वळणाने मॉसनच्या दलाला दक्षिणेकडे जायला भाग पाडलं, तिथून चालले होते. थोड्या दिवसांमध्येच ते डोलराईट खडकाच्या अद्भुत लाल स्तंभांजवळ मुक्काम ठोकणार होते. तिथून केवळ तेवीस मैलांवरून त्यांचे हे दुर्दैवी साथीदार पुढे जाणार होते; परंतु मॅडिगनशी संपर्क करण्याचा कोणताही मार्ग त्यांच्यापाशी नव्हता. त्यामुळे हे २३ किलोमीटरचं अंतर पार करणं सहजशक्य असूनही संपर्काच्या अभावामुळे ते त्यांना गाठू शकणार नव्हते. त्यांना कल्पना नव्हती; पण त्यांच्या वाटेत एका मोठ्या दुर्घटनेला त्यांना सामोरं जावं लागणार होतं.

एव्हाना उन्हाळ्याचा मध्य जवळ आला होता. दुपारचं तापमान ३०° फॅ. (–१° सें.) पर्यंत चढू लागलं. पृष्ठभाग मऊ आणि चिकट होऊन प्रवास कठीण झाला. परंतु तरीही दुक्कलीची तयारी थांबली नाही. त्यांनी काही वस्तू काढून टाकल्या आणि उरलेल्या पुन्हा नव्याने लावल्या. आधी सोडून दिलेल्या तुटक्या फावड्याला मर्टझने तुटक्या स्लेजच्या लाकडाचा दांडा जोडला आणि इतर तुकड्यांपासून त्याने चमचे कोरून काढले. दरम्यान मॉसनने रिकाम्या डब्यांची दोन भांडी तयार केली. उपासमारीने अशक्त झालेल्या कुत्र्यांसाठी आणि खरं तर या दोघांसाठीदेखील

सर्वांत कमजोर जॉर्जला मारण्यात आलं. 'कुकरच्या झाकणावर मटण भाजण्यात आलं,' मॉसनने लिहिलं, 'ते बाहेरून थोडं करपलं आणि आतून कच्चंच राहिलं. त्याला एक प्रकारचा उग्र दर्प होता आणि चवदेखील उग्रच होती. शिवाय ते अतिशय चिवट होतं. तरीदेखील 'भुकेला कोंडा' या न्यायाप्रमाणे त्या दोघांना ते चांगलं वाटलं.

संध्याकाळपर्यंत तापमान २१° फॅ. (– ६° सें.) पर्यंत उतरले आणि पृष्ठभाग थोडा कठीण झाला. सर्व तयार झाले; पण एक उपचार राहिला. 'युनियन जॅक फडकवायचा राहिला, दुर्दैवानं करता येण्यासारखं दुसरं काहीही नव्हतं.' मर्टझ्ने लिहिलं, 'त्यामुळे सर्व तयारी झाल्यावर मॉसनने झेंडा उंचावला.' त्यानंतर ते निघाले. सकाळी जी उंची सोडून ते खाली उतरले होते ती २५०० फुटांची उंची पुन्हा गाठत शक्यतोवर पश्चिमेच्या मार्गांनी ते जात राहिले. सातत्यानं दहा तास त्यांची ही वाटचाल सुरू होती. पाण्यासाठी बर्फ वितळवण्याकरिता त्यांना एकदा थांबावं लागलं; पण तंबू उभारण्यासाठी त्यांना इतके कष्ट करावे लागले की पुढचा रात्रीचा प्रवास 'विना-थांबा' करायचा, असंच त्यांनी मनोमन ठरवलं. त्यानंतर सातत्याने मार्गक्रमण करत त्यांनी अठरा मैलांपेक्षा जास्त पल्ला गाठला. 'चला, सुरुवात तर चांगली झाली होती.' आणि त्यातच त्यांना समाधान वाटत होतं.

दुसऱ्या दिवशी मात्र इतका निर्वेध प्रवास होऊ शकला नाही. आदल्या रात्रीच्या प्रवासात हिमांधत्वाचा त्रास झाल्यामुळे मॉसन दुसऱ्या दिवशी नीट झोपू शकला नाही. मर्टझ्ने तीनदा त्याच्यावर कोकेन आणि झिंक सल्फेटने उपचार केले; पण त्या रात्री ते निघाले तेव्हा मॉसनला एक डोळा बांधून ठेवावा लागला. अर्थातच एवढा हिमवर्षाव होत होता की तसंही त्यांना काहीच दिसत नव्हतं. शिवाय ते दक्षिण चुंबकीय ध्रुवाजवळ असल्यामुळे त्यांचं होकायंत्रही काम करीत नव्हतं. हिमवर्षावाने सास्त्रुगी गाडून टाकली होती, त्यामुळे योग्य दिशा राखणं कठीण होत होतं. कुत्रेही निरुपयोगी ठरत होते. पाच मैलांवर जॉन्सन कोसळला, त्याला स्लेजवर लादावं लागलं. पुढच्या चार मैलांवर मेरी गळपटली आणि पाव्हलोव्हाची चिन्हंही ठीक दिसत नव्हती, म्हणून त्यांनी थांबण्याचा निर्णय घेतला. 'पंधरा मैलांपूर्वी थांबणं निराशाजनक होतं; पण कुत्र्यांना खायला घालणं आवश्यक होतं,' मॉसनने लिहिले. 'चार कुत्र्यांना खाऊ घालायचं म्हणजेच पाचव्याला मारावं लागणार होतं. तो पाचवा होता 'जॉन्सन.' मर्टझ्ने त्याला मारलं आणि सोललं.

१७ डिसेंबरच्या रात्रीने एका दाराने आशा दिली आणि दुसऱ्या दाराने हिरावून घेतली. शुभ्र दुलई असलेल्या आकाशाने त्यांच्यासाठी सरळ रेषेत जाणं दुष्कर केलं होतं, तरी त्यांनी साडेसतरा मैलांची मजल मारली; पण अर्ध्यावर मेरी पुन्हा गळपटली. मॉसनच्या मते, ती उत्तम कुत्री होती; पण जेव्हा ते मुक्कामाला थांबले

तेव्हा तिला गोळी घालावी लागली. आता तीनच कुत्रे उरले होते आणि त्यातही फक्त जिंजरच चांगलं काम करीत होती, ज्यामुळे मर्टझ्ने मार्ग काढणं सोडून दिलं. तो मॉसनबरोबर स्लेज खेचू लागला. 'सगळ्यात जास्त त्रास होत होता. खराब उजेडाचा,' मर्टझ्ने लिहिले. 'सास्त्रुगींवरून जाताना मी दारूड्यासारखा चालत असल्याचा मला भास होत होता. आम्ही दोघांनीही दोन-तीन वेळा तोंडावर आपटी खाल्ली. धूसर उजेड पीडादायकच आहे.'

रात्री त्यांनी मोठ्या सास्त्रुगीवरून उतरंड सुरू केली तरी उजेड धुसरच होता. स्लेज जरी नेहमीपेक्षा अधिक सफाईने पुढे जात होती तरी समोरचं नीट दिसत नसल्यामुळे दोघेही सारखे पडत होते. मध्यरात्रीदरम्यान, जवळजवळ सात मैलांचा पल्ला मारून झाल्यानंतर त्यांनी थांबण्याचा निर्णय घेतला. दिवसाच्या उजेडात चालताना थोडा कमी त्रास होईल अशी आशा ते मनात धरून राहिले; परंतु त्या दुपारी तर वाढत्या तापमानाने त्यांच्या प्रगतीमध्ये कोलदांडा घातला; कारण पृष्ठभाग दलदलीसारखा झाला. पाच मैलांवर त्यांनी दिवसा मार्गक्रमण करण्याचा प्रयोग थांबवून रात्रीवरच लक्ष देण्याचं ठरवलं.

सर्व प्रकारच्या वाईट हवामानात आणि पृष्ठभागावरून सरळ जात राहण्याच्या त्यांचा प्रयत्न एक अखंड दुःस्वप्न बनून राहिलं. अनेकदा त्यांना खडे चढ आणि लगेचच निसरडी उतरंड आडवी येई. दिवसा दाट धुकं आणि रात्री हिमवर्षाव यामुळे आकाशाचं तर दर्शनच घडत नव्हतं. कधीकधी तर त्यांना स्वतःची पावलंही दिसत नसत. दिवसा तापमान खूप चढे असे आणि रात्री ते खूप खाली येई. मर्टझ् चिंताग्रस्त होई; ज्याच्या बर्बेरी ट्राऊझर्स निन्निसच्या स्लेजवर गेल्या होत्या. परिस्थिती याहून अधिक बिघडू शकत नाही, असा त्यांनी विचार केला असेल; पण त्यांना कल्पना नव्हती की परिस्थिती अधिकच बिघडणार होती

एके सकाळी पृष्ठभागातील बदल आणि घळींच्या वाढत्या संख्येने त्यांना कल्पना आली की ते निन्निस गलेशिअरजवळ पोचले होते. त्याच वेळी हाल्डेन – उरलेल्या कुत्र्यांमधला सर्वांत सशक्त कुत्रा – एका अथांग घळीत कोसळला, पण केवळ त्याच्या पट्ट्यांमुळे लटकत राहिला. तो इतका दुबळा झाला होता की पृष्ठभागावर टेकताच त्याच्या पट्ट्यांमधून तो सुटला. सुदैवाने मर्टझ्च्या हाताला त्याचे केस सापडले आणि त्याने त्याला वर काढलं. अन्नाचा हा अमूल्य साठा गमावणं त्यांना परवडणारं नव्हतं.

त्यानंतर लगेचच हाल्डेनला कापरं भरलं. तो अडखळू लागला, मग पडला. त्याला स्लेजवर लादलं गेलं; पण काही तासांनी बाकीच्या कुत्र्यांचाही शक्तिपात झाला. त्यामुळे त्यांनी मुक्काम केला. हाल्डेन इतका अशक्त झाला होता की दिलेलं खाणंही तो खाऊ शकत नव्हता, केवळ पंज्यांमध्ये धरून ते चाटत होता. 'बाहेर

भुकेले कुत्रे अखंड कण्हत होते. शेवटी आम्हाला ते असह्य झालं,' मॉसनने लिहिले. 'आम्ही तंबू गुंडाळला आणि निघालो.' पुन्हा एकदा हाल्डेनला स्लेजवर लादलं गेलं. पुढच्या मुक्कामी त्याला गोळी घालण्यात आली.

हाल्डेनची अंगकाठी जरी मोठी होती तरी त्याच्या अंगावर काही मांस उरलं नव्हतं. 'सगळेच कुत्रे अत्यंत कृश झाले होते,' मॉसनने लिहिलं. 'त्यांचं मटण अत्यंत चिवट आणि चरबीविरहित होतं... थोड्याशा सामान्य खुराकाबरोबर थोडेसं कुत्र्याचं मटण आम्ही खात होतो. त्यातले बहुतांशी उर्वरित कुत्र्यांना घालत होतो. ते हाडं फोडत होते, चामडी खात होते, काहीही शिल्लक ठेवत नव्हते.' त्यातले बरे तुकडे दोघे स्वत:साठी राखून ठेवत होते. अर्थात तेही अतिशय चिवट असल्यामुळे चावायला कठीण होत. 'यकृत आलं तेव्हा बरं वाटलं,' मॉसनने नंतरच्या आवृत्तीमध्ये लिहिलं, 'फार चांगलं नसलं तरी निदान चावायला सोपं गेलं इतकंच. खाताना चांगलं वाटलं तरी या यकृताचे दुष्परिणाम त्यांना नंतर भोगावे लागले.

मॉसन आणि मर्टझची केप डेनिसनच्या दिशेने मजल दरमजल चालू होती. २३ डिसेंबरच्या सकाळी ते निन्निसच्या मृत्यूच्या ठिकाणापासून ११५ मैलांवर होते. एका कठीण चढावानंतर सगळंच बिघडलं. पाव्हलोव्हा तर स्लेजवर लादलेली. होती. हिमवर्षावही चालूच होता; पण मधेच जरा उघडीप झाल्यावर त्यांच्या लक्षात आलं की ते घळीच्या जंजाळात सापडले आहेत. हवामान निवळेपर्यंत मुक्काम करण्यावाचून गत्यंतर नव्हतं. शिवाय तंबू उभारतानाच त्यांना जाणीव झाली की पुढं जाणं शक्यच नाही. उलटं फिरणं भाग होतं. 'आपण हिमनदीच्या पश्चिमेकडे आहोत की पूर्वेकडे?' मर्टझ्ने आपल्या रोजनिशीला विचारले. 'आता अडथळेच आमच्यावर मात करू लागले. त्यातून अन्नाचा साठा तर अगदीच तळ गाठू लागला होता. कष्ट आणि आहार याचं व्यस्त प्रमाण प्रतिकूल परिणाम साधत होतं.'

त्या संध्याकाळी मर्टझ्च्या समीकरणावर त्यांनी पुष्कळ काथ्याकूट केला; पण सकाळी उठल्यावर त्यांच्या लक्षात आलं की ते कुठल्याही दिशेला सुरक्षितपणे जाऊ शकत नव्हते. प्रथम पावलोव्हाला मारलं. गेले दोन दिवसांपूर्वी एका चढावापूर्वी रायफल आणि गोळ्या सोडून दिल्या होत्या, त्यामुळे मरताना तिचे हाल झाले. त्यानंतर तिला सोलून झाल्यावर सगळंच मटण आम्ही एकदम शिजवायला घेतलं; ज्यामुळे वेळेची बचत आणि रॉकेल व हाडांच्या वजनाचाही भार हलका होणार होता. 'कुत्र्यांचे मटन दीर्घकाळ शिजवत ठेवल्याने आम्हाला फायदाच झाला,' मॉसनने लिहिले. 'एकतर चांगलं सूप आणि बाकीच्याची जेली तयार झाली. पंजे शिजायला सर्वाधिक वेळ लागला; पण शेवटी तेही खाण्याजोगे झाले.'

त्यानंतर अत्यंत निकडीच्या सोडून सर्व वस्तू स्लेजवरून उतरवण्यात आल्या. कपड्यांचा खोका, कॅमेरा, निगेटिव्हज् (वापरलेल्या व न वापरलेल्या) आणि थिओडोलाईट सोडून बाकी सर्व वैज्ञानिक साहित्य तिथेच सोडून दिलं. तरीही हवामानाच्या लहरींशी संतुलन होत नव्हतं. दुसऱ्या दिवशी सकाळी सूर्यदर्शन व स्वच्छ वातावरणाने आनंदून आनंदात उलटे मागे न फिरता ते पुढे निघाले. सूर्याच्या उष्णतेने बर्फ एवढे बुळबुळीत झाले होते की त्यांना हलता येईना. त्यामुळे मध्यान्हीला घळींच्या जंजाळातून मार्ग काढत काढत चार मैलांचे अंतर कापून झाल्यानंतर त्यांना थांबावं लागलं. त्या संधीचा लाभ घेत त्यांनी पुन्हा स्टोव्ह पेटवला. 'आम्ही पाव्हलोव्हाच्या पायांचं सूप तयार केलं.' मर्टझ्ने लिहिलं, 'त्यामुळे मटण मुलायम झालं. एवढे छान भोजन मिळूनही मॉसनला स्वप्न पडलं, 'मी एका बेकरीत गेलो. तिथले सर्व पदार्थ फुटांच्या मापातले होते. मी एक मोठी पेस्ट्री घेतली... पण ती हातात पडण्यापूर्वी काहीतरी घडलं. ती न घेताच मी बाहेर पडल्याचं माझ्या उशिरा लक्षात आलं म्हणून मी पुन्हा दुकानात गेलो तर तिथे दुकान बंद असल्याची पार्टी मला दिसली.'

एवढी प्रतिकूल परिस्थिती नसलेल्या BAE मध्येही मॉसनला अशी स्वप्ने पडत, त्यामुळे त्याच्यासाठी आणि मर्टझ्साठी स्वप्न पडणं नित्याचंच झालं होतं. त्यांच्या आहारात बहुतांशी कुत्र्याचं मटण, थोडेसे चॉकलेट किंवा बेदाणे, थोडेसे पेमिकन आणि बिस्किटांचे मिश्रण आणि थोडासा पाणचट कोको यांचा समावेश होता. दोघेही घेत असलेल्या आहाराचं एकंदर वजन प्रतिदिन माणशी सुमारे ४०० ग्राम्स होतं.

मात्र दुसऱ्या दिवशी पहाटे १:०० वा मॉसनने मर्टझ्ला जागं केलं आणि त्याला ख्रिसमसच्या शुभेच्छा दिल्या. त्या वेळेस त्यांनी थोडा जास्त आहार घेतला, सण होता ना! मॉसनला त्याच्या बॅगमध्ये सापडलेले बिस्किटाचे दोन तुकडे त्यांनी वाटून घेतल्यानंतर १० मैलांचं अंतर तुडवून ते निन्निस ग्लेशिअरच्या मध्यावर पोचले. तिथे मर्टझ्ने लिहिले, 'हिम आणि बर्फावर ख्रिसमस साजरा केला. आम्ही कुत्र्याच्या मटणाबरोबर थोडं बटर खाल्लं आहे. माझा मित्र मॉसन याच्याबरोबर आणखी बरेच ख्रिसमस साजरे करण्यासाठी मी जिवंत राहीन, अशी आशा करतो.'

त्या संध्याकाळी मॉसनच्या हिशेबाने हिवाळी तळ केवळ १५८ मैलांवर होता. ह्या आनंदात पुढल्या दोन दिवसांत त्यांनी वीस मैलांचं अंतर कापलं; पण त्याच वेळी आतापर्यंत कधीच तक्रारीचा सूर न लावलेल्या मर्टझ्ने रोजनिशीत लिहिले. 'हिमवर्षाव अस्वस्थ करतो, काही वेळाने सगळंच ओलं होतं. बर्बेरी पॅण्टस् नसल्यामुळे हिम माझ्या अंडरपॅण्टमध्ये शिरतं. रात्री, मी माझ्या ओल्या स्लीपिंग बॅगमध्ये आडवा झालो की अंगावरले कपडे एकक करीत कसे ओले होत आहेत,

हे मला जाणवतं. अशा परिस्थितीला कुणी आरामदायी म्हणू शकणार नाही. प्रतिकूल परिस्थिती भोगावी लागणारा मर्टझ् एकटाच नव्हता. इतर कुत्र्यांच्या मानाने अजूनही टिकून राहिलेल्या जिंजरला २८ तारखेला स्लेजवर लादलं गेलं. तिचं वजन आणि आडवा आलेला चढाव यामुळे ५ मैलांवरच थांबावं लागलं, अर्थात तिथंच तिला सोलून, कापून, शिजवलं गेलं. दुसऱ्या दिवशी सकाळी अंतहीन वाटलेल्या चढाईने त्यांना निन्निस ग्लेशिअरबाहेर नेलं. तिथे त्यांनी त्यांच्या साथीदाराचा शेवटचा निरोप घेतला. 'जिंजरची कवटी, थायरॉईडस् आणि मेंदू' मॉसनने लिहिले, 'यावर आमचा उत्तम नाश्ता झाला.'

आता पठारावर परतल्यानंतर दोघांना पुन्हा गती लाभली. वाऱ्याचा जोर वाढता होता, तरी २९ डिसेंबरच्या रात्री १० तासांमध्ये त्यांनी पंधरा मैलांची मजल मारली; पण त्या श्रमांचा मर्टझ्वर चांगलाच परिणाम झाला आणि तंबू उभारल्यावर, लगेचच तो त्याच्या स्लीपिंग बॅगमध्ये घुसला. 'झेव्हियरचा रंग उतरला,' चिंतित मॉसनने लगेचच उल्लेख केला, 'तो लगेच झोपायला गेला. त्याच्याजवळ त्याच्या बर्बेरी पॅण्टस् नसल्यामुळे प्रामुख्याने त्याच्या सगळ्या गोष्टी ओल्याच होत्या. सततच्या हिमवर्षावामुळे कपडे सुकवण्याची संधीच उपलब्ध नव्हती.'

परंतु केवळ ओल्यानेच मर्टझ्चा रंग उतरला नव्हता. सततच्या कुत्र्याच्या मटणाच्या आहाराचे दुष्परिणाम त्याला जाणवायला लागले. त्यांनी विचारलं की काही काळ नेहमीचा खुराक घ्यायचा का? त्याचा उत्साह वाढवण्याच्या हेतूने मॉसनने त्वरित मान्य केलं आणि १९१२ च्या त्या अखेरच्या सकाळी त्याने बिस्किटस्, बटर आणि चहाचा नाश्ता तयार केला. त्यानंतर खराब उजेडात त्यांनी नशीब आजमावण्याचा प्रयत्न केला; पण धुसर उजेडामुळे त्यांना अडीच मैलांवरच थांबावं लागलं. मर्टझ्चा उत्साह वाढवण्यासाठी त्याने पुन्हा त्याच्या साठ्यातून पेमिकन आणि कोको काढला. त्याने थोडा फरक पडला आणि ते पुन्हा निघाले; पण खराब हवामानामुळे पाच मैलांवर त्यांना पुन्हा थांबावं लागलं.

नववर्षदिनी तंबूत अडकून राहावं लागलेला मॉसन चिंताग्रस्त झाला, दमट स्लीपिंग बॅगव्यतिरिक्त दुसरी कसलीही तक्रार मर्टझ जरी करत नव्हता, तरी बोलण्याच्या ओघात आपलं पोट दुखतंय हे त्यानं सांगितलं. खरंतर मॉसनचं पोट पण दुखत होतं; पण मर्टझ्च्या दुखण्याची तीव्रता जास्त असावी, असा अंदाज मॉसनने केला. दरम्यान मर्टझ्ने त्याच्या रोजनिशीत लिहिलं, 'कुत्र्याचं मटण मला पचत नाहीसं दिसतं, कारण काल मला अशक्तपणा जाणवला.' त्याचा होरा अचूक होता; परंतु दुर्दैवाने त्याच्या लक्षणांमागची कारणं शोधण्यासाठी तो जिवंत राहिला नाही.'

१९१३ चे तीन दिवस उलटल्यावर मॉसनला जगण्याची संधी निसटत चालली आहे, असं वाटायला लागलं. नववर्षदिनी त्यांना रोखून ठेवलेल्या हवामानाने पुढचे दोन्ही दिवस तिथेच ठाण मांडलेलं होतं. अर्थात त्याचा मुक्काम जेवढा अधिक तेवढा त्यांचा आहार कमी, प्रगती नाही तर खाणं नाही. वस्तुस्थिती अशी होती, की स्लेजिंगचे मोठे पल्ले मारण्यासाठी चॉकलेटचे दोन तुकडे पुरेसे नव्हते. त्यांनी थोडा कोको घेतला आणि बिस्कीट खाल्लं, तर मर्टझ्ला ते सोसलं नाही. मर्टझ्ने अधिक ग्लॅक्सो खावं आणि बदल्यात मॉसननं त्याच्या वाट्याचं कुत्र्याचं मटण खावं, ह्याला मॉसन राजी झाला. मित्रासाठी काहीही करण्याची त्याची तयारी होती.

अखेरीस ३ जानेवारीला सूर्यदेव ढगांआडून डोकावल्यावर दोघे तंबूबाहेर पडले. 'पाच मैलांची मजल मारली; पण मर्टझ्च्या बोटांना हिमबाधा झाली. त्याची एकंदरीतच स्थिती वाईट होती.' चांगला पृष्ठभाग लाभूनसुद्धा मर्टझ्च्या स्थितीमुळे थांबावं लागल्याच्या नैराश्यातून मॉसनने लिहिलं, मॉसनने आशा केली लवकर झोपल्यामुळे सकाळी लवकर निघता येईल; पण सकाळी मर्टझ्ला हलता येईना. मॉसनने तो दिवस मर्टझ्च्या शुश्रूषेत आणि तयारी करण्यात आणि परिस्थिती सुधारेल, अशी आशा करण्यात घालवला; पण ५ जानेवारीची कथाही तीच. 'मी झेव्हिअरला निघण्याच्या भरीस घालत होतो; पण त्याने साफ नकार दिला. म्हणाला की त्याला विश्रांतीची गरज होती आणि त्याचे कपडे सुकायला हवे होते. मी आग्रह धरला की निदान चलनवलन व्हावं म्हणून तरी आपण २-५ मैल पुढे जाऊ.' अखेरीस असं ठरलं की आजचा दिवस विश्रांती घ्यायची; पण त्यानंतर मात्र दररोज पुढे जात राहायचं.

त्याला आणखी प्रोत्साहित करण्यासाठी मॉसनने लगेचच फक्कड नाश्ता तयार केला; पण त्याने काही फरक पडला नाही, कारण दुसऱ्या दिवशी सकाळी मर्टझ्ने स्वत:चा कामाचा वाटा उचलला नाही. कमजोर झालेल्या मॉसनला एकट्यालाच स्वयंपाक आणि तयारी करावी लागली. तोच प्रथम उतरंड उतरू लागला. पृष्ठभाग चांगला असून दोन मैलांवर मर्टझ् थांबला आणि त्याने पुढे जाण्यास नकार दिला. दोघांवरही कुपोषण, गारठा आणि कष्टाचे दुष्परिणाम झाले होते. आणि मर्टझ्ची स्थिती तर फारच खराब होती; पण मॉसनला जाणीव होती की थांबणे आत्महत्येसनान होते. त्यामुळे त्याने मित्राला स्लेजवर स्लीपिंग बॅगमध्ये पडून राहण्यास राजी केले आणि तो स्वत: स्लेज खेचू लागला. 'थोडा वेळ आम्ही असे जात राहिलो, मी त्याला तसं आणखीही दूरवर नेऊ शकलो असतो,' मॉसनने लिहिले, 'पण स्लेजवरचा प्रवासी होण्यासही त्याने नकार दिला. धक्क्यांमुळे त्याला वेदना होत होत्या. मुक्काम करण्यावाचून गत्यंतर नव्हतं.'

मॉसनने स्वयंपाक केला; पण मर्टझ् दिवसभर पडून होता. मॉसन त्यांच्या

भवितव्याचा विचार करू लागला. 'मला वाटतं त्याला ताप आलाय, तो जेवत नाहीये. आम्हा दोघांसाठीही ही परिस्थिती अतिशय गंभीर आहे – तो रोज ८-१० मैल जाऊ शकला नाही, तर एक-दोन दिवसांत आमची कंबख्तीच भरेल, त्याने लिहिले, 'असलेल्या साधनांनिशी मी एकटा पुढे जाऊ शकतो; पण त्याला सोडू शकत नाही. त्याने हाय खाल्ली आहे. हिवाळी तळापासून केवळ १०० मैलांवर असताना अशी परिस्थिती झाल्यामुळे मला खूप जड जात आहे. मी जाऊ शकलो असतो तर किती बरे झाले असते; पण मला झेव्हिअरच्या सोबतीला थांबायला हवं आणि त्याच्यात तर सुधारणा होत नाहीये – आम्हा दोघांच्याही जगण्याच्या संधी लोप पावत चालल्या आहेत.'

त्या रात्री मॉसनने मर्टझला पटवले की त्याने मर्टझ्ला स्लेजवरून खेचत नेणं हा त्या दोघांच्याही जिवंत रहाण्याचा एकमेव मार्ग आहे; परंतु दुसऱ्या दिवशी सकाळी प्रस्थान ठेवण्यापूर्वी मॉसनला शोध लागला की, 'झेव्हिअरची परिस्थिती कठीण आहे, त्याने त्याची पॅण्ट खराब केली आहे... त्याची साफसफाई करून त्याला पुन्हा स्लीपिंग बॅगमध्ये ठेवण्याचं मोठं काम मला करावं लागणार आहे. 'ते काम पुरं करून मॉसन स्वत: विश्रांतीसाठी आणि ऊबेसाठी स्लीपिंग बॅगमध्ये शिरला. उठल्यावर त्याने पाहिलं तर मर्टझ् ग्लानीतच होता... अर्थातच आज आम्ही निघू शकणार नाही... दिवस छान असूनही... हे भयंकर त्रासदायक आहे. मला स्वत:ची पर्वा नाहीये. पॅकिटा आणि मोहिमेशी संबंधित सगळेजण ह्यांच्याकरता मला अतिशय वाईट वाटतंय. नंतर दाट कोको घेऊनही मर्टझ्ची परिस्थिती फार वेळ चांगली राहिली नाही. तो पुन्हा ग्लानीत जायला लागला... पुन्हा पॅण्ट खराब झाली पुन्हा मी साफसफाई केली... त्याला कळेनासे व्हायला लागलंय तो ग्लानीतच बडबडायला लागलाय ...तासन्तास. मी त्याला धरून ठेवलं की तो शांत व्हायचा. ८ जानेवारी १९१३ च्या पहाटे २:०० वा. त्याला चिरनिद्रा लाभली. मात्र, शेवटचा श्वास घेताना तो शांत होता.

अशा तऱ्हेने मॉसन एकटा पडला. काही तास तो तसाच स्लीपिंग बॅगमध्ये पडून राहिला – आपल्या मित्राच्या मृतदेहापासून अवघ्या काही इंचांवर आपल्या भवितव्याचा, अजून पार पाडायच्या अंतराचा, त्याच्याकडे उरलेल्या अन्नासाठ्याचा, त्याच्या शारीरिक स्थितीचा विचार करीत. बाहेर वाऱ्याने वेग पकडला, आकाश काळवंडलं आणि हिमवर्षाव त्याच्या तंबूभोवतालचं सारं काही झाकून टाकू लागला. त्या तात्पुरत्या निवाऱ्याखाली त्याला असुरक्षित वाटू लागलं : 'गेले कित्येक दिवस... झेव्हिअरच्या तब्येतीने आम्हाला जाण्यापासून रोखले होते. आता मला वाटू लागलंय की माझी जगण्याची संधीदेखील मावळत चालली आहे. कुपोषणाच्या अवस्थेत

आठवडाभर दमट स्लीपिंग बॅगमध्ये राहून माझ्या तब्येतीवरही दुष्परिणाम झाला आहे.' त्याने लिहिलं की आपण कुठल्याही क्षणी कोलमडू, असं त्याला वाटत होतं. पोटशूळामुळे कुठल्याही एका स्थितीमध्ये त्याला फार वेळ राहता येत नव्हते. त्याच्या पावलांची कळवंडलेली बोटे टोकाशी फाटली होती, नखं सुटून येत होती. त्याच्या शरीराच्या खालच्या भागाची सालं निघून येत होती. त्याच्या या जखमा भरत नव्हत्या.

अनेक अर्थांनी संपूर्ण शरणागती सोयीस्कर होती. बस्स, कुशीवर वळून चिरनिद्रेची प्रतीक्षा करणं. स्कॉट आणि त्याच्या सहकाऱ्यांना स्वीकारावं लागलेलं प्रारब्ध आपणही स्वीकारणं, अर्थात त्याला त्याची कल्पना असती तर... एवढ्या प्रतिकूल परिस्थितीतही मॉसनला कशीतरी, कुठूनतरी शक्ती लाभली. तो हिवाळी तळावर पोचू शकला नाही, तरी त्याच्या रोजनिशी आणि त्याच्या वैज्ञानिक नोंदवह्या सापडतील अशा ठिकाणी त्याला ठेवायच्या होत्या, म्हणून तर नव्हे? पॅकिटा किंवा त्याच्या समर्थकांचे आणि मोहिमेतल्या बाकी सदस्यांचे तो देणे लागत असल्याचे त्याचे मत होते, म्हणून तर नव्हे? किंवा त्याने नंतर लिहिल्याप्रमाणे रॉबर्ट सर्व्हिसच्या ओळी त्याला आठवल्या, म्हणून तर नव्हे 'ऊठ, शर्थ कर आणि लढा दे. नेकीने कार्यरत राहण्यातच यश आहे, नाही का?'

काहीही असो, मॉसनने डेनिसनला जाण्याचा निर्णय घेतला. एक तर पोहोचला असता नाहीतर त्या प्रयत्नात मेला असता. 'ईश्वराने मला २० दिवस चांगलं हवामान दिलं ... आणि माझे पाय लवकर बरे केले तर मी मुक्कामी पोचू शकेन.' तो तंबूबाहेर पडला, अखेरच्या यत्नासाठी सज्ज होण्यासाठी. त्याचं पहिलंच काम शारीरिकदृष्ट्या सर्वांत कठीण होतं. छोटा सुरा वापरून त्याने स्लेजचे दोन तुकडे केले. एकावर डोलकाठी आणि शिडाची काठी तशीच ठेवली. त्यात असे बदल केले, जेणेकरून त्यावर त्याला त्याची स्लीपिंग बॅग, तंबू आणि अन्य अत्यावश्यक वस्तू लादता येतील. त्याला त्याने स्लेजमीटर जोडला आणि मर्टझ्चे बर्बेरी जॅकेट आणि एक कापडी पिशवी एकमेकांना जोडून त्याचे शीड तयार केले. काम करताना शक्तिपात होऊ नये म्हणून त्याने दोन वेळा नेहमीपेक्षा अधिक खुराक घेतला.

मोहिमेच्या त्याच्या इतिवृत्तानुसार त्या संध्याकाळी तयारी झाल्यानंतर मॉसनने भावनिकदृष्ट्या कठीण असणारी कामगिरी बजावली : मर्टझ्चे दफन. प्रथम त्याने आपल्या मित्राला स्लीपिंग बॅगमध्ये भरून तंबूबाहेर फरफटत आणले. मग त्याने त्याच्याभोवती आणि त्याच्यावरती बर्फाचे ठोकळे ठेवले आणि उरलेल्या अर्ध्या स्लेजची लाकडे वापरून त्या हिमथडग्यावर क्रॉस खोवला : थडग्यामध्ये त्यानं एका पिशवीत शेवटच्या निगेटिव्हज् आणि घडल्या घटनांच्या वृत्तान्ताची चिठ्ठी ठेवली.

दोन वर्षांनंतर अमेरिकेच्या दौऱ्यावर असताना मॉसनने मर्टझ्च्या मृत्यूनंतरच्या

अठ्ठेचाळीस तासांचा पूर्णपणे वेगळाच वृत्तान्त कथन केल्याचे सांगितले गेले. 'मर्टझ्ला खाण्यावर मी दोन दिवस विचार केला,' त्याने कथन केल्याचं न्यूयॉर्क इव्हिनिंग ग्लोबने प्रसिद्ध केले. 'माझ्याकडे खाद्याची वानवा होती... पण माझ्या मनात आलं की मी जर नागरी जीवनात परतू शकलो तर माझं मन मला सतत खात राहील, म्हणून मी त्याचं दफन केलं आणि पुढे निघालो. 'ही बातमी पाहूनच बहुधा शेजारच्या कनेक्टिकटमधल्या ब्रिजपोर्ट स्टॅण्डडने मॉसनचे शब्द छापले ते होते : 'मृतदेहाशेजारी दोन दिवस पडून राहून विचाराअंती मी डॉ. मर्टझ्चं हिमथडग्यात दफन केलं.'

या दोन्ही आणि अशाच अन्य बातम्या मॉसनने लगेचच फेटाळल्या. त्याचा मथळा होता : 'मॉसनचा नरभक्षक होण्याचा विचार नव्हता. मृत सहकार्याला खाण्याचा त्यांचा विचार असल्याच्या बातमीला सर डग्लस कपोलकल्पित म्हणतात. टोरोन्टो डेली स्टारने छापले : सर डग्लसचा डॉ. मर्टझ्ना खाण्याचा विचार असल्याच्या. न्यूयॉर्कमधल्या बातम्यांच्या बाबतीत सर डग्लस म्हणतात की त्या संतापजनक असून न्यूयॉर्कच्या वार्ताहराचाच तो जावईशोध आहे.

तरीही, त्यांनी नरभक्षणाचा विचार केला होता का – जसे की अॅन्टार्क्टिकामध्ये भीषण परिस्थितीत घडले होते – हा प्रश्न अनुत्तरित राहतो. मॉसन व्यवहारी होता, आणि त्यामुळे असं मत मांडलं गेलं की जिवंत राहण्याकरिता आवश्यक ते काहीही त्यानं केलं असतं. मात्र त्याच्या रोजनिशीतल्या नोंदी स्पष्टपणे दर्शवतात की त्याने ते टोक न गाठण्याची अनेक कारणं होती. एकतर तो अखेरपर्यंत मर्टझ्बरोबर थांबला. त्यासाठी स्वत:लादेखील त्यानं मृत्यूच्या हाती सोपवलं होतं. मर्टझ्च्या मृत्यूपूर्वी दोन दिवस त्याने लिहून ठेवलं होतं, की उपलब्ध पुरवठ्यात तो हिवाळी तळापर्यंत पोचू शकेल, मात्र तो मर्टझ्ला सोडून जाणार नाही. मृत्यूच्या भयाला स्वत:च्या नैतिकतेवर शिरजोरी करू देणार नाही, म्हणजेच मर्टझ्च्या मृतदेहाचे पावित्र्य आपसुकच राखले गेले असेल. मॉसनला अनेक वर्षे ओळखत असलेले, ऑस्ट्रेलियन नॅशनल अॅन्टार्क्टिक रिचर्स एक्स्पिडिशनचे पूर्व अध्यक्ष फिलिप लॉ यांनी नरभक्षणाची शक्यता पूर्णपणे फेटाळली. 'तो मनुष्य अढळ पुराणमतवादी नैतिक अधिष्ठान असलेला होता. लॉ त्यांनी फिलिप आयर्सला सांगितले,' तो तसा विचार करणं केवळ अशक्य.

मॉसनची रोजनिशी वस्तूस्थिती दर्शवते. मर्टझ् जेव्हा मृत्यू पावला तेव्हा मॉसनचा पुरवठा दुप्पट झाला, तो गृहीत धरलेला नव्हता. केप डेनिसनला पोचण्याकरिता त्याच्याकडं पुष्कळ शिधा उपलब्ध होता. त्यामुळेच नरभक्षण करण्याची गरजच मुळात सरली होती. शिवाय शोधपथकाला – त्याच्यासह अथवा विना – मृतदेह आणि फोटो सापडावेत म्हणून मॉसनने त्याच्या रोजनिशीत मर्टझ्च्या थडग्याच्या

ठिकाणाची नोंदही केली होती. मर्टझ्चा मृतदेह जर सुस्थितीत नसता तर मॉसनने निश्चितपणे तशी नोंद ठेवली नसती. आणखीही एक वास्तववादी कारण होते : मर्टझ्च्या मृत्यूचे कारण त्याला ठाऊक नसल्यामुळे, 'रोगग्रस्त मटण' खाणे अत्यंत धोकादायक ठरले असते.

तात्पर्य, त्याने नरभक्षणाचा विचार केला होता का, या प्रश्नाचे ठाम उत्तर 'नाही' असेच आहे. त्याच्या रोजनिशीतल्या नोंदी आणि प्राप्त परिस्थितीतली कारणं बाजूला ठेवूनही, जीवनभरातली मॉसनची वर्तणूक, त्याचं लिखाण आणि त्याची भाष्ये पाहता तशा शक्यतेला थारा मिळत नाही. मॉसनला प्रत्यक्ष ओळखणारी कोणतीही व्यक्ती मान्य करीत होती की असे वर्तन अशक्य होते.

मॉसनला कल्पना होती की मर्टझ्च्या मृत्यूचा शोक करण्यात वेळ घालवला तर हिवाळी तळावर पोचण्यात अधिक अडचणी उद्भवतील. दुर्दैवाने ९ जानेवारीच्या सकाळी वाऱ्यानेच ताशी ५० मैलांची गती पकडली आणि त्याने तंबू गुंडाळण्याचे धाडस टाळले. तो पुन्हा उभारण्याची वेळ आली तर तेवढे श्रम पेलण्याची ताकद आपल्यात नसेल, असं गृहीत धरूनच अडकून पडलेला असताना वारा थोडा उतरल्यावर त्याने मित्राच्या थडग्यापुढे प्रार्थना म्हटली. अधिक बळ येण्यासाठी स्वत:चा खुराकही वाढवला.

दुसऱ्या दिवशीदेखील तो अडकून राहिला. फावल्या वेळेत त्याने डागडुज्या केल्या. रॉकेल वाहून न्यायला नको म्हणून कुत्र्याचं उरलंसुरलं मटणही शिजवून टाकलं. संध्याकाळी सूर्यदर्शन घडलं, वारा एकदम उतरला आणि हवामान स्वच्छ, सुंदर झाले. सकाळी अधिक उबदार वातावरणात, जे त्याच्या नाजूक स्थितीस पोषक असेल, निघण्याचा त्याने निर्णय घेतला. आता तो एकटा लढणार होता निसर्गाशी, जीवनासाठी किंवा कदाचित... मृत्यूशी.

■

एकाकी

११ जानेवारीच्या मनोरम, शांत वातावरणात सूर्यदर्शन झालं. पृष्ठभाग अनुकूल राहील असं तापमान होतं. किमान दहा मैलांची मजल मारण्याची आशा मॉसनच्या मनात पल्लवीत झाली. मर्टझ्चा शेवटचा निरोप घेऊन तो हलक्या उतारावरून आस्तेआस्ते निघाला. थोडं अंतर गेला नाही तोच त्याला त्याच्या पायांमध्ये जडपणा जाणवू लागला. दोन मैलांच्या अंतरावर पायांमध्ये एवढ्या वेदना होऊ लागल्या की तो स्लेजवर बसला. पायांची पाहणी करण्याकरिता त्याने फिनेस्कोज उतरवले : त्याला दिसलं ते भीषण होतं : 'तळपायांचं सुजमटलेलं चामडं सुटलं होतं आणि त्यातून स्रवलेल्या द्रवाने त्याचे पायमोजे चिंब ओले झाले होते. त्याखाली नवे आलेले नाजूक चामडे सोलवटून निघाले होते.'

वेदना पचवण्याच्या तयारीने त्याने नव्या चामड्यावर लॅनोलिन फासलं आणि सुटलेले चामडे बॅण्डेज पट्टीने बांधून टाकले. त्यावर त्याने लोकरीचे जाड सहा पायमोजे चढवले, त्यावर फिनेस्कोज आणि त्यावर क्रॅम्पॉन ओव्हर-शूज घातले. 'त्यानंतर मी माझे बहुतेकसे कपडे उतरवले आणि सूर्यस्नान केलं. माझ्या शरीरभर सुरेख संवेदना निर्माण होऊन माझी ऊर्जा वाढल्यासारखं मला वाटू लागलं.' त्यानंतर थोडा वेळ मंद गतीने तो चालत राहिला. कुकरमध्ये बर्फ ठेवून तो त्याने स्लेजवर ठेवला होता, जेणेकरून उन्हामुळे बर्फाचे पाणी होईल. ज्यादा चॉकलेट आणि पाणी याच्या जोरावर संध्याकाळी ५:३० वा. पर्यंत त्याने सहा मैलांहून अधिक अंतर कापलं. एवढा शक्तिपात झाला होता, की संध्याकाळ रम्य नसती तर तंबूदेखील उभारला गेला नसता.

दुसऱ्या दिवशी सकाळी वारा ताशी ४५ मैलांनी वाहत असल्यामुळे आपसूकच वाटचाल थांबली. पायांना विश्रांती मिळाली; पण वस्तुस्थिती ही होती की केवळ

त्याच्या पायांनाच औषधोपचारांची गरज होती असे नव्हते. मर्टझ्प्रमाणेच त्याच्या पायांची आणि गुप्तांगांची सालडी सुटली होती. 'जिथेजिथे म्हणून सालडी सुटत होती ती भरून येत नव्हती. नाकाची सालडी सुटली होती आणि ओठ फाटलेले होते.' त्याने लिहिले. 'खराब हवामान, सततचा ओलावा आणि चालण्यामुळे होणारे सततचे घर्षण यामुळे माझे अंडाशय, मर्टझ्प्रमाणेच, सोलवटून हुळहुळे झालेले होते. त्यावर उपचार करणे जवळजवळ अशक्य आहे.' त्याची लक्षणे मर्टझ्सारखीच होती, ज्याची कारणे कुपोषण आणि मर्यादेपलीकडचे भोग असल्याचे त्याचे मत होते, परंतु खरी वस्तुस्थिती त्याला जर कळती तर तो फारच चिंतग्रस्त झाला असता.

मोहिमेचे प्रमुख शल्यविशारद असलेल्या आर्चिबाल्ड मॅकलिन यांना पूर्ण माहिती मिळाल्यावर त्यांनी मर्टझ्च्या मृत्यूचे आणि मॉसनच्या हलांचे कारण निश्चित केले होते, कोलायटिस; परंतु त्यानंतर पन्नास वर्षांनी खरं कारण कळलं – १९६९ मध्ये सर जॉन क्लिलॅण्ड आणि आर. व्ही. साऊथकॉट यांनी अभ्यास करून सूचित केले की दोघांची लक्षणे पाहता सालडी सुटणे, वजन घटणे, नैराश्य येणे, स्नायूंची कमजोरी, केंद्रीय मज्जासंस्थेची हानी, पोटशूळ, जुलाब, त्वचारोग आणि केस गळणे – तो हायपरव्हायटॅमिनॉसिस ए चा, म्हणजे अति प्रमाणात व्हायटॅमिन ए चे सेवन केल्याचा परिणाम होता. पूर्वीच्या अभ्यासाने दाखवलं होतं की ग्रीनलॅण्डचे कुत्रे आणि अॅन्टार्क्टिकमधले अन्य मांसाहारी जीव यांच्यात व्हिटॅमिन ए'चे प्रमाण खूप होते. यावरून अभ्यासकांनी निष्कर्ष काढला, की कुत्र्यांची यकृते मॉसनच्या आणि मर्टझ्च्या विषबाधेस जबाबदार होती. त्यानंतरच्या संशोधकांनीही त्यांची मतं मान्य केली आणि दाखवून दिले की कुत्र्यांच्या यकृतातील व्हिटॅमिन ए'ची पातळी मनुष्यासाठी विषारी ठरू शकते. अर्थात त्याचा सबळ पुरावा मिळवणे अशक्य. ANARE चे फिलिप लॉ आणि 'दि मेडिकल जर्नल ऑफ ऑस्ट्रेलिया'मधल्या लेखानुसार हे तितकंसं खरं नव्हतं, तरीही बहुसंख्य तज्ज्ञांना हायपरव्हायटॅमिनॉसिस ए, म्हणजेच कुत्र्यांच्या यकृतांच्या सेवनामुळे झालेली विषबाधा हे कारण मान्य आहे.

म्हणजेच केवळ दिवसभराची विश्रांती आणि अधिक खुराक मॉसनला ठणठणीत करण्यास पुरेसा नव्हता. दुसऱ्या दिवशी वाऱ्याचा जोर निवळला आणि तो निघाला; परंतु त्याच्याकडचे क्रोनोमीटर क्लॉक बंद पडल्यामुळे त्याला त्याची स्थिती निश्चित करता येत नव्हती. त्याने पार केलेले ५ मैलं अधिकांशी उतार होता. तो मर्टझ् ग्लेशिअरच्या दरीत प्रवेश करीत होता; पण तरीही त्याला वेदना होत होत्या, मुक्काम केल्यावर पाहणी केली असता पायांची अवस्था अधिक बिकट झाल्याचं त्याला जाणवलं. 'परिस्थिती खराब आहे, पण मी निभावून नेईन.'

दूरवरच्या ऑरोरा पीकच्या दर्शनाने त्याची उमेद वाढली. प्रत्यक्ष हिमनदीपाशी पोचल्यावर मात्र मऊ, वितळल्या पृष्ठभागानं त्याचं स्वागत केलं. पुन्हा त्याची प्रगती

खुंटली. खराब दृश्यतेमुळे त्याला घळीचा अंदाज येत नव्हता. १५ तारखेला नैराश्याने त्याने नोंद केली की त्याचे दल बोट गाठण्यासाठी तळावर पोचण्याच्या बेतात होते; पण खराब उजेडामुळे घळीत पडण्याची अधिक शक्यता होती. म्हणूनच तासाभराच्या मजलीनंतरच त्याला मुक्काम करावा लागला.

दुसऱ्या दिवशी सकाळी मॉसनने सावधपणा भिरकावून दिला आणि खोल, मऊ हिमातून मार्गक्रमण सुरू केले. हा जुगारच होता, खरंतर तो नुकताच एका उताराच्या शिखरावर पोचला होता, त्याचे स्लेज सुरळीत पळत होते. एवढ्यात त्याच्या लक्षात आले की समोरून स्लेज अचानक खोल उतरू लागलंय. खोल निळ्या विवरात कोसळण्याची जाणीव त्याला क्षणार्धातच झाली. तो तत्क्षणी वळला, स्लेज गती पकडीत होती... ते कसेबसे सावरले गेले. 'त्यानंतर जवळजवळ मिनिटभर तो जागचा हालला नाही. त्यानंतर स्लेज त्याच्याजवळ सरकले. त्याने लढा जिंकला; पण त्यासाठी त्याची एवढी शक्ती खर्च झाली की त्याला कुत्र्याचं सूप प्यावं लागलं.

१७ जानेवारीला आभाळ पुन्हा काळवंडलेलेच होते; पण थांबून चालणारच नव्हतं. त्यामुळे त्याच्या मूळच्या अपुऱ्या पुरवठ्यावर अधिकच ताण पडला असता. त्यामुळे ८:०० वा. तो एवढ्या कमी उजेडात निघाला की काही प्रचंड खोल घळी तो त्यांच्या बाजूने पुढे गेल्यावर त्याला दिसल्या. आंधळेपणाने तो एका टेकाडावर चढत असताना एका घळीच्या छतात तो मांडीपर्यंत रूतला; पण कसाबसा सावरला. त्याने वाटचाल चालूच ठेवली आणि थोड्याच अंतरावर तो एका घळीत कोसळला आणि स्लेजच्या पट्ट्यांवर पृष्ठभागापासून चौदा फूट खोल लटकत राहिला. त्याच्या मनात आलं की स्लेज आता त्याच्या डोक्यावर पडेल; पण ते पृष्ठभागावरच अडकून राहिल्याचे पाहून पुन्हा त्याला वाटलं, ईश्वराच्या मनात वेगळंच काही आहे. त्याने त्याला आणखी एक संधी दिली होती – क्षीण का असेना. 'माझी शारीरिक स्थिती पाहता पृष्ठभागावर चढून येणं शक्य होईलसं, मला वाटलं नाही.' मॉसनने नंतर श्रोतृवर्गापुढे कथन केले. 'मी खूप हळहळलो, कुत्र्याचं थोडंसं मटण मी स्लेजवरच राखून ठेवल्याबद्दल. संधी होती तेव्हाच मी ते खायला हवं होतं.'

त्यानंतर अशक्य कोटीतले परिश्रम घेत मॉसन पृष्ठभागावर चढून आला, परंतु त्याच्या वजनाने काठावरचं बर्फ ढासळलं आणि तो पुन्हा लटकू लागला. 'थकलेल्या, शक्तिहीन आणि गारठलेल्या स्थितीत माझ्या मनाची ठाम समजूत झाली की मृत्यूव्यतिरिक्त सर्व काही संपलेले होते.' त्याने लिहिलं, 'खाली काळदरी होती, पट्ट्यांमधून निसटण्याचा काय तो अवकाश होता, त्यानंतर सर्व वेदनांचा आणि सर्व कष्टांचा अंत होणार होता. त्याचे हात आपसूकच पट्ट्यांकडे गेले; पण त्याने कबुली दिली, 'मला घळीचा तळ दिसत नव्हता आणि मला भीती वाटली की मी खाली

पडेन आणि मोडक्या हाडांच्या वेदना सोसत निपचित पडून राहीन.'

सगळं संपलं आहे असं वाटत असतानाच त्याच्या मनात आलं की ईश्वराने त्याला पूर्वी अनेकदा वाचवलं होतं. त्याच्या आश्चर्यकारक सुटका पाहिल्या होत्या. 'मी माझी सर्व शक्ती एकवटली... आणि साडेचार तास झटत राहिलो.' त्याची शक्ती संपत असताना आणि गारठल्यामुळे हातांच्या संवेदना नाहीशा होत असताना तो पृष्ठभागाच्या जवळ सरकत चालला होता. अखेरीस तो पृष्टभागावर पोचला या वेळी पाय आधी वर टाकून आणि पूर्ण आडवा होऊन. 'त्यानंतर मी जे केले ते तुम्हाला खुळेपणाच वाटेल.' त्याने श्रोतृवर्गाला सांगितलं. 'मी कुत्र्याचं मटण शिजवून खाल्लं आणि आनंद साजरा केला.'

'आदल्या दिवशीचा अपघात आणि माझी खुंटलेली प्रगती यांचा परिणाम म्हणजे मी झोपू शकलो नाही,' मॉसनने दुसऱ्या दिवशी लिहिले. 'वेळ फुकट घालवला.' अर्थात मटणाच्या अतिसेवनाचाही परिणाम त्याच्या शरीरावर झाला असणार; परंतु त्या कालावधीत मॉसनच्या मनात एक कल्पना अंकुरली – दोरखंडाची शिडी तयार करण्याची. 'शिडीचं एक टोक स्लेजला बांधायचं आणि दुसरं माझ्या डाव्या खांद्यावरून सोडून स्लेजच्या पट्ट्याला बांधायचं म्हणजे मी पुन्हा जर का घळीत कोसळलो आणि सुदैवाने स्लेज माझ्या पाठून न येता पृष्ठभागावर सुरक्षित राहिले तर त्या शिडीवरून चढत मी पृष्ठभाग गाठू शकेन.'

त्याने लगोलग शिडी तयार केली. त्याचं फळदेखील त्याला लगोलग मिळालं. पुन्हा वाटचाल सुरू केल्यानंतर काही मिनिटांच्या अवधीत तो दोन वेळा घळीत कोसळला; पण स्लेज सुरक्षित राहिले आणि शिडी 'हुकमाचा एक्का' ठरली. मात्र एकंदरीत घळीचे जंजाळ आणि सिरॅक आईसमुळे त्याची प्रगती मंदावली. सततच्या धोक्याच्या जाणिवेनं मॉसनला वाटू लागलं की त्याने किनारपट्टीचा मार्गच चोखाळायला हवा होता. त्याचबरोबर त्याची तब्येत पुन्हा बिघडू लागल्यामुळे त्याला चिंता वाटायला लागली; परंतु २१ जानेवारीच्या सूर्योदयाबरोबर त्याच्या आशा परतल्या. त्याने ती भयंकर हिमनदी पार केली होती. अर्थात तो दिवस त्याच्या दृष्टीने मोहिमेतला सर्वांत खडतर दिवस होता. त्या दिवशीची खडी चढण सर्वांत कठीण होती. हिवाळी तळापासून अल्लाउद्दिनच्या गुहेपर्यंत किती चढणी पार केल्या असतील आजवर; परंतु ही चढण सगळ्यांवर ताण ठरली. त्या रात्री क्रॅम्पॉन्स, दोरखंडाची शिडी, दोरखंड आणि 'क्रिव्हास स्टिक'चा त्याग करून त्याने आपला भार हलका केला.

आता पठार त्याच्या आवाक्यात आलं होतं. २२ जानेवारीला त्याने पाच मैलांहून अधिक मजल मारली. त्याला कष्ट अतोनात झाले होते; पण यशही मिळालं होतं. त्याने आता आपल्या अन्नाच्या साठ्याकडे लक्ष दिलं. हिमनदी पार करताना

अपेक्षेपेक्षा जास्त साठा वापरला गेला होता. त्याने पुन्हा एकदा आपला आहार कमी केला. मात्र त्याबरोबर तो आळसावला, त्याच्या अंगावर गळवे झाली. दरदिवशी पाच मैल प्रगती केली तर थोडा जास्त आहार घ्यायचा निश्चय त्याने केला. 'त्यामुळे काल रात्री झकास पेमिकनवर ताव मारला – कुत्र्याच्या मटणात मिसळून,' त्याने लिहिले, 'त्यानंतर आज सकाळी अर्धा डबाभर निर्भेळ पेमिकन खाल्ले, आणि त्याबरोबर एक बिस्कीट, चहा आणि बटर खाल्लं. माझं पोट भरलं आणि मला खूप उत्साही वाटू लागलं.'

पठारावर पोचल्यावर आपली गती वाढेल अशी मॉसनची कल्पना होती; परंतु पठार पार करणेही हिमनदी पार करण्याएवढंच दुष्कर ठरलं, घोंघावत्या वाऱ्यांची समस्या अधिक बिकट झाली. २४ जानेवारीच्या दुपारी मॉसन हिवाळी तळ गाठण्याच्या ठरलेल्या वेळापत्रकाच्या ९ दिवस मागे असताना वाऱ्याचा जोर एवढा वाढला की त्याला तंबू उभारावा लागला.

'भणाणत्या वाऱ्यात एकहाती तंबू उभारण्याच्या कामात खूप चिकाटीची आणि थोड्या कौशल्याची गरज भासते,' त्याने लिहिलं. ते तिघेजण होते तेव्हाही तंबू उभारणं हे एक दिव्य होतं. आता वर विविक्षित पद्धतीने तो उभारण्यासाठी त्याला दोन तास लागत. त्याला पुन्हा प्रश्न पडला, 'दररोज प्रवास करायचा का? वारा असाच वाढत राहिला तर किती दूरपर्यंत जायचं?' वादळी वाऱ्यांनी त्याला २५ जानेवारीला आणि त्यानंतरचेही दोन दिवस तंबूत जखडून ठेवलं.

अर्थात, ह्या विश्रांतीच्या कालावधीचा फायदादेखील होत होता. विश्रांतीनंतर तो ८ ते ९ मैलांची मजल मारू शकत असे; परंतु तरीही मॉसनची एकंदर तब्येत ढासळत चालली होती. 'माझ्या दोन्ही हातांची सालडी सुटली आहेत, ते खूप नाजूक झाले आहेत आणि त्याचा खूप उपद्रव होत आहे,' त्याने लिहिले आणि त्याच्या दुसऱ्याच दिवशी लिहिले. 'खूप कमी आहार, नवी कातडी आणि निष्क्रियता यामुळे पाय गोठले आहेत,' आणि त्यानंतर लगेचच त्यानं लिहिले, 'गेले दोन दिवस माझे केस मुठींच्या हिशेबात गळत आहेत आणि अन्नात सापडत आहेत. माझ्या दाढीच्या एका बाजूचे केस काही ठिकाणी पुंजक्यांनी गायब झाले आहेत.' ही सगळी लक्षणे हायपरव्हायटॉमिनॉसिस ए ची आहेत; पण मॉसनला छळणारी ही एकमेव समस्या नव्हती. त्याला त्याच्या खुलेपणाचा, शरीरातील पाण्याच्या अभावाचा आणि कुपोषणाचाही त्रास होत होता. त्याचं मनही सततचा तणाव सहन करीत होतं : 'मला झोप लागत नाही आणि मी अनेक गोष्टींचा विचार करीत राहतो – कुकरमध्ये सुधारणा कशी करता येईल वगैरे' एका वादळात त्याने लिहिले. 'शेवट नेहमी अन्नाने होतो, तेल कसे वाचवायचे... स्लीपिंग बॅगमध्ये बर्बेरीज घालायला हव्यात. हिमाच्या भारामुळे तंबू आकसत चाललाय आणि आता तो शवपेटीच्या आकाराचा

झालाय. माझ्या अंगावर शहारे येत आहेत.’

पण एवढं सगळं होऊनही तो हार मानणार नव्हता. त्याने आपल्या खगोलीय आणि दिशादर्शक नोंदी ठेवणे कायम ठेवले होते आणि तो कसातरी सकारात्मक राहत होता : ‘मी पूर्ण आशावादी आहे आणि ईश्वरावर माझा भरवसा आहे. त्याने अजूनपर्यंत माझं रक्षण केलेलं आहे.’ पण केवळ हीच एकमेव श्रद्धा त्याला तगवत नव्हती. तेवढ्याच तोडीची निष्ठा आणि परतण्याची आसक्ती त्याच्या मनात पॅकिटाविषयीही होती. त्याने तिला नंतर लिहिले, ‘तुझ्याविषयी प्रेम आणि निष्ठा ही एक मोठी शक्ती आहे, जिच्यामुळे अखेरीस मी हिवाळी तळावर पोचू शकलो.’ उलटपक्षी, तिच्या स्वत:च्या प्रयत्नांमुळेही, सुरक्षित ठिकाणी पोचण्यात शेवटच्या टप्प्यात मॉसनला भावनिक उभारी मिळाली.

२८ जानेवारीच्या सकाळी वादळ निवळल्याबरोबर, तो आता जवळजवळ दोन आठवडे वेळापत्रकामागे असल्याची कल्पना असताना, मॉसनने प्रथम हिमात अडीच फूट गाडला गेलेला तंबू आणि स्लेज सोडवले. त्यासाठी त्याला दीड तास लागला. त्याचे सर्व सामान एकतर भिजले होते किंवा गोठले होते; पण त्यानंतर तो निघाला. आनंदाची गोष्ट म्हणजे मैलाच्या टापूतलं आभाळ स्वच्छ झालं, सूर्य डोकावला. आता त्याला हव्या त्या मार्गाने तो जाऊ शकत होता. ‘मी चालत राहिलो,’ त्याने लिहिलं, ‘प्रथमच मला वाटत आहे की अल्लाउद्दिनच्या गुहेत जाणे मला शक्य होईल. खरा आनंद संध्याकाळी मिळाला जेव्हा मॅडिगन न्यून टाक दृष्टीस पडलं. ‘आज दिसलेले सारे गृहीत धरता,’ त्याने लिहिले, ‘असं दिसतंय की अल्लाउद्दिनच्या गुहेपर्यंतचं अंतर ३१ मैलांहून अधिक नसणार.’

आता तो केप डेनिसनच्या जवळ होता, तरीही आपण सुरक्षित परतूच अशी त्याला खात्री नव्हती. त्याचा आहार आता दोन पाउंडस्‌पर्यंत घटला होता आणि कुठलाही खोळंबा त्याच्या अचाट प्रयत्नांचा शेवट अपयशात करण्याची शक्यता होती. म्हणूनच, दुसऱ्या दिवशी सकाळी वाऱ्याची गती तशी ४५ मैलांची असताना आणि थोडा हिमवर्षाव होत असतानाही तो निघाला. पाच मैलांची खडतर मजल मारल्यानंतर अचानकपणे काहीतरी काळं त्याच्या उजवीकडं पडलं. कुतूहलाने त्याच्याजवळ जाऊन पाहिलं तर ती दगडांची रास होती, काळ्या कापडाचे आच्छादन असलेली. न राहवून त्याने दगडांचा वरचा थर दूर केला आणि त्याला तिथे अन्नाची थैली आणि चिठ्ठी ठेवलेला डबा गवसला. ते ठेवलं होतं मॅकलिन, हर्ली आणि हॉजमन यांनीच. जे सहा तासांपूर्वीच तिथून पुढे सरकले होते. हा डबा आपल्या मित्रांना सापडून त्यांना उपयुक्त ठरेल अशी क्षीण आशा त्यांच्या मनात होती. अर्थात, त्यांच्या कल्पनेहून कितीतरी अधिक पटींनी त्याचा उपयोग झाला होता.

स्थिती : अल्लाउद्दिनच्या गुहेपासून S 60 E कडे २१ मैल, चिठ्ठीतला मजकूर होता. 'अल्लाउद्दिनच्या गुहेपासून S 60 E कडे १४ मैलांवर एक आणि अल्लाउद्दिनच्या गुहेपासून आग्नेयेकडे ५ मैलांवर एक असे बर्फाचे दोन ढीग, पहिल्यात बिस्किटस्, चॉकलेटस् इ., तर दुसऱ्यात बिस्किटे, पेमिकन आणि चहा वगैरे. १३ जानेवारीला ऑरोराचे आगमन. बिनतारी संदेश मिळाले. सर्व दले सुरक्षित त्याची माणसे सुरक्षित असल्याच्या खबरीने मॉसनला अत्यानंद झाला. शिवाय अल्लाउद्दिनची गुहा त्याच्या अंदाजापेक्षा पाच मैल जवळ असल्याने त्याच्या आनंदात भर पडली. त्याने पुढे वाचलं की ॲमंडसेन ध्रुवावर पोचला होता, स्कॉटच्या सहाय्यक दलाने त्याला पठारावर सोडले होते आणि बेज, बिकरटन आणि मॅडिगन यांच्या नेतृत्वाखालच्या दलांनी त्यांच्या स्लेजिंगच्या मोहिमा फत्ते केल्या होत्या.

परंतु ह्या सगळ्यापलीकडे तो तळ गाठेपर्यंत त्याला पुरेल एवढा पुरवठा असणारी थैली मॉसनच्या हातात होती, त्या अर्थाने, त्या क्षणी मॉसनचं नशीब सगळ्यांपेक्षा उजवं होतं. हजारो मैल दूर आणि अनेक महिन्यांपूर्वी प्रेमाने हाताने शिवलेल्या 'पॅकिटा बॅग'ने त्याला निखळ आनंद आणि नवी आशा दिली होती. पॅकिटा जरी घरी होती तरी त्या क्षणी ती त्याच्यासाठी देवदूत होती. ''अल्लाउद्दिनच्या गुहेपाशी मी त्या प्रचंड कंसातून कुठूनही आलो असतो,' त्याने लिहिले, 'पण ईश्वराने मला त्याच ठिकाणापाशी सोडले.'

मॉसनला आणखी उत्तेजनाची आवश्यकता नव्हती. तो लगेचच पुढे निघाला. मॅकलिनच्या नोंदींनी गोंधळून जाऊन त्याने अनेकदा स्वत:चा मार्ग बदलला आणि स्लेजवर बसून, वाऱ्याच्या मदतीने दिवसअखेर तो अल्लाउद्दिनच्या गुहेच्या पूर्वेकडे गेला. नंतर त्याने सरळ पश्चिमेचा रोख धरण्याचा प्रयत्न केला; पण बर्फाने आणि एका बाजूने वाहणाऱ्या वाऱ्याने त्याच्या प्रगतीला खीळ घातली. मागल्या आठवड्यात त्याने क्रॅम्पॉन्सचा त्याग केल्यामुळे – अल्लाउद्दिनच्या गुहेतून दुसऱ्या घेण्याचा निर्णय घेऊन – वाटेत तो अनेकदा पडला आणि त्याच्या अंदाजाने अल्लाउद्दिनच्या गुहेपासून १३ मैलांवर मुक्काम करणे त्याला भाग पडले.

दुसऱ्या दिवशी सकाळी वाऱ्याचा जोर पाहून आणि बर्फ गोठल्यामुळे सुरक्षितता कमी झाल्याचे पाहून त्याने क्रॅम्पॉन्स तयार करण्याचे ठरविले. थिओडोलाईटच्या खोक्याच्या दोन फळ्या काढून त्याने त्यात मिळतील ते खिळे, स्क्रू आणि टेकस ठोकले आणि त्या फळ्या काढून त्याने त्यात फिनेस्कोजना वातीच्या सहाय्याने बांधल्या. तो पुन्हा पश्चिमेच्या दिशेने जाऊ लागला. मधूनच दिसणारा मॅक्केलर द्वीपसमूह त्याला मार्गदर्शन करत होता. सुमारे साडेपाच मैलांच्या खडतर प्रवासानंतर त्याचे दोन्ही नवे क्रॅम्पॉन्स मोडकळीस आले आणि त्यानंतर थोड्याच वेळात त्याचे स्लेज एका अरुंद घळीत अडकून राहिले. ते सोडवून घेण्यासाठी त्याची प्रचंड

दमछाक झाली. त्या रात्री तिथेच मुक्काम करण्याचा त्याने निर्णय घेतला.

दुसऱ्या दिवशी सकाळीदेखील अल्लाउद्दिनची गुहा आवाक्याबाहेरच राहिली, जवळ होती तरी. कारण वादळाने त्याची वाट रोखून धरली होती. वेळेचा सदुपयोग करून मॉसनने पुन्हा नवे क्रॅम्पॉन्स तयार केले. अखेरीस १ फेब्रुवारीच्या दुपारी वादळ शमल्यावर मॉसन पुन्हा निघाला. अडीच मैलांच्या पायपीटीनंतर त्याचे क्रॅम्पॉन्स पुन्हा तुटले; पण तो अल्लाउद्दिनच्या गुहेच्या तोंडाशी येऊन पोहोचला होता. अत्यानंदाने खुळावत मॉसन गुहेत उतरला. तिथे त्याला संत्री, अननस आणि अन्य सामान मिळाले; पण त्यात क्रॅम्पॉन्स नव्हते. अनेक महिन्यांनंतर प्रथमच सुरक्षिततेचा अनुभव घेत त्याने थोडी विश्रांती घेतली आणि स्वयंपाक केला. शेवटच्या काही मैलांचं अंतर पार करून हिवाळी तळापाशी पोहोचण्याकरता तो गुहेबाहेर आला. पाहतो तर वाऱ्याचा जोर अचाट होता आणि हिमवर्षाव होत होता. क्रॅम्पॉन्स्चा अभाव आणि दोन दिवसांपूर्वी मुरगळलेला पाय या गोष्टी जमेस धरून तिथून निघणं म्हणजे शेवटच्या टप्प्यात अनावश्यक धोका पत्करणं ठरेल, असे वाटून चांगल्या हवामानाची वाट पाहत थांबण्याचा त्याने निर्णय घेतला.

सतत तीन दिवस वादळाचा जोर वाढतच गेला. मॉसनने क्रॅम्पॉन्सची तिसरी जोडी तयार केली. वादळ निवळण्याची वाट पाहत गुहेच्या तोंडाशी तासन्‌तास बसून राहूनही, स्वत: तयार केलेल्या क्रॅम्पॉन्सवर विसंबण्यास त्याची तयारी नसल्यामुळे तो निघण्यास कचरत होता. ऑरोरा निघण्यापूर्वी तिला गाठण्यासाठी तो जेवढा उत्सुक होता, तेवढीच त्याला स्वत:च्या शारीरिक स्थितीची चिंता होती. 'मला निश्चितपणे कसलासा रोग झालाय – माझे सांधे खूप दुखत आहेत,' त्याने लिहिलं. 'माझ्या उजव्या नाकपुडीतून आणि फाटलेल्या बोटांमधून पातळ रक्तस्राव होतोय. मला विश्वास वाटतो की इथले कोणतेतरी खाद्य दूषित असून मला त्यापासूनच अपाय होत आहे.'

पण अखेरीस आठवड्याच्या प्रतीक्षेनंतर ८ फेब्रुवारीला वारा वेगाने पडू लागला. वादळ खरंच निवळलं आहे याची खात्री करण्यासाठी मॉसन दुपारपर्यंत थांबला आणि १:०० वा. त्याने उतरण सुरू केली. त्याचे क्रॅम्पॉन्स चांगले काम देत होते. 'दोन मैलांच्या टप्प्यावर मला माझ्या भवितव्याविषयी हुरहूर वाटू लागली,' त्याने लिहिले, '(१) बोट निघून गेली असेल का? (२) तसं असल्यास, त्यांनी केबिनवर दल ठेवलेलं असेल का? (३) की ते आम्हाला टाकून गेले असतील?'

त्याच्या मनात ही प्रश्नमालिका उमटत असतानाच कॉमनवेल्थ बे चे भव्य दृश्य त्याच्या डोळ्यांपुढे उभे राहिले. 'आणि ते दृश्य पाहत असताना क्षितिजावर वायव्येकडे चमकणाऱ्या एका बिंदूने माझे लक्ष वेधले आणि माझ्या आशा बर्फात मिळाल्या,' त्याने लिहिले. 'ती बहुधा बोट होती आणि ती ऑरोरा असण्याचीही शक्यता होती.'

ते दृश्य उद्‌ध्वस्त करणारे असणार, पण उतरंड उतरत राहण्यावाचून दुसरं काही करण्यासारखं नव्हतं. युगांचा काळ भासणाऱ्या आणखी थोड्या वेळाच्या अवधीनंतर मॉसनला केप डेनिसनची परिचित ठिकाणे दिसू लागली आणि अचानकपणे बोटीच्या धक्क्यावर काम करणारी तीन माणसे त्याला दिसली. 'मी त्यांना हात हलवला आणि त्यांनीही हात हलवून मला प्रत्युत्तर दिले.' तिघेहीजण त्याच्या दिशेने धावले आणि एका उंचवट्याआड दिसेनासे झाले. मॉसननेही गती वाढवण्याच्या प्रयत्न केला; पण खड्या उतरंडीमुळे त्याला ते जमेना. ते तिघे पन्नास यार्डस्‌वर आल्यावर मॉसनने त्यातल्या पहिल्याला ओळखलं, तो बिकरटन होता. ते एकंदरीत पाचजण होते – बिकरटन, बेज, मॅडिगन, मॅकलिन आणि हॉजमन – आणि मला कळले की ते तिथे पोचण्यापूर्वी काही तास बोट तिथून निघून गेली होती आणि एका नव्या बिनतारी तंत्रज्ञासहित त्या पाचजणांचे दल कॅप्टन डेव्हिसने आमच्या शोधासाठी मागे सोडलेले होते.'

आपली माणसं भेटल्यानं भावविवश झालेल्या मॉसनने स्वत:ची कहाणी आणि आपल्या दोन साथीदारांच्या मृत्यूची दुर्घटना त्यांना कथन केली आणि साऱ्यांच्या डोळ्यांमधून अश्रुधारा वाहू लागल्या. मग त्यांनी मॉसनला केबिनकडे नेलं. 'केवढं सुटल्यासारखं वाटलं!' मॉसनने लिहिलं. 'अशक्य वाटणारं सत्यात उतरलं होतं, मी नागरी जीवनात परतलो होतो. त्याबद्दल माझ्या मनात ईश्वराविषयी अत्यंत कृतज्ञतेची भावना आहे.'

अनेक आठवड्यांच्या निष्फळ भासणाऱ्या प्रयत्नानंतर हिवाळी तळावर परतलेल्या मॉसनच्या मनात भावना, विचार आणि प्रश्नांचं प्रचंड जंजाळ निर्माण झालं होतं. त्याच्या सहकार्यांनी लगेचच त्याच्या निदर्शनास आणलं की केबिन अधिक मजबूत करण्यात आली होती आणि शोधपथकाला वर्षभर पुरेल एवढी साधनसामुग्री आणि अन्नसाठा तीत ठेवण्यात आला होता. मात्र त्याहून महत्त्वाची बाब त्याच्या दृष्टीस आली की बिनतारीचा नवा खांब आणि अ‍ॅण्टेना बसवण्यात आला होता. सिडनी जेफ्रीज नावाचा नवा बिनतारी तंत्रज्ञ तळावर आला होता आणि आता बोटीवर असलेला हॅनॅम दररोज संध्याकाळी ऑरोरावरच्या बिनतारी यंत्रणेवर केप डेनिसनवरले संदेश प्राप्त करण्यासाठी तयार राहणार होता. 'त्यानुसार, मॉसनने लिहिले, '८:०० वा. आम्ही बोटीवर संदेश पाठवला की मी परतलो होतो आणि बोटीने परतून आम्हाला घेऊन जावे.'

त्याच्या मनात आलं की काही तासांच्या अवधीतच त्याचा ऑस्ट्रेलियाकडे – घराकडे – परतीचा प्रवास सुरू होईल. त्याचा तो विचार केवढा चुकीचा होता! ■

दुर्लक्षित

मॉसनबरोबर मागील वर्षी पाच जण मागे राहिले होते, त्याच्याबरोबर सुदूर पूर्वेच्या दलाचा शोध घ्यायला. अर्थात, या राहण्यामागे स्वखुशीचा भाग कमी होता. त्या दलाची रचना ही क्लिष्ट, कटकटीच्या आणि प्रसंगी कटु आणि दुःखद महिन्याचे फलित होते, ज्या काळात बोटीवरचे आणि तळावरचे सातत्याने धाकधुक आणि तणाव अनुभवत होते. डेव्हिसची स्थिती तर आत्यंतिक तणावाची होती. केवळ मॉसनची जबाबदारी त्याच्यावर नव्हती. हिवाळी तळावरचे लोकदेखील त्याची वाट पाहत होते. आणि सगळ्यात महत्त्वाचं म्हणजे १५०० मैलांवर समुद्री बर्फावर वाट बघणारं फ्रॅन्क वाईल्डचं दल डेव्हिस आणि बोटीसाठी आतुर झाले होते. म्हणूनच जेव्हा मॉसनने डेव्हिसला निरोप पाठवला की, 'परत फिर आणि आम्हा सगळ्यांना घ्यायला ये' तेव्हा जगातल्या सर्वाधिक वाऱ्याच्या त्या जागेपासून दूर जायला वास्तविक सगळेच आत्यंतिक अधीर झाले होते.

ऑरोराने मुळात कॉमनवेल्थ बे च्या परतीच्या सफरीची सुरुवात १९१२ च्या 'बॉक्सिंग डे'च्या दिवशी केली. त्या वेळी तिच्यावर ५२१ टन कोळसा, अजून एका हिवाळ्याची बेगमी करण्यासाठी घेतलेल्या ३५ मेंढ्या आणि दक्षिण ध्रुव सर करून होबार्टला परतलेल्या रोल्ड ॲमंडसेनने भेटीदाखल दिलेले २१ कुत्रे लादलेले होते. त्या वेळी बोटीवर मोहिमेचा सचिव कॉनरॅड आयटेल अणि सिडनी जेफ्रीज यांसारख्या काही व्यक्ती होत्या. जेफ्रीज मूळचा क्विन्सलॅण्डमधला टूवूंबाचा होता आणि मॉसनवर त्याने एवढी छाप पाडलेली होती की मॉसनने लिहून ठेवले, 'मॅक्क्वेरी आयलॅण्डवरचा तंत्रज्ञ, सॉयर याच्या आधी जेफ्रीनेच अर्ज करायला हवा होता. आयटेलने त्याला आता बोटीवर आणलं. काही दिवसांतच त्याने बिनतारी यंत्रणा बसवली, मात्र असलेल्या सामुग्रीमध्ये ती यंत्रणा केवळ संदेश प्राप्त करू

शकणार होती, प्रसारण नाही.

परतीची सफर अतिशय भयंकर व खडतर होती. एका कसलेल्या दर्यावर्दीनंदेखील म्हटलं की त्या पंधरवड्यात त्याने अनुभवलेलं खराब हवामान त्याच्या ३५ वर्षांच्या कुठल्याही सफरींच्या दरम्यान त्याने अनुभवलेलं नव्हतं; परंतु अॅन्टार्क्टिकाच्या पाण्यात प्रवेश केल्यानंतर मात्र सफर सुरळीत झाली. समुद्री बर्फदेखील आधीच्या खेपेच्या तुलनेत कमी जाडीचा होता.

१३ जानेवारीच्या पहाटे सुटकेचा नि:श्वास टाकीत डेव्हिसने बोट कॉमनवेल्थ बे च्या किनाऱ्याला लावली खरी; पण त्याच्या अनेक समस्यांची ती सुरुवात ठरणार होती, ह्याची त्याला कल्पनाच नव्हती. सलग अठ्ठेचाळीस तास केबिनमध्ये असलेल्या डेव्हिसने रजा घेतली, मात्र अचानक आलेल्या भरतीने बोटीचे सुरक्षा-दोरखंड तोडून टाकले. त्यामुळे नांगराचा साखळदंड सुटला, आणि बरट्रॅम लिंकन नावाच्या खलाशाच्या म्हणण्याप्रमाणे कुणी खीळ घालण्यापूर्वीच नांगर आणि १२५ वावांचा नवा साखळदंड समुद्रतळाशी गेला. डेव्हिसला तीन तासांचीदेखील विश्रांती मिळाली नाही.

झोप बारगळल्यामुळे डेव्हिसने सरळ किनारा गाठला. हिवाळी तळावरल्या नऊ जणांना बोटीच्या आगमनाचा पत्ताच नव्हता. त्याने जेव्हा त्यांना त्यांची पत्रे आणि नवा पुरवठा दिला, तेव्हा त्यांना जो काही आनंद झाला तो खरोखरच अवर्णनीय होता. गेल्या अनेक महिन्यांत ना त्यांनी बाहेरचं जग पाहिलं होतं, ना स्वत:चे कुटुंबीय. त्यांचा एकंदरीत नूरच पालटला होता. डेव्हिसने लिहिलं की, 'वर्षभरापूर्वी तिथे उतरलेले ते वेगळेच होते आणि आज आमच्या दृष्टीस पडलेले ते अनोळखी भासत होते. आमच्यासमोर केसाळ लोकांचा एक रासवट गट उभा होता. वर्षापूर्वीच्या आशावादी तरुणांचा मागमूसदेखील दिसला नाही.'

दरम्यान डेव्हिसला शोध लागला की १५ जानेवारीला अपेक्षित असलेल्या तीन दलांचा अजून पत्ता नव्हता आणि मॉसनच्या गैरहजेरीत त्याने नेतृत्वाची धुरा सांभाळायची होती. बेपत्ता दलांची काळजी आणि वाईल्डच्या दलाला बोटीवर घेण्यासाठी तगमग या द्विधा मन:स्थितीत डेव्हिस सापडला होता. शिवाय वाईल्डच्या दलाकडे अजून एक वर्ष पुरेल इतकी रसददेखील नव्हती.

मग १६ जानेवारीच्या दुपारी पूर्वेच्या किनारपट्टीचे दल – मॅडिगन, मॅकलिन आणि कॉरेल घरी परतले. दुसऱ्या दिवशी डेव्हिसने मॅडिगन आणि बेजबरोबर चर्चा केली. त्याच्या मते, ते दोघंही अतिशय उत्तम माणसं होती. आणखी एक हिवाळा तिथे काढण्याच्या दृष्टीने केबिन तयार करण्याचा निर्णय त्यांनी घेतला. त्याबरहुकूम कामाला लगेचच सुरुवात झाली आणि केबिन अधिक मजबूत करायला सुरुवात झाली, एक पथक बिनतारी यंत्रणेवर काम करू लागलं. बोटीवरले कुत्रे जमिनीवर

आणले गेले. त्यानंतर १८ जानेवारीच्या दुपारी बिकरटनचं पश्चिमी दल परतलं, एअरट्रॅक्टरशिवाय आणि एकसुरात 'उठा दोस्तहो!' असे ओरडत त्यांनी आपल्या मित्रांची वामकुक्षी उधळून लावली. आता केवळ सुदूर पूर्वेच्या दलाची काय ती प्रतीक्षा होती.

पुढल्या काही दिवसांमध्ये काळजी वाढत गेली आणि २२ जानेवारीला डेव्हिस, मॅडिगन आणि बेज यांनी पुन्हा एकदा चर्चा केली. त्यानुसार २५ जानेवारीला एक शोधपथक मॉसन, निन्निस आणि मर्टझ्‌ला शोधायला निघालं. हे पथक ३० तारखेला परतणार होतं, त्यानंतर जमिनीवरल्या दलातल्या बहुतेक सदस्यांना घेऊन ऑरोरा वाईल्डच्या सुटकेसाठी निघणार होती. आणखी एक हिवाळा काढण्यासाठी थांबणारे सदस्य – मॅडिगनच्या नेतृत्वाखाली बेज, बिकरटन, हॉजमन, मॅकलिन आणि जेफ्रीज हे मॉसन आणि त्याच्या साथीदारांचा बारकाईने शोध घेणार होते.

दरम्यान, सर्वांनीच येईल त्या परिस्थितीला तोंड द्यायची जय्यत तयारी केली, आपापल्या परीनं. अर्थात, मनातल्या मनात सारे जण कुठलीही बिकट परिस्थिती न उद्‌भवण्यासाठी प्रार्थना करत होते, हे खरं. संदेश प्राप्त होणं अधिक परिणामकारक करण्यासाठी छत्रीच्या आकाराचा नवीन अ‍ॅण्टेना बसवला गेला. त्यानंतर हॉजमन, स्टिलवेल आणि कॉरेल यांनी अल्लाउद्दिनच्या गुहेपर्यंत धडक मारली; पण त्यांना बेपत्ता दलाचा मागमूस लागला नाही. २४ जानेवारी रोजी पुरवठा आणि इंधन उतरवलं गेलं. दुसऱ्या दिवशी हॉजमन, हर्ली आणि मॅकलिन पठाराच्या दिशेने गेले, बोट निघून जाण्यापूर्वी शेवटची टेहळणी करण्यासाठी. सलग तीन दिवस चाललेल्या वादळात प्रवेश केल्यामुळे त्यांची प्रगती खुंटली आणि तीन ठिकाणी पुरवठा करूनही त्यांच्या अंदाजाप्रमाणे ते अल्लाउद्दिनच्या गुहेपासून २६ मैलांपर्यंतच मजल मारू शकले. तिथेच त्यांनी दगडाच्या राशीवर काळ्या कापडाचं आच्छादन घातलं. बोट पकडण्यासाठी केप डेनिसनला वेळेवर पोचू शकणार नाही, या धास्तीने जेव्हा ते परत फिरले तेव्हा त्यांना कल्पना नव्हती की मॉसन त्यांच्यापासून केवळ पाच मैलांवर आहे.

डेव्हिसची परिस्थिती चांगली होती असं नाही. बोटीवरचा माल उतरविणे सोईचे व्हावे म्हणून ती किनाऱ्याजवळ उभी केलेली असताना अठ्ठेचाळीस तासांत दोन वेळा तिला वाऱ्याचे तडाखे मिळाले. प्रत्येक तडाख्यानिशी तिच्या एका नांगराला जलसमाधी मिळाली. आता केवळ एक छोटा नांगर उरलेला असल्यामुळे डेव्हिसला बोट अधिक खोलीवर नांगरावी लागली, जिथे वाऱ्याचा जोर कमी होता. मग अचानकपणे २९ तारखेला हवामान सुधारलं. आता तो स्वस्थ बसणं शक्यच नव्हतं. मॉसनच्या दलाचा किनाऱ्यावर शोध घेण्यासाठी तो पूर्वेकडे निघाला; परंतु तीन दिवसांनी मर्टझ् ग्लेशिअर टंगपर्यंत पोचूनही बेपत्ता दलाचा मागमूस लागला नाही.

निराश होऊन आणि खचून जाऊन डेव्हिस हिवाळी तळावर परतला, घरी परतणाऱ्यांना बोटीवर घेण्यासाठ; परंतु वाऱ्याच्या अचाट जोरामुळे तेही शक्य होईना. त्यानंतर तापमान १९° फॅ. (–७° सें.) पर्यंत कोसळलं, ज्यामुळे समुद्राच्या लाटांचं बर्फात रूपांतर झालं. आता ऑरोरा 'महाकाय वेडिंग केकचा सजावटीचा तुकडा' भासू लागली.

वादळाचे थैमान आठवड्याहून जास्त काळ चालू राहिलं. किनाऱ्यावरची मंडळी केबिनमध्ये अडकून राहिली आणि त्याच वेळी मॉसन अल्लाउद्दिनच्या गुहेत. डेव्हिसला अजूनही आशा वाटत होती की तीन आठवड्यांचा विलंब झाला असला तरी त्याचा मित्र परतेल, पण त्याच वेळी त्याला हीही कल्पना होती की त्याने निघायला वेळ लावला तर वाईल्डपर्यंत पोचणं दुष्कर होईल. मग मात्र वाईल्ड आणि त्याच्या सात सहकार्यांचा मृत्यू अटळ होता. त्यामुळे ८ फेब्रुवारी रोजी वारा मंदावल्यावर डेव्हिसने घरी परतणाऱ्यांना बोटीवर घेतले, मागे राहिलेल्यांचा निरोप घेतला आणि ऑरोराने कॉमनवेल्थ बे सोडून पश्चिमेचा रोख धरला.

त्या रात्री ८ वाजल्यानंतर थोड्या वेळाने वॉल्टर हॅनॅमला बिनतारी संदेश मिळाला, हे एक आश्चर्यच होते. AAE च्या संपूर्ण बिनतारी यंत्रणेची जबाबदारी आणि मुख्य तळाचा तंत्रज्ञ म्हणून नेमणूक झालेल्या हॅनॅमला वर्षभरात एकही संदेश प्राप्त झाला नव्हता; परंतु ऑरोराच्या यंत्रणेवर ऐकत असताना त्याच्या जीवनातला सर्वांत मोठा धक्का त्याला मिळाला. 'केबिनमध्ये सुरक्षितपणे पोचलो.' संदेश आला. 'मर्टझ् आणि निन्निस अनंतात विलीन झाले. परता आणि सर्वांना बोटीवर घ्या – मॉसन.'

तो संदेश हॅनॅमने तत्परतेने डेव्हिसच्या कानावर घातला आणि काही मिनिटांतच बोटीवरल्या सर्वांना आपल्या सहकार्यांचं घटित कळलं. त्यांच्यासाठी ती बातमी दुःखदायक आणि त्याच वेळी विस्मयकारक होती. सर्वांच्या मनात जी प्रचंड धास्ती होती, त्यातून त्यांची सुटका झाली होती. आपला जीवलग मित्र सहीसलामत असल्याचा आनंद साजरा करण्यावाचून डेव्हिसला राहवले नाही.

काही मिनिटांतच डेव्हिसने बोट फिरवली आणि ते कॉमनवेल्थ बे च्या दिशेने जाऊ लागले; पण दुसऱ्या दिवशी सकाळी ते केप डेनिसनजवळ पोचले तेव्हा तुफानाची नांदी झाली. नांगरणं अशक्य होतं पुन्हा एकदा ती प्रचंड बोट पाण्यावर अगतिकपणे हिंदळत राहिली, वाऱ्याचा जोर कमी होण्याची वाट पाहत. सेकंड मेट असलेल्या पर्सी ग्रेने पुन:पुन्हा किनाऱ्यावर इशारे दिले; पण त्याला प्रतिसाद मिळाला नाही. दरम्यान, किनाऱ्यावरचे लोक सामानाची बांधाबांध करीत बोटीची वाट पाहत होते.

पण त्यांची आशा फळास आली नाही. डेव्हिसला कल्पना होती की त्यांनी छोटी बोट पाण्यात सोडली तर लाटा तिला फोडून टाकतील; परंतु आणखी एक

शक्यता होती. प्रचंड व्हेलबोट तयार केली गेली आणि ती वल्हवत नेण्यासाठी स्वयंसेवकही तयार झाले. 'कॅप्टनने आम्हाला बोट पाण्यात उतरवण्याची परवानगी दिली असती आणि ती जर बुडली असती तर आमच्यावर टोकेची झोड उठली असती.' चुंबकतज्ज्ञ असलेल्या एरिक वेबने लिहिले. उत्साहात त्याने वर्मावर बोट ठेवले होते : ते साहस आत्मघातकी होतं आणि डेव्हिससारखा अनुभवी आणि जुन्या विचारांच्या माणसाने कधीच असा धोका पत्करू दिला नसता. त्यामुळे वादळ शमण्याची वाट पाहत स्वस्थ रहाणं एवढंच त्यांच्या हातात होतं.

वादळाचा जोर वाढतच चालला होता. अखेरीस ६:३० वा. परिस्थिती डेव्हिसच्या सहनशक्तीपलीकडे गेली. सर्व अधिकाऱ्यांना, किनाऱ्यावरच्या दलातल्या सहकाऱ्यांना आणि खलाशी वर्गातल्या रिकाम्या सदस्यांना त्याने बोलावले आणि त्यांना परिस्थिती अवगत करून दिली. एका बाजूला हिवाळी तळावरची मंडळी छताखाली, स्थिर जमिनीवर सुरक्षित होती आणि त्यांच्यापाशी वर्षभर पुरू शकेल इतकी साधनसामुग्री आणि अन्नसाठा होता. वादळ शमल्यानंतर त्यांना बोटीवर घेणं हे सोपं काम होतं; पण त्या प्रदेशात वादळ सलग आठवडाभर किंवा त्याहूनही अधिक काळ चालू राहू शकलं असतं; पण दुसऱ्या बाजूला वाईल्डच्या दलापाशी मर्यादित साधनसामुग्री आणि अन्नसाठा होता. त्याहूनही महत्त्वाचं म्हणजे त्याचं घर समुद्री बर्फावर असल्यामुळे ते कधीही नाहीसं होण्याचा धोका होता. शिवाय पश्चिमी तळापर्यंतचे अंतर आणि त्याच्या भोवतालच्या समुद्राचे रौद्र रूप यामुळे त्या आठजणांपाशी पोचणं दुष्कर होण्याचा संभव होता. गेल्या वर्षी त्यांनी कॉमनवेल्थ बे सोडले होतं, तेव्हा शॅकलटन आईस शेल्फच्या बर्फातून वाट काढण्यासाठी त्यांना झगडावं लागलं होतं. त्याच ठिकाणी एका दशकापूर्वी गॉस नावाची जर्मन बोट तब्बल वर्षभर अडकून पडली होती. शिवाय गेल्या वर्षांच्या तुलनेत ते पाऊण महिना उशिरा निघाले होते. गॉसप्रमाणे ऑरोरा अडकून पडली तर मात्र बोटीवर असलेल्यांच्या जीवावर बेतण्याचा धोका होता. बोटीवर पुरेसा अन्नसाठा नव्हता.

त्यामुळे डेव्हिसने सर्वांना सांगितलं की केप डेनिसनला थांबून वाईल्डचे दल आणि बोट गमावण्याचा धोका पत्करण्यास तो तयार नाही. हवामान निवळत नसल्यामुळे लगेचच निघणं योग्य राहील. मॉसन आणि मागे राहिलेल्या अन्य सदस्यांविषयी त्याला वाईट वाटत होते; परंतु वाईल्डच्या मदतीला जाणंच योग्य असल्याचं त्याचं मत होतं. 'अन्य पर्याय सुचवण्यास मी त्यांना आवाहन केलं,' त्याने लिहिलं, 'परंतु कोणीच प्रतिसाद दिला नाही.' उलट, जमिनीवरल्या दलातल्या सदस्यांनी एकमुखाने माझ्या मताशी सहमती दर्शवली; परंतु खलाशांपैकी सर्वजण माझ्याशी सहमत नव्हते. 'त्याने व्हेलबोट पाण्यात उतरवण्याचा प्रयत्न केला नाही, आम्ही सर्वजण धोका पत्करण्यास तयार असूनदेखील.' सेड्रिक हॅकवर्थने लिहिले.

'अशा स्थितीतल्या मनुष्याला अशा ठिकाणी सोडून परतणं मोहिमेसाठी शरमेची बाब आहे. बोटीवरले सर्वजण नाराजीने आणि मर्जीविरुद्ध ॲडली लॅण्डहून परत फिरले. वास्तविक त्या कल्पनेवरच त्यांचा राग होता आणि आता वादळ निवळत असल्यामुळे सर्वांची जाण्याची तयारी होती.' परंतु डेव्हिस आपल्या निर्णयावर समाधानी होता आणि त्याने ग्रेला निशाण उंचावून उतरवण्याचा आदेश दिला. निरोपाचा इशारा म्हणून आता तो पश्चिमेच्या दिशेने निघाला होता. मॉसनला वर्षभरानी भेटणार होता.

हिवाळी तळावरच्या सातजणांनी १० फेब्रुवारीला किनाऱ्यापलीकडे नजर टाकली तेव्हा त्यांना बोट दृष्टीस पडली नाही. आदल्या दिवशी दुपारी हवामान चिघळण्यापूर्वी हॉजमन केप डेनिसनच्या पश्चिमेच्या किनाऱ्यावर गेला असताना त्याला ऑरोरा दिसली होती, अजून तिथेच असलेली. दुपारहून वादळ निवळलं आता त्यांचं बोटीवर जाणं सुलभ झालं असतं. अशा स्थितीत ती निघून गेल्यामुळे त्यांच्या नैराशात आणखीनच भर पडली असणार.

डेव्हिसच्या निर्णयाने सातजणांना अजून वर्षभर त्याच ठिकाणी त्याच लोकांच्या सहवासात तीच कामं करीत राहावं लागणार होतं. ना नवे शोध, ना नवे बोध. परिणामी, पुढले काही आठवडे सदस्यांमध्ये एक प्रकारचे आळसावलेपण आले. आता वेळ नोंदवण्यापलीकडे कोणतंही वेगळं काम ते करत नव्हते. परिस्थितीविषयी त्यांना अविश्वास वाटत होता. तरीही वाईल्डच्या दलाला घेऊन ऑरोरा परतेल, हा ग्रह मनातून जात नव्हता.

सामान्य स्थितीत धोकादायक वाटणाऱ्या वाऱ्यावर स्वार होत डेव्हिसने तितक्याच धोकादायक गतीने बोट हाकली. २३ फेब्रुवारी रोजी ते पश्चिमी तळावर धडकले. दिवस कलण्यापूर्वी माणसे, कुत्रे आणि अन्य सामान बोटीवर चढवले गेले आणि डेव्हिसने बोट होबार्टच्या दिशेने वळवली; जिथे ते १५ मार्च रोजी सुखरूप पोचले. दरम्यान केप डेनिसनवरच्या लोकांना जाणीव झाली की नियतीने फासे टाकले होते आणि १९१४ मध्येही ते तिथेच असणार होते.

मॉसनसाठी ती बहुधा पर्वणीच ठरली – त्याने नंतर फिलिप लॉला सांगितलं, की तो बोटीवर गेला असता तर कदाचित तो बचावला नसता; केप डेनिसनमध्ये अडकून पडल्यामुळेच बहुधा त्याचा जीव वाचला होता. प्रवासाचा शेवटचा टप्पा पार केल्यानंतर कुपोषण, ताण, परिश्रम आणि हायपरव्हायटॅमिनॉसिसमुळे झालेली विषबाधा यामुळे त्याचं आरोग्य एवढं ढासळलेलं होतं की खाणं, झोपणं आणि सोसणं एवढंच त्याला शक्य होत होतं. अंगभरच्या जखमांमुळे त्याला वेदना होत होत्या, त्याचे केस आणि कातडी झडतच होती. त्याचं गुप्तांग सुजलेलं होतं. त्याची पचनसंस्था कामातून गेल्यात जमा होती. त्याची जमेची एकमेव बाजू होती त्याच्या

सहकार्यांची साथ, विशेषत: मॅकलिनची, ज्याने पॅकिटाच्या मते मॉसनची शुश्रूषा केली आणि त्याच्या मर्जीनुसार त्याला विश्रांती दिली किंवा गप्पा मारू दिले. काही आठवडे मॉसन केवळ त्यांच्यामागून फिरत होता, गप्पा मारण्यासाठी नव्हे, केवळ त्यांच्या सहवासासाठी.

दुसऱ्या बाजूला मॅडिगनची धारणा झाली होती की आणखी एक वर्ष तिथे अडकून राहावं लागल्यास त्याची ऱ्होडस् स्कॉलरशिप त्याच्या हातून निसटेल; ज्यामुळे त्याच्या आकांक्षा आणि त्याचे भविष्य धुळीस मिळेल – नियती त्याच्याशी क्रूर खेळ खेळत होती. थोडक्यात, हुकलेल्या संधींच्या मालिकेहून अधिक वाईट काय असू शकतं : काही तासांच्या फरकामुळे मॉसनची आणि शोधपथकाची झालेली चुकामूक मॉसनचे क्रॅम्पॉन्स सोडून देणे; त्यामुळे तो अल्लाउद्दिनच्या गुहेपासून लगेच उतरण न सुरू करू शकणं, मॉसनच्या आगमनापूर्वी आणि ऑरोराच्या आगमनापूर्वी वादळाचे आगमन; आणि मॅडिगनला विश्वास वाटत असताना डेव्हिसने व्हेलबोट पाण्यात घालण्यास दिलेला नकार!

मुळात त्याला मागे रहायचंच नव्हतं; पण तो तसं न करता तर ती कर्तव्यच्युती ठरली असती – तसे त्याने त्याच्या होणाऱ्या पत्नीला लिहिलेल्या पत्रात व्यक्त केले होते, 'सर्वोत्तम ते करणे आवश्यक आहे, त्याचा निर्णय कॅप्टन डेव्हिस, बेज आणि बिकरटन यांनी घेतला आहे. बेज आणि बिकरटन इथल्या सदस्यांपैकी सर्वांत भरवशाचे आणि सक्षम आहेत, त्यानुसार मी इथल्या बचावदलाचे नेतृत्व करावे,' त्याने लिहिले, आणि पुढे लिहिले :

मी इथला सर्वोत्तम स्लेजर आहे.... मला इथली किनारपट्टी पूर्वेकडे ३०० मैलांपर्यंत परिचित आहे, जिथे डॉक्टर गेलेले आहेत... मी त्यांच्याबरोबरचा शेवटचा मनुष्य होतो, मला त्यांच्या योजना आणि कल्पना ठाऊक आहेत आणि सुरुवातीपासूनच मी तळावरचा दुसरा महत्त्वाचा सदस्य समजला गेलो आहे. मी त्वरित सांगून टाकले की मी इथे राहण्यास तयार नाहीये... आणि त्याची कारणे मी कॅप्टन डेव्हिसला सांगितली... मला वाटतं, इथे राहून इतरांच्या तुलनेत मी सर्वाधिक गोष्टींना मुकणार आहे; पण त्याला पर्याय नव्हता. मी थांबावं म्हणून कॅप्टन डेव्हिसला मला खूप आग्रह करावा लागला. स्पष्ट नकार दिल्याखेरीज मला इथून जाणं शक्य नव्हतं. मी जर तसं केलं असतं तर आयुष्यभर मी स्वत:ला भेकड आणि पळपुटा समजत राहिलो असतो, कमकुवत, स्वार्थी जीव. मी या मोहिमेत आहे आणि मी ती पुरी करेनच.

तळावरची सर्वांत कुशल व्यक्ती असल्याची ती एक प्रकारे सजाच होती. बेज आणि बिकरटन, ज्यांनी एकेका स्लेजिंग दलाचे नेतृत्व केले होते, त्यांनाही मागे ठेवण्यात आलं; कारण ते अत्यंत निपुण, सक्षम आणि कामसू होते आणि मॉसननेही त्यांचीच निवड केली असती; पण बिकरटनदेखील अॅन्टार्क्टिकावर दुसरे वर्ष काढण्यास उत्सुक नव्हता मॅडिगनप्रमाणेच. त्याने डेव्हिसची विनंती मानली; कारण तोही मॅडिगनप्रमाणे त्या काळानुरूप कर्तव्यदक्ष होता आणि दुसरे कारण म्हणजे निन्निस आणि मर्टझ् यांच्याशी त्याची असलेली विशेष जवळीक; परंतु त्याचा अर्थ असा नव्हता की तो निर्णयावर समाधानी होता. 'मॉसन स्लेजिंगला गेलाय आणि अपेक्षेपेक्षा अधिक काळ थांबलाय, ज्याचे कारण त्यालाच ठाऊक.' त्याने आपल्या बहिणीला लिहिले. 'त्यामुळे एकच करण्यासारखे आहे, या वादळी प्रदेशात आणखी एका वर्षासाठी एक दल मागे ठेवणं. हे कार्य आणि हे ठिकाणही भयंकर आहे; पण कुणीतरी ते करणं भाग आहे.'

गंमतीच्या भाग म्हणजे, झालेल्या विचारमंथनात अशाही आसामी होत्या; ज्यांना तिथे राहणं नाकारलं गेलं. ग्रेच्या मते, त्याने आणि हॅनॅमने डेव्हिसकडे मागे राहण्याची परवानगी मागितली; जी नाकारली गेली. दुसऱ्या हिवाळी दलातले तीन सदस्य, मॅडिगन, बेज आणि बिकरटन यांच्या निवडीची कारणे भावनिक नसून तार्किक होती. तसेच डॉक्टर आणि बिनतारी यंत्रणेचा तज्ज्ञ तिथे असणे आवश्यक असल्यामुळे मॅकलिन आणि जेफ्रीज मागे राहणे स्वाभाविक होते. आणि केबिनच्या दृष्टीने अनन्यसाधारण महत्त्व असलेला आणि मागे राहण्यास स्वत:च आग्रही असलेला हॉजमनदेखील तिथे राहणे स्वाभाविकच होते.

अशा तऱ्हेने, जगातल्या सर्वाधिक वाऱ्याच्या प्रदेशात आणखी एक वर्ष मुक्काम करणारे दल तयार झाले.

जखमेवर मीठ चोळावं तसं हिवाळी तळावर अडकून रहावं लागलंच. त्यातून गेल्या वर्षीच्या तुलनेत या वर्षी हवामान एक महिना अगोदरच बिघडायला लागलं. फेब्रुवारीच्या मध्यावर उन्हाळा तर सोडाच वसंतही जाण्याच्या मार्गावर होता. परिस्थिती एवढ्या वेगाने बदलत गेली की अॅमंडसेनने भेटीदाखल दिलेल्या एकवीस कुत्र्यांचं आणि तीन पिलांचं आपण पोषण करू शकणार नाही, अशा धास्तीतून त्यांपैकी अकरा जणांना गोळी घालण्याचे आदेश मॉसनने मॅडिगन आणि बिकरटनला दिले. उरलेल्यांचा ताबा मॅडिगनकडे देण्यात आला.

दल आता पुन्हा एकदा नियमित दिनचर्या जगू लागलं. प्रत्येकजण स्वत:च्या नेमून दिलेल्या कामांव्यतिरिक्त आठवड्यातून एक दिवस आचाऱ्याचं आणि पहारेकऱ्याचं काम करू लागला. वैज्ञानिक कार्यक्रमांची जबाबदारी मॅडिगनच्या आणि बेजच्या

खांद्यावर गेली. मॅडिगन खगोलीय माहिती गोळा करू लागला. बेज त्याचं आधीचं ठरलेलं काम तर पार पाडत होताच, शिवाय वेब जी चुंबकीय निरीक्षण करून नोंदी घेत होता तेसुद्धा बेज करू लागला. दरम्यान मॅकलिन जीवशास्त्रीय नोंदी घेऊ लागला आणि मॉसन भूगर्भीय आणि जीवशास्त्रीय शोधकार्यांत गुंतला. परंतु, वर्षभराची माहिती मुळातच घेऊन झालेली असल्यामुळे तेच काम पुन्हा करण्यात कोणालाच पूर्वीचा हुरूप वाटत नव्हता.

याशिवाय बेजकरता कोठार सांभाळणं आणि मॅकलिनकरता बर्फाचा आणि कोळशाचा पुरवठा करणं ही खरंतर फार निरस कामं होती, तरीदेखील दोघेही आपापलं काम त्यांच्या अगोदरच्या सदस्यांपेक्षा म्हणजेच मर्फी आणि व्हेटरपेक्षा चांगल्या रीतीने पार पाडीत होते. ऊर्जा आणि बिनतारी यंत्रणेची जबाबदारी बिकरटनच्या खांद्यावर होती. केबिनच्या रचनेत फेरफार आणि सुधारणा करणं, तिला पडवी काढणं, साठवणीसाठी नवे खण तयार करणं, डायनिंग टेबलचा आकार कमी करणं इ. सर्व जबाबदारी हॉजमनच्या खांद्यावर होती. मोहिमेच्या पूर्वार्धातल्या अहवालांवर काम करण्यात मॉसन बराच वेळ खर्च करीत होता. त्याला त्यासाठी सदस्यांकडून लेखी अथवा मौखिक वृत्तान्ताची गरज भासत होती.

दक्षिणी दल हे सर्वाधिक दूर गेलेलं स्लेजिंग दल होतं – बेज, हर्ली आणि वेबचे. त्यांचं उद्दिष्ट होतं दक्षिण ध्रुव. त्यांनी २१ नोव्हेंबरला सहाय्यक दलाला परतू दिलं. तोंडावर सतत वारा घेत, महिनाभर वाटचाल करत ते हिवाळी तळापासून ३०१ मैलांवर पोचले. दुर्दैवाने चुंबकीय निरीक्षणांनी त्यांना कल्पना दिली की ध्रुव त्यांच्यापासून अजून काही मैल दूर होता. 'आम्ही दुर्बिणीने क्षितिजाचे निरीक्षण केले; पण आम्हाला बर्फाव्यतिरिक्त काहीच दिसत नव्हते,' बेजनं लिहिलं. आग्नेयेला आमच्या क्षितिजाला मर्यादा घालीत होता आमचा जुना शत्रू, 'पुढले टेकाड' जे केवळ दोन मैलांवर होते. त्यापलीकडे तेच चित्र असणार याची कल्पना असूनही आमच्या मनात तो प्रश्न होताच. 'शिवाय अन्नाची कमतरता आणि बोट चुकण्याची भीती होती, यामुळे ते उलटे फिरले, घराच्या दिशेने. परतीच्या मार्गात त्यांनी करून ठेवलेला अन्नसाठा त्यांना सापडला नाही. त्यामुळे त्यांना अल्लाउद्दिनच्या गुहेत थडकावे लागले – जीव वाचवण्यासाठी.

मॅडिगनचं पूर्व किनारपट्टीचं दलही थोडक्यात चुकलं. मर्टझ् आणि निन्निस हिमनद्यांची भूशिरं ओलांडून गेल्यावर ते तळापासून २७० मैलांवर केप फ्रेशफिल्डच्या अलीकडे थांबलं. तिथून थोड्या अंतरावर असलेल्या प्रचंड आकाराच्या लाल षट्कोनी कड्यापर्यंत ते गेले, ज्याला त्यांनी नाव दिले, 'ड्रेडनॉट ब्लफ.' 'गेली अगणित युगे हा कडा या बर्फाळ विस्तारावर नजर ठेवून आहे, हा विचार भारावणारा

आहे,' मॅडिगनने लिहिलं, 'यापूर्वी ना कधी मानवी आवाज या वातावरणात घुमला, ना त्याच्या नेत्रांनी इथली विलोभनीय दृश्ये टिपला.' परतीच्या वाटेवर त्यांचा पुरवठा संपल्यामुळे मॅडिगनला पुढच्या टप्प्यावर जाऊन मॅकलिन आणि कॉरेलसाठी खाणं आणावं लागलं.

स्टिलवेलनेदेखील पूर्वेकडे छोट्या मोहिमा पार पाडल्या; पण दुसरी मोठी मोहीम पार पाडली पश्चिमेच्या दलाने. हिवाळी तळापासून केवळ १० मैलांवर एअर-ट्रॅक्टर बंद पडल्यामुळे बिकरटन, हॉजमन आणि व्हेटर यांनी पायीच पठार पार केलं आणि ते १५८ मैलांवर पोचले. परतीच्या मार्गावर खरंतर ते चुकले; पण शेवटी कसेतरी अल्लाउद्दिनच्या गुहेत पोचले आणि तिथून केप डेनिसनला परतले.

नवागत असल्यामुळे स्वाभाविकच जेफ्रीज कुठल्याच स्लेजिंग मोहिमेत नव्हता, आणि तसेही मॉसन त्याला प्रथम भेटला होता, तेव्हा अशा प्रकारच्या धाडसासाठी तो लहान असल्याचं त्याचं मत झालं होतं; परंतु तळावरल्या त्याच्या पहिल्या काही दिवसांमध्ये जेफ्रीज वेगळ्या प्रकारे महत्त्वाचा ठरला : बिनतारी यंत्रणा चालू केल्यामुळे मॉसनच्या कल्पनेप्रमाणे १५ फेब्रुवारीला मॅक्क्वेरी आयलंडवरचा हवामानाचा संदेश पकडला गेला. पाच दिवसांनंतर दोन्ही तळांमधलं दळणवळण प्रस्थापित झाले आणि दुसऱ्या दिवशी रात्री संपूर्ण जगापुढे सादर करण्यासाठी जेफ्रीजने मॅक्क्वेरीला संदेश धाडला. लॉर्ड डेन्मन, ऑस्ट्रेलियाचे गव्हर्नर जनरल यांच्याकडे त्याने विचारणा केली की पूर्वेकडे नव्याने शोधलेल्या प्रदेशाचे नामकरण 'किंग जॉर्ज फाईव्ह लॅण्ड' करावे का? त्यांच्या विनंतीला मान्यता मिळाली. त्यानंतर अल्पावधीतच प्रो. डेव्हिड, निन्निस आणि मर्टझ् यांच्या कुटुंबांना संदेश पाठवले गेले. त्याच वेळेस बाह्य जगाकडून पहिला संदेश प्राप्त झाला. 'स्कॉट ध्रुवावर पोचले – त्यांनी आणि अन्य चौघांनी जगाचा निरोप घेतला.'

दिवसा धूसर उजेड आणि रात्री रंगीत ध्रुवीय पट्टे यामुळे संदेशवहनात अडथळे येत असले, तरी हिवाळी तळ आणि मॅक्क्वेरी आयलंड एकमेकांशी नियमितपणे 'बोलू' लागली. मॉसन आता वर्षभरासाठी अॅन्टार्क्टिकावर राहणार असल्याने मॅक्क्वेरीवर कुमक ठेवणे जरुरी होते. मॅक्क्वेरीवरच्या प्रत्येक सदस्याला संदेश पाठवून डिसेंबरपर्यंत त्याने तिथेच थांबावे, अशी विनंती मॉसनने केल्यामुळे ते साध्य झाले.

या पूर्ण काळात जेफ्रीजची कामाप्रती निष्ठा वाखाणण्याजोगी होती. नको ते असंख्य आवाज ऐकत रोज रात्री ८ ते १० या वेळेत तो तन्मयतेने बिनतारी यंत्रणेसमोर बसून राही, संदेशाची वाट पाहत. त्याच्या या निष्ठेमुळे सारे प्रभावित झाले. मॅकलिनने तर लिहिलं का 'जेफ्रीजला – आम्ही त्याला 'जेफ' म्हणतो – यंत्रणेच्या डोलकाठीची काळजी लागून राहिलेली असते. सर्व काही ठाकठीक आहे ना याची खात्री करण्याकरिता तो दुर्बिण घेऊन बाहेर पडतो. त्याच्या काटेकोरपणावरून

आम्ही त्याला चिडवतो. अर्थात दिवसातली सर्वांत महत्त्वपूर्ण घटना असते बिनतारीच्या दळणवळणाची आणि रात्री १०:३० वा. आम्ही सगळेच आतुरलेले असतो.'

एखाद्या दिवशी खूपच संदेश प्राप्त होत. एक दिवस इतर काही संदेशांबरोबरच जेफ्रीजला राजाचा प्रो. डेव्हिड यांचा आणि मॅक्क्वेरीचा प्रमुख एन्सवर्थ यांचा संदेश प्राप्त झाला. बेजला वाढदिवसाच्या शुभेच्छा, ऑक्सफर्डमधून मॅडिगनसाठी ऱ्होडस् शिष्यवृत्ती आणखी एक वर्षाने पुढे ढकलण्याची परवानगी आणि मॉसनला कॅथलिन स्कॉटकडून शुभेच्छा 'सगळे वाट बघतात. काळजी घ्या, लवकर या,' असे व्यक्तिगत संदेशदेखील आले.

मॉसनने दुसऱ्याच दिवशी तिला प्रतिसाद दिला; पण व्यक्तिगत संदेश पाठवणे तो टाळत असे. त्याबद्दल त्यानं पॅकिटाला लिहिलं होतं की, 'कामाचे संदेश जाईपर्यंत इतरांना मी व्यक्तिगत संदेश पाठवू दिले, ते त्यासाठी आतुरलेले होते. त्यामुळे मी तसं करणं धोरणाचं होतं.' सुरुवातीच्या एका संदेशात त्याने पॅकिटाला त्यांच्या विवाहाचा पुनर्विचार करण्यास सांगितलं. 'विलंबासाठी क्षमस्व. केवळ केबिनमध्ये पोचू शकलोय इतकंच. माझे सर्व केस गळले आहेत. तू आपल्या नात्याचा फेरविचार करण्यास स्वतंत्र आहेस. सुर्दैवाने त्याला प्रत्युत्तर मिळाले, 'तू सुखरूप असल्याचं ऐकून आनंद वाटला. तुझ्या डोक्यावरच्या केसांच्या असण्या-नसण्याने आपल्या नात्यातली दृढता कमी होणार आहे का?'

एकंदरीत जगाशी संपर्क आणि ज्ञान मिळवण्याच्या दृष्टीने महत्त्वपूर्ण असणारी बिनतारी यंत्रणा हिवाळी तळाचे वातावरण बिघडण्यास कधीकधी कारणीभूत होत असे. सुरुवातीला त्याचे कारण हे होते की संदेश हवेत विरून जात; पण मे महिन्यात मॉसनने सूचना लावली की 'संदेश पाठवणारा त्याचे शुल्क भरेल, कुठलाही संदेश त्याच्या परवानगीशिवाय पाठवला जाणार नाही आणि संदेश तेव्हाच धाडला जाईल जेव्हा संधी उपलब्ध असेल... अपवाद आणीबाणीचा' मॅडिगन आणि बहुधा आणखीही काही जणांना हे अन्यायकारक वाटले. मागे राहिलेल्या सदस्यांना संदेश पाठवण्याची सुविधा मोफत मिळायला हवी, अशी त्यांची भावना होती. मॅडिगनचं मत अवास्तव नव्हतं, मॉसनने स्वत:लादेखील त्याच नियमात बसवलं होतं. तरीदेखील त्याचं ते धोरण अनुचित समजलं गेलं, अर्थात अनपेक्षितपणे ऑरोराला तिसऱ्यांदा परतावे लागणार होते, हे गृहीत धरता मॉसनला वाढीव खर्चाची चिंता असणे स्वाभाविक होते. दहा दिवसांतच या विवाद्य मुद्द्याला स्थगिती मिळाली, आपोआप. कारण ८ जूनला सकाळी वादळी वाऱ्याने अँण्टेनाची डोलकाठी तोडली आणि पुन्हा एकदा त्यांचा जगापासून संपर्क तुटला.

केप डेनिसनमधल्या त्या एकांतवासातदेखील त्यांचे मूळ 'नागरी स्वभाव' टिकून होतेच. विशेषत: मॅडिगन मधूनमधून नैराश्यात जाई आणि कडवट वागे.

कायमचं मॉसन हेच त्याचं मुख्य लक्ष्य असे. तो मॉसनला या वाढीव मुक्कामाकरता जबाबदार ठरवत असे. बिकरटनलाही तिथलं वास्तव्य कंटाळवाणं, एकसुरी आणि भयावह वाटत होतं. तिथल्या वाऱ्याप्रमाणेच त्यांच्या आहारातदेखील तोच-तोचपणा होता. त्यांना आता बदलाची, करमणुकीची नितांत आवश्यकता होती. बिकरटनची निन्निस आणि मर्टझ्शी विशेष जवळीक होती. आपल्या एकांड्या हाईडपार्कमध्ये आपल्या ब्लॅकेटमध्ये लपून तो कितीदा तरी मुसमुसत असे, मॅडिगनला ते ऐकू जात असे.

अर्थात बाकीचे सर्वचजण काही एवढे दु:खी आणि निराश नव्हते. मॅकलिनने तर स्वत:ला गुंतवून ठेवण्यासाठी आणि समाधान लाभण्यासाठी एक प्रकल्प हाती घेतला! ॲडली ब्लिझार्ड एकोणिसाव्या शतकाच्या सुरुवातीपासून ब्रिटिश संशोधक प्रवाशांनी ॲन्टार्क्टिकामध्ये वर्तनमानपत्रं प्रसिद्ध केली होती, हा पायंडा स्कॉटनेही चालू ठेवला. आणखी एक पायरी वर चढून जात शॅकलटनने ॲन्टार्क्टिकामध्ये पहिलं पुस्तक लिहिलं, छापलं आणि बांधलं. पायंडा चालू ठेवण्यासाठी मॉसनला प्रेरणा मिळाली. कारण स्कॉटच्या 'साऊथ पोलर टाईम्स'ला लंडनमधल्या एका प्रकाशकाकडून चांगली आगाऊ रक्कम मिळाली होती. मॉसनला वाटलं होतं की पहिल्या वर्षी सगळे सदस्य सहभागी होतील; पण स्लेजिंगच्या तयारीमुळे तेव्हा ते साध्य होऊ शकलं नाही. आता मात्र पुष्कळ मोकळा वेळ असल्यामुळे मॅकलिनने प्रकल्प हाती घेतला. सहा महिन्यांत त्याने प्रत तयार केली, संपादित केली, छापली आणि एकूण पाच अंक प्रकाशित केले. त्यांची एकंदर पृष्ठसंख्या २१७ भरली. बिकरटन आणि हॉजमनने त्यात रेखाचित्रं चितारली. त्या अंकांमध्ये अनेक मुद्रणशैली होत्या. तसेच मूळ लेख संपादकाला पत्रे, नाटिका, पुस्तकांचे अभिप्राय आणि क्रमश: गोष्टी स्वीकारल्या गेल्या. शिवाय वारा हा विषय सोडून कोणत्याही विषयावरचं लेखन देण्याची मुभाही होती.

अर्थात वाऱ्याकडे दुर्लक्ष करण्यासारखं नव्हतं. १८ मे रोजी २४ तासांची त्याची सरासरी होती – ताशी ९३.७ मैल. दोन महिन्यांनंतर त्याची मासिक सरासरीही मोडीत निघून नवी सरासरी स्थापित झाली – ताशी ६३.६ मैल. त्याच कालावधीत ६ जुलै रोजी त्याची नोंद झाली ताशी ११६ मैल – तीही पूर्ण तासभराची. त्यानंतरही तो वाढतच गेला आणि ८ तासांची सरासरी नोंदवली गेली – ताशी १०७ मैल. केबिनचं छत एवढा आवाज करू लागलं की अनुभवी सदस्यांनाही धास्ती वाटू लागली की ते उडून जातं की काय; परंतु त्यावर फार चिंता करायला त्यांना वेळ नव्हता. कारण त्याच दिवशी केबिनच्या सुरक्षिततेमध्येच, आतूनच एक वेगळी समस्या त्यांना भेडसावू लागली.

■

प्रलंबित प्रतीक्षा

आदले वर्ष हिवाळी तळावर व्यतित केलेल्या सहाहीजणांना संपूर्ण वसंताच्या काळात जेफ्रीजविषयी असूया वाटत होती. त्यांच्यासाठी एवढ्या गोष्टी भयावह किंवा तोचतोचपणा असणाऱ्या होत्या; पण जेफ्रीजला इथे सगळेच नवे, अनोखे वाटत असणार, जसं त्यांना बारा महिन्यांपूर्वी वाटलं होतं, असा त्यांचा समज होता; परंतु त्यांना जराही कल्पना नव्हती की त्या दुर्गम, कठोर प्रदेशामुळे किंवा कुठल्यातरी मानसिक दडपणामुळे ह्या बिनतारी तंत्रज्ञावर भयंकर विपरीत परिणाम होत होता.

तो दिवस मोहीम कालावधीतील सर्वाधिक रौद्र वाऱ्यांपैकी एक होता. त्याच दिवशी जेफ्रीजवरच्या परिणामांची चुणूक दिसली. त्या दिवशी केबिनमधले वातावरण बाहेरच्या हवामानाने किंवा वाऱ्याने नाहीतर आतल्याच कारणांमुळे उद्ध्वस्त होणार होतं. 'काल रात्री जेफ्रीजने मॅडिगनला मारीमारीचे आव्हान देत दुसऱ्या खोलीत चलायला सांगितले. मॅडिगनने आपली टिंगल केली आहे, असा त्याचा समज झाला होता. प्रत्यक्षात मॅडिगन तसं काहीच बोलला नव्हता.' मॉसनने लिहिले, 'मॅडिगनने त्या दिवशी त्याने वाचलेल्या 'दी हाऊंड ऑफ बास्करहिल्स' ह्या पुस्तकाचा उल्लेख केला आणि जेफ्रीजचा ग्रह झाला की तो त्याच्याच संदर्भात बोलला.' मॅडिगन स्वत:च कडवट आणि निराश झाला असल्याकारणाने त्याचा प्रतिसादही तसाच तिखट होता. मॉसन मध्ये पडला आणि त्या वेळेपुरता संघर्ष टळला. मॉसनला मग असेही समजले की 'ॲडली ब्लिझार्ड'मध्ये त्याच्याविषयी अप्रिय उल्लेख असल्याचा ग्रह झाल्यामुळे जेफ्रीज मॅकलिनशीही दोन हात करायला निघाला होता.

दुसऱ्या दिवशी ७ जुलैला मॅडिगन दिव्यात रॉकेल भरायला गेला असताना जेफ्रीजने पुन्हा त्याला आव्हान दिले आणि तो त्याच्याभोवती नाचत फेर धरू लागला. जेफ्रीजला तोंड देण्यास आपण समर्थ आहोत असं मॅडिगनला वाटलं होतं,

तरी जेफ्रीजने एवढ्या चपळाईने मॅडिगनच्या तोंडावर ठोसा लगावला की तो मागे पडला. मग मॅडिगनने जेफ्रीजचं नरडं पकडलं. तेवढ्यात हॉजमनला ते दिसले. त्याने सगळ्यांना आवाज दिला आणि त्यांच्या द्वंद्वाचा शेवट केला गेला. 'मॅकलिनच्या मते, जेफ्रीजचं डोकं फिरलंय.' मॉसननं लिहिलं, 'मला वाटते की इथले वातावरण आणि बंदिस्त जीवन यांचा त्याच्या मनावर ताण येतो आहे. ध्रुवीय नैराश्य. मला वाटतं आता ते दूर होईल.' मॉसनचा होरा एवढा कधीच चुकला नव्हता.

पुढल्या काही दिवसांमध्ये जेफ्रीजची वर्तणूक बिघडतच गेली. त्याने आंघोळ बंद केली आणि तो आपल्या कप्प्यात स्वत:चे मूत्र ठेवू लागला. काहीतरी वाईट घडणार असल्याचे सांगत त्याने बिकरटनला आपला सहाय्यक होण्यास सांगितले. एके सकाळी नाश्त्यानंतर तो मॉसनकडे गेला आणि त्याने त्याला सांगितले की काही वर्षांपूर्वी त्याचं पाऊल वाकडं पडल्यामुळे त्याला लैंगिक समस्या जडली होती आणि मॉसनने मॅकलिनला त्याला विष देण्यास सांगावे. मॉसनची खात्रीच पटली की जेफ्रीजचे डोके कामातून गेले होते. त्या रात्री मॅकलिन जेफ्रीजशी बोलला आणि त्याने मॉसनला सांगितले की, लैंगिक समस्या हा त्याचा भ्रम होता; पण खरं तर ते भ्रमिष्टपणाचं एक लक्षण होतं.

जेफ्रीजचं वर्तन आणि निदान यामुळे बाकीचे सदस्य हादरले. १२ जुलैला त्याने सांगितले की बाकीचे सदस्य त्याच्या न्यायनिवाड्यासाठी बसलेले आहेत आणि मॅकलिनने त्याचे मूत्र तपासून काही समस्या असल्याचे त्याला सांगितले होते. प्रत्यक्षात त्यापैकी काहीही घडले नव्हते. दुसऱ्या दिवशी, स्वत:चे शहाणपण सिद्ध करणारी काही पत्रे त्याने लिहिली, ज्यांपैकी एकात त्याने बहिणीला लिहिलं, 'मला वेडा ठरवण्याच्या प्रयत्नात असलेल्या सहा खुन्यांकडून माझी हत्या केली जाणार आहे.' त्याने मॅडिगनला सांगितले की त्याला एका रात्रीची शांत झोप घेऊ द्यावी व दुसऱ्या दिवशी सकाळी मॅडिगन त्याला गोळी घालण्यास मोकळा होता. त्याच्या वाढदिवसाच्या दिवशी भाषणात तो स्पष्टपणे आणि बरं बोलला; पण जे काही बोलला ते त्याच्या पत्रांएवढंच निरर्थक होतं.

कोणाही सदस्याला वेडाचा अनुभव अथवा समज नसल्यामुळे जेफ्रीजच्या विचित्र वर्तणुकीमुळे सगळेच त्रासले. त्यांच्यात धाकधूक निर्माण झाली. बेज आणि हॉजमनच्या झोपेचं वाटोळं झालं. जेफ्रीजने आपल्या बिछान्याभोवती कपड्यांचे पडदे लावून घेतले होते. त्यामुळे तो आतून डोकावल्याशिवाय तो झोपलेला आहे की जागा, हे कळण्याचा मार्ग नव्हता. जेफ्रीज हिंसक होईल याची धास्ती सगळ्यांनाच वाटत होती. म्हणूनच मॉसनने सर्वांच्या कामांमध्ये असे फेरफार केले; जेणेकरून कोणी ना कोणी कायम रात्रीसुद्धा त्याच्यावर लक्ष ठेवून असेल; परंतु जेफ्रीजसमवेत राखणदाराचे काम करावे लागल्याने वेगळ्या समस्या निर्माण होत होत्या. एक

दिवस नाश्ता करताना जेफ्रीजने सांगितलं की आदल्या रात्री त्याला ठार मारण्यासाठी बिकरटनने पिस्तूल भरून ठेवलं होतं. मॅकलिनने बिकरटनला सल्ला दिला होता की, जेफ्रीज हिंसक होईल याची धास्ती सगळ्यांनाच वाटत होती. म्हणूनच तो शहाणा असल्याचं भासवून त्याच्याशी संवाद साधावा. शांतपणे त्याला पटवून देण्याचा प्रयत्न करावा की त्याने त्याला ठार मारण्याचा प्रयत्न केला नव्हता; पण तसे करूनही जेफ्रीजने त्याला विचारले की तो ते बायबलची शपथ घेऊन सांगेल का? बिकरटनने अर्थातच होकार देऊन त्याला बायबल आणण्यास सांगितले. मग त्याने विचारले की ते तो त्याच्या आईच्या बायबलची शपथ घेऊन सांगेल का? त्यालाही बिकरटनने मान्यता दिली. त्यानंतर त्याने बिकरटनला सांगितले की त्याने त्याला सर्वांत प्रिय असलेल्या सगळ्यांची शपथ घेऊन तसं सांगावं. बिकरटन त्यालाही राजी झाला. त्यावर जेफ्रीज म्हणाला, ''असो, ते सारं तू केलंस तरी माझा तुझ्यावर विश्वास बसणार नाही.''

दुर्दैवाने मानसोपचार आणि मानसशास्त्र तेव्हा एवढे मागासलेले विषय होते, की अगतिक जेफ्रीजची कशी मदत करावी, हे मॅकलिनलाही समजत नव्हतं. प्रत्येकजण त्याला दिलासा देण्याचा, त्याच्याकडे दुर्लक्ष करण्याचा, किंवा काही वेगळं न घडल्यासारखं वागण्याचा प्रयत्न करीत होते; पण त्यामुळे जेफ्रीजमध्येही काही चांगला बदल होतो आहे, असं कुणालाच वाटेना. जुलैच्या अखेरीस जेफ्रीजने मॉसनला पत्र दिलं. त्यात त्यानी लिहिलं, 'आता नाखुशीने मी या मोहिमेच्या सदस्यत्वाचा राजीनामा देत आहे. अन्य सदस्यांच्या भांडखोर भूमिकेमुळे मला काम करणं अशक्य झालं आहे.' मॉसनने जेफ्रीजच्या प्रस्तावाचा विषय जेवताना काढला आणि तर्क आणि धाक असे दुधारी हत्यार वापरीत केबिनबाहेर जाणे शक्य नसल्याचे सांगितले. हे औषध लागू पडल्यासारखे वाटले; कारण जेफ्रीजने माफी मागितली, आपण आजारी असल्याचं सांगितलं आणि तो निवळला; पण फार काळ त्याचा हा रंग टिकला नाही. उलट तो पहिल्यापेक्षा अधिक गडद झाला.

खरंतर बिनतारी यंत्रणेचा व्याप वाढला आणि दुर्दैवानं त्याच वेळेस जेफ्रीजची वर्तणूक अधिकाधिक तापदायक ठरू लागली. ५ ऑगस्टचा वारा कमी झाल्यानं दिवस शांत होता. त्या दिवशी बिनतारीची डोलकाठी अँण्टेना बसवणं शक्य झालं. त्याच रात्री मॅक्क्वेरी आयलंडशी त्यांचा संपर्क पुन:प्रस्थापित झाला; पण नंतरच्या दिवसांत जेफ्रीजने मध्यरात्रीपूर्वीच झोपण्याचा पायंडा पाडला, तेव्हाच तर दळणवळण सर्वोत्तम होणं अपेक्षित होतं. 'त्याचं काय करावं तेच मला कळेनासं झालं आहे.' मॉसनने लिहिले, 'त्याला खडसावलं तर संदेशवहनात अडचणी येऊ शकतील, त्याच्या मानसिक स्थितीमुळे. दररोज तो यंत्रणेतला क्रिस्टल काढून घेतो; जेणेकरून दुसरे कोणी यंत्रणा वापरू शकणार नाही. मला त्याची कातडी सोलून काढावीशी

वाटते; पण एक दिवस अजून थांबतो आणि काय होते ते बघतो.'

बिनतारी यंत्रणेवर नीट काम करणे, रोज आंघोळ करणे आणि नियमाप्रमाणे आठवड्यातून एक दिवस स्वैंपाकघर सांभाळणे, याबद्दल त्याच्याशी अनेक वेळा चर्चा करण्यात आली. मात्र तरीही त्याच्यात फारसा फरक पडला नाही. उलटपक्षी, तो बिनदिक्कतपणे स्वत:ला हवे ते आणि हवे तेव्हा करू लागला. 'असं वाटतं की आम्ही सर्वजण बाहेर असताना तो पटकन आंघोळ उरकून घेतो,' मॉसनने लिहिले, 'ती तो कशी करतो हा प्रश्नच आहे. त्यामुळे आम्ही निर्णय घेतला की कापडी बाथरूम निर्जंतुक करून घेणे आवश्यक आहे. त्यापूर्वी मॅकलिन आणि मॅडिगन जेव्हा त्याच्याशी बोलले, तेव्हा तो त्यांच्याशी अनादराने बोलला आणि त्याने 'डॅड'ला मारण्याची भाषा केली.

पण हिवाळी तळावरचे सदस्य काय करू शकणार होते? बिकरटन संदेशवहन शिकत होता; पण तो अजून वाकबगार झालेला नव्हता. खरंतर सगळ्यांचेच हात बांधलेले होते. दोन महिने उलटून ऑक्टोबर जवळ आला तरी परिस्थिती फारशी बदलली नव्हती. दर वेळी जेव्हा जेफ्रीज सामान्य माणसासारखा वागे, तेव्हा मॉसनला वाटे की आता सगळं नीट होईल. उलटपक्षी, दर वेळी तो जास्तच बिघडत चालला होता. जेफ्रीजने मला सांगितले की त्याला ऑस्ट्रेलियाला संदेश पाठवायचा होता की मुद्दामच त्याची खोली खूप जास्त गरम केली जात आहे.' मॉसनने एका रात्री लिहिले, 'भिंतीवर आदळआपट करीत तंद्रीतच त्याने सांगितले, तो बडबडत राहिला, मग पुन्हा शांत झाला.' दुसऱ्या दिवशी अधिक मोठा धक्का. त्याने मला सांगितले की आम्हा दोघांव्यतिरिक्त सगळेजण वेडे आहेत.' मॉसनने लिहिले, 'म्हणाला की, आम्हा दोघांसाठी ते केबिन अति तापवत आहेत.' व म्हणाला, 'मला दु:ख झालंय की काल रात्री मी जगाला संदेश पाठवू शकलो नाही, की ते सारे वेडे आहेत' म्हणतो की तो आज रात्री प्रयत्न करेल.'

जेफ्रीजचं धमकावणं पोकळ नव्हतं. दुसऱ्या दिवशी त्याने न वाचताच वेगाने संदेश पाठवल्यावर मॉसनने त्याला थांबवलं, खडसावून विचारलं आणि त्याच्याकडून कबुली घेतली की आम्ही पाचजण वेडे असल्याचा संदेश तो पाठवत होता. मॉसनने पॅकिटाला लिहिलं, 'मला कळलं नाही की तो संदेश गेला की नाही. तो एवढ्या वेगात संदेश पाठवतो की आम्हाला तो कळतच नाही. त्याला पश्चात्ताप झाला आणि त्याने शपथ घेतली की तो भविष्यात आदेशांचे काटेकोर पालन करेल... वेड्याला कोण काय करू शकतं?'

पहिले काम होते संभावित धोका टाळणे. मॉसनने तत्काळ बिकरटनकरवी एन्सवर्थला संदेश धाडला. "सर्व संदेश तपासून घ्यावेत, जेफ्रीज मनोरुग्ण – मॉन्सन. नंतर त्याने निर्णय घेतला की, यापुढे बिकरटनने संदेशवहनाची जबाबदारी

घ्यावी. मनोरुग्णावर अशी जबाबदारी ठेवणं वेडेपणाचं होतं; जो साधं संभाषण नीट करू शकत नाही, तो संदेशांची देवाण-घेवाण काय नीट करणार? हा बदल काही आठवड्यांमध्ये घडला. दोनेक वेळा मॉसनने माघार घेऊन जेफ्रीजला बिनतारीवर काम करू दिले, तरी जेफ्रीज पुन्हा भ्रमिष्टासारखं वागला. अखेरीस, भ्रमिष्टपणा आणि विचारीपणाच्या विचित्र संयोगाच्या स्थितीत जेफ्रीजने मॉसनला लिहिले, 'गेले दोन आठवडे मी माझं काम संमोहित अवस्थेत करीत असल्यामुळे मला हटवणं तुम्हाला भाग पडलं, संभावित धोका टाळण्यासाठी. मी नाखुषीने विनंती करीत आहे की मला माझ्या जबाबदारीतून मुक्त करण्यात यावं; कारण सद्यःस्थितीत फरक पडला नाही, तर माझ्या आरोग्यावर आणि माझ्या सारासारबुद्धीवर विपरीत परिणाम होण्याची शक्यता आहे.' मॉसनने त्वरित ती विनंती मान्य केली आणि बिकरटन एकदाचा कायमस्वरूपी बिनतारी संदेशवाहक झाला.

हिवाळाभर मॉसनच्या रोजनिशीवर जेफ्रीजचाच प्रभाव होता, पण त्याची नन:स्थिती हा एकमेव महत्त्वाचा विषय नव्हता. मॉसनची स्वत:ची तब्येत अतिशय सावकाश सुधारत होती, ज्याचा उल्लेख त्याने जुलैअखेरीस केला होता. 'माझी पावले गारठलेली असतील तेव्हा माझे पोट दुखते. माझी प्रकृती ढासळली आहे. माझ्या चेहऱ्याची संपूर्ण उजवी बाजू गेले काही दिवस प्रचंड ठणकत आहे. परवा अगदी कहरच झाला, माझं तोंड फुटतं की काय असं मला वाटलं... काही दात तपासून पाहायला हवेत.'

दुसरी समस्या होती कंटाळवाणं जीवन. मॉसनला त्यातून दिलासा मिळत होता; कारण तो मोहिमेच्या वृत्तांकनाचं काम करीत होता, पॅकिटासाठी तो बांधू पाहत असलेल्या घराचे आराखडे चितारित होता. तसंच स्टिलवेलचा संग्रह वाढविण्याचा प्रयत्न करीत स्वत:ला आपल्या प्रिय भूगर्भशास्त्रात बुडवून घेत होता. मॅकलिन 'ॲडली ब्लिझार्ड'च्या कामाबरोबरच मोहिमेसाठी संकलित केलेल्या ग्रंथालयाचा पुरेपूर आनंद लुटीत होता. 'बरेचदा, कल्पनांच्या अभावामुळे आमच्या गप्पा थांबतात,' त्याने लिहिले, 'या पुस्तकांशिवाय कसं काय राहिलो असतो आम्ही?'

पण मॅडिगनसाठी मात्र पुस्तकं कुचकामी ठरत होती. अति नैराश्य आणि पराकोटीचं असमाधान त्याला भेडसावत होतं. पैकी असमाधान मॉसनमुळे होतं. मॅडिगन स्वत:ला इतरांपेक्षा सरस समजत होता. त्यामुळे आपण मोहिमेचे सर्वोत्तम प्रमुख असतो, या त्याच्या कल्पनेमुळे तो मॉसनला टीकेचे लक्ष्य करीत होता. निदान त्याच्या रोजनिशीत तरी मागे वळून पाहता त्याच्या तक्रारीमध्ये तथ्य नसल्याचे जाणवते; पण त्यातून एवढं निश्चितपणे स्पष्ट होतं की केबिनमध्ये एक प्रकारचा असंतोष होता. मॉसनच्या रोजनिशीतील नोंदीनुसार ते वातावरण नोव्हेंबरच्या आगमनापर्यंत तसंच होतं. 'वातावरण गढुळलेलं आहे, ते निवळण्याचा प्रयत्न करीत आहे.'

कॉमनवेल्थ बे वरील दलाला घेऊन जाण्यासाठी ऑरोरा नोव्हेंबरच्या मध्यात निघेल, या बातमीने मात्र आनंद आणि उत्साहाचं वातावरण तयार झालं. सगळ्यांच्याच क्लांत मनाला प्रचंड उभारी लाभली. या खबरीने मॉसनच्या शेवटच्या योजनांची निश्चिती केली, कारण त्या वेळापत्रकाने त्याला शेवटच्या स्लेजिंग मोहिमेला वेळ दिला. एक वर्षाचे वाढीव वास्तव्य आणि स्लेजिंगची शेवटची मोहीम यांच्या खर्चाची कल्पना असूनही त्याला त्या मोहिमेवर जायचं होतं. कारण त्या मोहिमेचं उद्दिष्ट होतं, अन्नाच्या अभावामुळे परतलेल्या पूर्वकिनारपट्टीच्या दलानं आणि दक्षिणी दलानं सोडून दिलेली महागडी साधनसामुग्री परत आणणे.

१९ नोव्हेंबरला ऑरोरा होबार्टहून निघाली; पण हिवाळी तळावर मॉसन, मॅडिगन आणि हॉजमन यांच्या स्लेजिंग दलाला निघायला विलंब झाला, कारण नेहमीचेच, हिमवर्षाव आणि वादळी वारे. अखेरीस २४ तारखेला उरलेल्या कुत्र्यांना घेऊन ते चढणीला लागले, पठारावरच्या शेवटच्या प्रवासासाठी. मॉसनने जे पठारावर अनुभवले होते, त्यानंतर पुन्हा तिकडे जाण्यासाठी त्याच्या मानसिक आणि भावनिक धैर्याची कसोटी लागली असणार; पण तो जेफ्रीजला सुरक्षितपणे सोडून जाऊ शकत असल्याचा त्याला विश्वास वाटत होता, 'तो म्हणतो की त्याला अगतिक वाटते, की माझी त्याच्यावर भूल पडली आहे,' मॉसनने लिहिले आणि पुष्टी जोडली की त्याच्या भ्रमिष्टपणाचा त्याने कसा थोडासा उपयोग करून घेतला. मी त्याला सांगितले की माझ्या अनुपस्थितीत त्याने काही उपद्व्याप करू नयेत म्हणून मी त्याच्यावर भूल घातली आहे.'

त्या रात्री तिघांनी अल्लाउद्दिनच्या गुहेत मुक्काम केला आणि दुसऱ्या दिवशी ते माऊंट आऊटलुकलगतच्या दरीच्या रोखाने निघाले, जिथे पूर्व किनारपट्टीच्या दलाने वर्षारंभी मोठा साठा करून ठेवला होता. काही दिवसांच्या खडतर प्रवासानंतर त्यांनी माऊंट आऊटलुकवर मुक्काम केला आणि २९ नोव्हेंबरला मॅडिगन आणि हॉजमन साठ्याच्या ठिकाणी जाण्यासाठी खाली उतरले; पण दरम्यानच्या काळात एवढे बर्फ जमा झाले होते की त्या ठिकाणाच्या सर्व खाणाखुणा नष्ट झाल्या होत्या, स्वत:बरोबरच सर्व सामान नाहीसे करू टाकीत.

नोव्हेंबर महिन्याच्या शेवटच्या दिवशी तिघेही जिथे बेज, हर्ली आणि बेब यांनीही असेच सामान सोडून दिले होते तिथे जायला निघाले; पण दोन दिवसांच्या प्रवासानंतर खराब हवामानाने त्यांना त्यांच्या तंबूत सहा दिवस अडकवून ठेवलं हवामान सुधारल्यावर मात्र त्यांनी तडक हिवाळी तळाचा रस्ता धरला; कारण मॉसनने डेव्हिसला संदेश पाठवून ठेवला होता की ते १० डिसेंबरपर्यंत परततील पुन्हा एकदा चुकामूक चालणारच नव्हती. सामानावर पाणी सोडताना मॉसनला खूप दु:ख झाले असणार; पण कदाचित या खेपेच्या शोधाचं फलितही आधीच्या

शोधाप्रमाणेच असतं. 'माझ्या मनात धाकधूक होतीच की साठा ठेवल्यानंतर ७ आठवड्यांनी आम्ही तिथे पोचपर्यंत तो बर्फात गाडला गेला असणार,' वेबने काही वर्षांनी लिहिले, दक्षिणी दलाला तो साठा न सापडण्याचं कारण विशद करताना लिहिलं, 'शिवाय मर्टझ् हिमनदीच्या दरीत होणाऱ्या हिमवर्षावाने आम्ही उभारलेल्या १४ फुटी निशाणाहून उंच निशाणही गाडून टाकलं असतं.

त्यामुळे आता तिघेहीजण हिवाळी तळावर परतत होते आणि वाटेत निसर्ग त्यांची हरतऱ्हेने कसोटी पाहत होता. ताशी ४० मैलांचा वारा आणि कठीण सास्त्रुगीने त्यांच्या स्लेजची वाट लावली होतीच; पण ते हिवाळी तळापासून केवळ १५ मैलांवर असताना ताशी ७० मैलांच्या वाऱ्याने त्यांना त्यांच्या तंबूत ३ दिवस खिळवून ठेवले. अशा अनुभवात सकारात्मक काही आहे का याचा विचार करण्यास मॉसनला पुरेसा खुराक मिळाला होता : 'भयावह वातावरण, अंतहीन भवताल, अखंड हिमवर्षावाची भीषणता,' त्याने लिहिले, ''कमी होत जाणारा अन्नसाठा, तंबूची उतरती कळा, कुत्र्यांचे खंगलेपण, ओल आणि गारठा, भविष्याची अनिश्चितता आणि संभाव्यतेविषयी नैराश्य. वास्तव अधिकच भयाण होतं आणि वास्तव्य महाकठीण.'

अखेरीस १२ डिसेंबरला त्याच परिस्थितीत त्यांनी हिवाळी तळाकडे कूच केले. अल्लाउद्दिनच्या गुहेपासूनच्या उतारावरून ते उतरत असताना दूर कॉमनवेल्थ बे च्या दिशेला मॉसनला धुराची रेष दिसली; पण गेल्या वर्षी ती किनारा सोडत होती त्याच्या उलट या वेळी ऑरोरा किनारा जवळ करीत होती.

तिघेजण मध्यरात्रीनंतर केबिनवर पोचले. त्यांच्याकडून ऑरोरा आल्याची सुवार्ता मिळताच बाकीचे सदस्य ॲझिमुथ हिलवर धावले, ऑरोराचं दर्शन घ्यायला, मॅकेलर द्विपसमूह मागे टाकून, पुढे सरकणारी ऑरोरा गेल्या खेपेचा अनुभव जमेस धरता या खेपेला नांगर टाकताना डेव्हिसने विशेष दक्षता घेतली. तोवर किनाऱ्यावरची मंडळी झोपी गेली. सकाळी ८.०० वा. डेव्हिस आणि मंडळी किनाऱ्यावर आली तेव्हा त्यांना जाग आली. मॉसन आणि डेव्हिस जवळजवळ दोन वर्षांनी एकमेकांना भेटले. केबिनच्या दारातच त्यांची भेट झाली. 'मी त्याच्याशी हस्तांदोलन केले आणि त्या क्षणी अचानक मला सुटल्यासारखं वाटलं.' डेव्हिसने लिहिलं, 'तो जिवंत आहे, ठीक आहे हे पाहून कर्तव्यपूर्तीची भावना माझ्या मनात दाटून आली. माझ्या आयुष्यातला असीम अनमोल आनंदाचा क्षण होता तो!'

पुढले पाच दिवस केप डेनिसनवर कामाची धामधूम चालू राहिली. सुदैवाने हवामानाने साथ दिली आणि त्या संधीचा लाभ घेत सर्वांनी व्यक्तिगत आणि आर्थिक महत्त्वाचं सामान बोटीवर चढवलं. लेथ, शिवणयंत्रे, एअर-ट्रॅक्टरचे इंजिन, मोटर्स आणि

डायनामोज्, रॉकेलचे डबे, वैज्ञानिक साहित्य, अन्नसाठा, विविध प्रकारचे नमुने तसेच व्यक्तिगत सामान प्रथम स्लेजेसवरून मोटरबोटीत चढवलं गेलं आणि मग ऑरोरावर. दरम्यान डेव्हिसने मॉसनला गेल्या काही महिन्यांमधल्या घडामोडी कथन केल्या. तसेच दोघांनी मिळून उरलेल्या सफरीची योजना आखली. मॉसनने निर्णय घेतला की ऑरोरा थेट ऑस्ट्रेलियाला न परतता नजीकच्या बेटांना आणि मर्टझ् हिमनदीच्या भूशिराला भेट देईल; जिथे ड्रेजिंग –म्हणजे गाळ काढणं – आणि समुद्राच्या खोलीचे मापन होईल. त्यानंतर शॅकलटन आईस शेल्फवर शोधकार्य केलं जाईल; जे गेल्या वर्षीच्या चुकामुकीमुळे मॉसनला करता आलं नव्हतं.

मॉसनला पहिल्यापासून कल्पना होती की त्याच्या बचावासाठी परतणं सोपं काम नव्हतं; पण खुद्द डेव्हिसच्या तोंडून जेव्हा त्या अनंत अडचणींबद्दल आणि सफरीबद्दल प्रत्यक्ष वर्णन ऐकलं, तेव्हा डेव्हिसची निवड किती यथायोग्य होती, याचा पुन:प्रत्यय मॉसनला आला. मार्च १९१३ मध्ये ऑरोरा होबार्टला दाखल झाल्यानंतर दुसऱ्या बचाव मोहिमेसाठी आपत्कालीन निधी उभारण्यासाठी प्रो. डेव्हिड आणि मोहिमेच्या समितीने डेव्हिसला इंग्लंडला पाठवलं. मे मध्ये इंग्लंडला पोचल्यावर, रॉयल जिओग्राफिकल सोसायटीचे माजी ग्रंथपाल आणि मोहिमेचे खंदे समर्थक ह्यू रॉबर्ट मिल यांच्या मदतीने डेव्हिसने 'मॉसन रिलीफ फंड १९१३' स्थापित केला. त्याला लगेचच इंग्लंडमध्ये वास्तव्य करणाऱ्या सर रॉबर्ट लुकास टुथ या ऑस्ट्रेलियनकडून १००० पाउंड्सचा निधी मिळाला, त्यानंतर मिळालेल्या अन्य निधींमध्ये रॉयल सोसायटी, रॉयल जिओग्राफिकल सोसायटी आणि कॅथलिन स्कॉट यांचाही समावेश होता. त्यानंतर डेव्हिड लॉईड जॉर्ज, चॅन्सेलर ऑफ एक्सचेकर, यांच्याबरोबर डेव्हिसची भेट घडवण्यात आली; ज्यांनी ब्रिटिश सरकारकडून १००० पाउंडस् निधी देववला. परिणामत: ऑस्ट्रेलियन सरकारही प्रेरित झाले आणि ऑस्ट्रेलियन पंतप्रधान जोसेफ कुक यांच्याकडे प्रतिनिधी मंडळ पाठवल्यानंतर ४८ तासांत कॉमनवेल्थकडून ५००० पाउंडस्चा निधी कबूल केला गेला.

बरीच डागडुजी आणि पुष्कळ तयारीनंतर ऑरोराने १९ नोव्हेंबरला होबार्टचा किनारा सोडला. नवलाची गोष्ट म्हणजे मॉसनच्या दलाला सोडवणं हे तिचं पहिलं कार्य नव्हतं. दक्षिणेच्या प्रवासात डेव्हिसला जॉन हंटरबरोबर ड्रेजिंग आणि समुद्राच्या खोलीचे मापन करायचे होते. दुसरं म्हणजे, मॅक्क्वेरी आयलंडवर अडकलेल्या दलालाही त्याला घ्यायचे होते. त्याच वेळी तिघांजणांच्या सरकारी दलाला तो तिथे सोडणार होता; जे वर्षभर तिथे हवामानविषयक आणि बिनतारी संदेशवहनविषयक कार्य करणारा होते. त्यानंतरच तो केप डेनिसनवरल्या मंडळींच्या बचावासाठी जाण्यास मोकळा होणार होता.

२८ नोव्हेंबरला ऑरोरा मॅक्क्वेरी आयलंडच्या हॅसेलबोरो बे वर पोचली पुढचा आठवडाभर सामानाची अदलाबदल चालू असताना केप डेनिसनच्या मूळ दलातले दोन सदस्य – हर्ली आणि कॅरेल – बेटाचे फोटोग्राफिंग आणि सिनेमॅटोग्राफिंग करीत होते. वास्तविक कॅरेल हर्लीचा सहाय्यक होता; पण ऑस्ट्रेलियाला परतल्यानंतर त्याने रंगीत छायाचित्रणाचा झपाटून अभ्यास केला. मॅक्क्वेरी, हिवाळी तळ आणि अन्य ठिकाणांच्या हर्लीने काढलेल्या छायाचित्रांवर कॅरेलने नवे पॅजेट तंत्रज्ञान वापरले. त्यात तो एवढा यशस्वी झाला की मॉसनने 'दि होम ऑफ दि ब्लिझार्ड' नावाने मोहिमेचा वृत्तान्त प्रकाशित केला तेव्हा त्याची काही छायाचित्रे त्यात वापरली.

बोटीने मॅक्क्वेरी सोडल्यानंतर सर्वांना मॅकेलर द्विपसमूहाचा आणि नंतर केप हंटरचा, जे कडे गेले दोन वर्षे त्यांना खुणावत होते; पण ते तिथे जाऊ शकले नव्हते, सखोल अभ्यास करण्याकरिता उतरविण्यात आलं. अखेरीस २३ डिसेंबरला मॅडिगन आणि बिकरटनने केबिन बंद केली आणि कुणाही गरजवंतासाठी तिचे दरवाजे खुले असल्याची सूचना लावली.

जवळजवळ दोन वर्षांनी मॉसन आणि त्याचे सहकारी निघण्यास तयार होते; पण तत्पूर्वीच वादळ शेवटचा अनुभव देण्यास आले. ते दोन दिवसांहून अधिक काळ चालू होते आणि त्याचा जोर एवढा अचाट होता, की त्याने ऑरोरावरच्या मोटरलाँचची बैठक तोडून तिला समुद्रात लोटले. अखेरीस, बॉक्सिंग डेला हवामान सामान्य झाले आणि बोट केप डेनिसनचा किनारा सोडू शकली. ते निघाले तेव्हा अझिमुथ हिलच्या शिखरावरची, सर्वांत शेवटी दिसणारी वस्तू होती बिकरटन आणि मॅकलिनने उभारलेला क्रॉस, ज्याची उंची होती अकरा फूट आणि रुंदी सात फूट. मॅकलिनने तयार केलेल्या त्या क्रॉसच्या पायाशी बिकरटनने तयार केलेल्या फलकावर अक्षरे होती : 'लेफ्टनंट बी. इ. एस. निन्निस, रॉयल फ्युजिलिअर्स आणि डॉ. एक्स मर्टझ् यांनी विज्ञानासाठी पराकोटीचे समर्पण केले.'

बोटीवरच्या दलाने काही दिवस कॉमनवेल्थ बे आणि मर्टझ् हिमनदीच्या भूशिरादरम्यानच्या किनारपट्टीवर पाण्यात आणि बर्फात शोधकार्य केले. त्यानंतर पश्चिमेचा रोख घेत ते दूरच्या शॅकलटन आईस शेल्फकडे निघाले. अर्ध्या महिन्याहून अधिक काळ हवामानाचं चित्र अस्थिर होतं – कधी वादळ, कधी धुके, कधी हिमनदी, तर कधी हिमखंड. अखेरीस, दहा वर्षांपूर्वी जर्मन बोट गॉस ज्या परिसरात वर्षभरासाठी बर्फात फसली होती. तिथल्या मोकळ्या पाण्यात पोचल्यावर ते दक्षिणेला वळले. मग पूर्वेला, तिथून किनारपट्टी आणि अभेद्य हिमखंडाच्या पट्ट्याच्या मधल्या भागातून ते पुढे सरकू लागले.

एव्हाना डेव्हिसला अनेक दिवसांचं जागरण झालं होतं आणि आता प्रथमच मोकळे पाणी लागल्यावर तो झोपी गेला; परंतु त्याला पुरेशी विश्रांती लाभली नाही.

ड्रेजिंग करण्याच्या घाईने मॉसनने डेव्हिसला अविचाराने जागे केले. 'हे काय, मला विश्रांती घेऊ दे ना, तू तुझे काम पहा,' डेव्हिड मॉसनवर उसळला; पण मॉसन त्यावर थंडपणे म्हणाला, 'विचार केला तर अधिकाराचं पद ग्रहण करणं खूप कठीण असतं.' त्याक्षणी दोघांनाही कल्पना नव्हती की ती एक चुणूक होती – पुढल्या काळातील त्यांच्या संबंधांची.

शॅकलटन आईस शेल्फच्या पश्चिमेला ते पोचले तेव्हा हिमनगांची दाटी वाढली होती. २३ जानेवारीला ते विशेष दाटीच्या भागातून जात असताना वादळाचं आगमन झाले. काही क्षणांतच ताशी ७० मैलांचा वारा एवढं हिम उडवू लागला की बोटीच्या एका बाजूकडून दुसऱ्या बाजूकडचे दिसेनासे झाले. डेव्हिसने बोट आडोशाला नेण्याचा प्रयत्न केला; पण वारा तेही करू देत नव्हता. एक पूर्ण दिवस ते निसर्गाच्या रूद्रावताराला तोंड देत राहिले आणि एक क्षणी त्यांनी मार्टिन-गेल ही चेन जी बोटीचा एक महत्त्वाचा आधार असते, ती गमावली. 'हे वादळ असामान्यच होते.' मॉसनने लिहिले. 'कॅप्टन डेव्हिसने हात टेकले. मीसुद्धा चिंताग्रस्त झालो होतो, स्लेजिंग मोहिमांमधल्या अनुभवातून मी कणखर झालो नव्हतो, हेच यातून सिद्ध झालं.'

२५ जानेवारी उजाडला तरी ऑरोरा हवामानापुढे अगतिक होती आणि डेव्हिसला तिचा बचाव करीत पुढे-मागे हटावे लागत होते. अखेरीस २७ जानेवारीला सकाळी वादळ शमल्यानंतर मॉसन आणि मंडळी पश्चिमी तळावर उतरण्याचा प्रयत्न करू शकली. आपले साथीदार कोणत्या परिस्थितीमध्ये तिथे राहत होते ते पाहण्यासाठी; परंतु हिमपृष्ठांनी त्यांना बरेच दूरवर रोखल्यामुळे ते उत्तरेकडे सरकत राहिले. शक्य तेवढे किनाऱ्यालगत आरेखन, ड्रेजिंग आणि समुद्राच्या खोलीचे मापन करीत राहिले; पण चांगल्या हवामानानेही वादळाने निर्माण केलेले ताणतणाव दूर होऊ शकले नाही. मॉसन आणि डेव्हिसचे एकमेकांबरोबर आणि इतरांबरोबर खटके उडू लागले.

२ फेब्रुवारीला ते शॅकलटन आईस शेल्फच्या वायव्य कोपऱ्यावर पोचले तेव्हा हद्द झाली. स्वभावाविरुद्ध जात डेव्हिस धाडसाने पूर्वेकडे जाऊ लागला, आईस शेल्फच्या उत्तरी कडेवरून; पण मॉसनला धास्ती वाटली की ते बर्फात फसतील, म्हणून त्याने डेव्हिसला बोट आल्या मार्गाने परतवायला सांगितले. नाखुशीने डेव्हिसने बोट वळवली, पण आईस शेल्फच्या कोपऱ्यावरून उत्तरेकडे जात त्याने समुद्री बर्फाला वळसा घातला आणि तो पुन्हा उत्तरेच्या दिशेने जाऊ लागला. 'मी माझी चिंता व्यक्त केली आणि डेव्हिसला सांगितलं की मला अपेक्षित असलेला मार्ग हा नव्हे,' मॉसनने लिहिले. 'अलीकडे नित्याचंच झालं होतं, तसा तो क्षुब्धावस्थेत आहे, तो सामान्यपणे बोलूच शकत नाही. मला वाटते अति ताणाने

त्याची अशी अवस्था झाली आहे.' डेव्हिसने अखेरीस मॉसनची विनंती मान्य केली; पण दोघांमध्ये ठिणगी पडली होती. हे काम कॅप्टन डेव्हिसची परीक्षा घेणार आहे, त्याला अतिशय दक्ष राहावे लागत आहे,' मॉसनने लिहिले. 'त्याच्यावर तणावाचा आणखी दुष्परिणाम होणार नाही अशी मी आशा करतो. माझ्या बाबतीत बोलायचे तर स्लेजिंग मोहिमेच्या दुष्परिणामांमुळे माझ्या धैर्यालाही धक्का पोचलाय. मला बऱ्यापैकी धाकधूक जाणवते.'

अशा धाकधुकीवरचा एकमेव उपाय होता, घरी जाणे; पण ते घडण्यातही बरेच दिवस गेले, कारण ते समुद्री बर्फाच्या आतल्या कडेने जात होते. अखेरीस अठ्ठेचाळीस तासांनी त्यांनी मोकळ्या पाण्यात प्रवेश केला. 'बर्फाबाहेर पडल्याने मी धन्य झालो आहे,' डेव्हिसने लिहिले. 'केवळ एका मनुष्यावर एवढा तणाव भारी होतो आणि त्यातून गेले काही दिवस मी किरकिरा झालोय... आम्ही हिवाळी तळ सोडल्यापासून माझ्या मनात शंका निर्माण झाली आहे की आमचा खरा कार्यक्रम काय आहे?'

सुदैवाने आता त्यांच्या कार्यक्रमाविषयी शंका असण्याचे कारण नव्हते : ॲडलेडला पोहोचणे. त्यांनी इंजिन्सना शिडांची जोड दिली. आता ते घराच्या अधिक जवळ सरकत होते, सर्वजण – अपवाद बहुधा केवळ जेफ्रीजचा होता; जो मॅकलिनच्या नजरेखाली केबिनमध्येच राहत होता, मोहीम संपण्याची वाट पाहत. २१ फेब्रुवारीला 'आर्चिबाल्ड रसेल नावाच्या गलबताने त्यांना मागे टाकलं. गेल्या दोन वर्षांमध्ये मॉसनने पाहिलेलं नागरी जीवनाचं ते पहिलं चिन्ह होतं.

आणि मग ते तिथे पोचले. २६ फेब्रुवारीच्या दुपारी ॲडलेड बंदराबाहेर एक लाँच त्यांचे स्वागत करण्यासाठी आली; जिच्यात अन्य काही जणांबरोबर प्रो. डेव्हिड आणि प्रो. मॅसन होते, ज्या दोघांच्या प्रभावामुळे मोहिमेला बराच लाभ झाला होता. डेव्हिस ऑरोरा धक्क्यावर लावत असताना प्रचंड जनसमुदाय त्यांच्या स्वागतासाठी तिथे जमा झाला आणि दरम्यान मॉसन स्वत: एका खास बाबीसाठी तिथून सटकला. किनाऱ्यावर पाय टेकवल्याबरोबर तो साऊथ ऑस्ट्रेलियन हॉटेलवर थडकला. तिथे राखून ठेवलेल्या एका खोलीत पॅकिटा आणि तिची आई हजर होती. अशा व्यक्तीला भेटताना उमटणाऱ्या संवेदना व्यक्त करणं खूप कठीण आहे. तिची प्रतिमा एवढ्या मोठ्या काळासाठी आपण आपल्या मनाच्या कुपीत जतन करून ठेवलेली असते. पॅकिटाने लिहिले. 'त्याने खोलीत प्रवेश केल्याक्षणी माझ्या मनात पहिला विचार आला : अरे हो, तो असाच आहे! डग्लस मला म्हणाला, 'तुला माझी फार प्रतीक्षा करावी लागली. आणि त्यानंतर सगळं काही छान झालं.'

■

युद्धात आणि शांततेतही वीर

ऑरोरा उत्तरेकडे मार्गक्रमण करीत असताना मॉसनच्या मनात घरी परतल्यावर विश्रांती घेऊन प्रकृतिस्वास्थ्याकडे लक्ष देण्याचे किंवा पॅकिटाच्या सहवासात काही काळ शांतपणे व्यतित करण्याचे जे काही विचार होते ते ॲडलेडला त्याचे आगमन झाल्याबरोबर उधळले गेले. शॅकलटनच्या मोहिमेवरून परतल्यानंतर त्याला जेवढा बहुमान लाभला होता त्याहून कितीतरी अधिक या वेळी लाभला. स्वागतसमारंभ, प्रीतीभोजने आणि मुलाखती यांच्या मालिकेला सुरुवात झाली. मार्च महिन्याच्या शेवटच्या दिवशी योजलेल्या त्याच्या विवाहाची तयारी करायची होती आणि महत्त्वाचे म्हणजे ८००० पाउंडस्‌हून अधिक रकमेच्या कर्जात बुडालेल्या मोहिमेला बाहेर काढण्याचं महाकार्य 'आ'वासून समोर उभं होतं.

मोहिमेहून परतल्यानंतरच्या आठवड्यात झालेल्या स्वागतसमारंभांनी पुढल्या कार्यक्रमांची चुणूक दाखवली. पहिला पार पडला युनिव्हर्सिटी ऑफ ॲडलेडमध्ये. याला गव्हर्नर जनरल लॉर्ड डेन्मन हजर होते; शिवाय महाराजांकडून अभिनंदनाचा संदेश आला होता. लॉर्ड मेयरनी आयोजित केलेला दुसरा समारंभ टाऊन हॉलमध्ये दुसऱ्याच दिवशी पार पाडला. त्या वेळच्या वक्त्याचे प्रशंसोद्‌गार होते :

'डग्लस मॉसन अशा प्रवासाहून परतले आहेत ज्याला संशोधन प्रवासाच्या इतिहासात तोड नाही – कोपिष्ट निसर्गावर मानव धैर्याने, ताकदीने आणि निश्चयाने कशी मात करू शकतो, याचा तो आदर्श वस्तुपाठच म्हणता येईल. तशा परिस्थितीत जीवावर पाणी सोडणे सोपे ठरले असते... समस्यांपुढे हात टेकून. पण पुढे जात राहणे एकट्याने, तेही अखंड तीस दिवस; जसं डॉ. मॉसन जात राहिले. ही फार आगळीवेगळी गोष्ट आहे. अशा तऱ्हेच्या मोहिमेत

आतापर्यंत साधलेली ती सर्वोत्तम बाब आहे.'

अशा तऱ्हेची स्तुतिसुमने केवळ ॲडलेडमध्ये नाही, तर सगळीकडूनच झेलत असताना ब्रिटनला जाण्यात फार मोठे संभाव्य लाभ होते. तिथे मॉसनला व्यावसायिक, सामाजिक, आर्थिक आणि प्रकाशनसंबंधी संधी प्राप्त झाल्या असत्या. ऑस्ट्रेलियात हे सारं शक्य नव्हतं. ही बाब समजून घेऊन युनिव्हर्सिटीने पुन्हा एकदा औदार्याने त्याला रजा दिली आणि हिवाळी तळावरचा माजी भूगर्भशास्त्रज्ञ फ्रॅन्क स्टिलवेल याची त्याच्या जागी तात्पुरती नेमणूक केली. ही व्यवस्था लागल्यानंतर मॉसनने लगेचच मार्सेला जाणाऱ्या बोटीचे १ एप्रिलचे म्हणजेच त्याच्या विवाहाच्या दुसऱ्या दिवशीचे, तिकीट काढले. त्यांचा मधुचंद्रदेखील सुरुवातीपासूनच आगळावेगळा असणार होता. मॉसनची प्रसिद्धी व पुस्तकांची संभाव्य विक्री शिखरावर असतानाही 'दि होम ऑफ दि ब्लिझार्ड' पूर्ण करण्यासाठी डेव्हिस आणि मॅकलिन या नवपरिणित जोडप्याबरोबर जाणार होते.

त्या महिन्यात मॉसन वैज्ञानिक आणि सरकारी बैठकींमध्ये, सामाजिक स्वागतसमारंभामध्ये आणि देशभरातल्या निधी संकलनामध्ये व्यस्त होता. या आर्थिक मोहिमांपैकी एकही विशेष यशस्वी ठरली नाही आणि जमा झालेल्या रकमेपैकी बहुतांशी रक्कम ऑरोराच्या विक्रीतून आली होती. मोहिमेनंतर तीन आठवड्यांनी ऑरोरा शॅकलटनला विकण्यात आली होती. १९१० मध्ये गेराल्ड लायसाट AAE साठी दिलेले १०००० पाउंडस् शॅकलटनने फसवणुकीच्या मार्गाने दडवून ठेवले होते. मॉसनच्या मनातून ते मुळीच गेलं नव्हतं. तरीही सद्य परिस्थितीमध्ये शॅकलटन देऊ करत असलेली ३२०० पाउंडस्ची रक्कम न स्वीकारण्याचा वेडेपणा तो करू शकत नव्हता. आपल्या इम्पिरियल ट्रान्स अॅन्टार्क्टिक मोहिमेत ऑरोराने एक दल रॉस आयलंडवर सोडायचे, तिथे पुरवठा तळ स्थापायचा; जेणेकरून तो स्वत: वेडेल समुद्रातून खंड पार करीत असताना त्याला सहाय्यभूत ठरेल, अशी शॅकलटनची योजना होती. त्याच वेळी शॅकलटनने ऑरोराच्या कॅप्टन डेव्हिसपुढे वेडेल समुद्राच्या तळावर त्याला सोडण्यासाठी, 'एन्ड्युरन्स'चे सुकाणू सांभाळण्यासाठी येण्याचा प्रस्ताव मांडला; पण डेव्हिसने तो नाकारला.

दरम्यान, मोहिमेतले बाकी सदस्य विखुरले. मॅडिसन ऑक्सफर्डला गेला, त्याच्या ऱ्होडस् स्कॉलरशिपसाठी आणि बिकरटनही इंग्लंडला गेला, आपल्या घरी. हर्लीने शॅकलटनच्या मोहिमेत रस दाखवला; पण तो फ्रान्सिस बर्टल्स या छायाचित्रकाराकडे सहाय्यक म्हणून गेला. बेज रॉयल ऑस्ट्रेलियन इंजिनिअर्समध्ये रूजू झाला. आणि ॲडलेडमधले उत्सवी वातावरण सुरू होण्यापूर्वीच जेफ्रीज त्याच्या घरी क्विन्सलॅण्डला गेला; पण वाटेतच व्हिक्टोरियामधल्या अॅरारटमध्ये तो

उतरला आणि त्याच्या विचित्र वर्तणुकीमुळे त्याला स्थानिक मनोरुग्णालयात भरती करण्यात आले. अन्य काही मनोरुग्णालयामध्ये थोडा काळ घालवण्याव्यतिरिक्त त्याचे उर्वरित आयुष्य ॲराराटच्या मनोरुग्णालयातच गेले. मोहिमेच्या अखेरीस मॉसनची जेफ्रीजशी असवंदेनशील वर्तणूक आणि त्याच्या कुटुंबीयांशी त्याचे सहानुभूतिशून्य संपर्क, हे त्याच्या सर्वोत्तम प्राप्तीपैकी म्हणता येणार नाहीत.

अखेर ३१ मार्च १९१४ रोजी मॉसन आणि पॅकिटाची प्रतीक्षा संपली. मेलबर्नमधल्या बॅलाक्लाव्हातल्या होली ट्रिनिटी चर्चमध्ये त्यांचे शुभमंगल पार पडले. लग्न समारंभभर, पॅकिटाच्या मते, मॉसन चेशायर मांजरीसारखा स्मित करीत होता आणि डेव्हिस त्याचा 'बेस्ट मॅन' एवढ्या तणावात होता, की एकसारखा तो मॉसनची अंगठी या हातातून त्या हातात करीत राहिला होता, इतका की समोरची मंडळी वधू-वराकडे पाहण्याऐवजी तो ती पाडतो की काय या धास्तीने त्याच्या हातांकडेच पाहत राहिली होती. दुसऱ्या दिवशी सकाळी ते तिघे आणि मॅकलिन युरोपच्या बोटीवर चढले. साधारण महिन्याभराने ते ब्रिटनमध्ये पोचले. दरम्यान नेपल्स, टूलोन आणि पॅरिसमध्ये मॉसनचे सत्कार झाले. डोव्हरच्या धक्क्यावर मॉसनने फारच गंमत केली; जी आज घडती तर वर्तमानपत्रात छायाचित्रासह प्रसिद्ध झाली असती. आधी पुढे जाऊन तो मागे फिरला आणि पॅकिटाच्या मते, तिच्या पुढे असलेल्या स्त्रीच्या हातात त्याने हात गुंफला, तो तिलाच पॅकिटा समजला असावा आणि ती बावरल्यानंतर हा शरमला. आजच्या काळात असं घडतं तर वर्तमानपत्रवाल्यांनी 'फोटोसह बातमीला' वारेमाप प्रसिद्धी दिली असती. लंडनच्या प्रवासात मॉसनमुळे डेव्हिसची आणि मॅकलिनची खूप करमणूक झाली.

ऑस्ट्रेलियातल्या कार्यक्रमांची पुनरावृत्ती इंग्लंडमध्येही होऊ लागली. शिवाय प्रकाशक विल्यम हेनिमन यांच्या मार्गदर्शनाखाली 'दि होम ऑफ दि ब्लिझार्ड'चे काम दैनंदिन पातळीवर चालू होतंच. त्या कामात मॅकलिन ईश्वरी देणगीच ठरला. त्याने मॉसनच्या लेखनाबरोबरच वाईल्डच्या, एन्सवर्थच्या आणि स्लेजिंग दलांच्या प्रमुखांच्या लेखनाचं संपादन आणि पुनर्लेखन केलं, लेखनाचा दर्जा उंचावून. दरम्यान हॉजमननं इंग्लंडमध्ये दाखल होऊन पुस्तकासाठी आकृती आणि रेखाटनं तयार केली. हर्लीकडे छायाचित्रांची मागणी केली गेली; पण तो स्वत: त्याच्या नव्या प्रकल्पांमध्ये व्यस्त असल्यामुळे मागणी केलेली सर्व छायाचित्रे तो देऊ शकला नाही. शेवटी मॉसनने कॅरेलकडून रंगीत छायाचित्रं मागवली; जी पुस्तकात उत्तम प्रकारे वापरली गेली.

इंग्लंडला पोचल्याबरोबर मॉसन प्रथम निन्निसच्या कुटुंबीयांना भेटला. त्यांना दिलासा देण्याचा अयशस्वी प्रयत्न त्याने केला. विचित्र योग असा की लगोलगच

सुरू झालेल्या महायुद्धाने सौ. निन्निसना वेगळाच दिलासा लाभला, अर्थात हे नंतर पॅकिटाला कळले. 'निन्निसच्या रॉयल फ्युजिलिअर्सची तुकडी फ्रान्समध्ये मारली गेली,' पॅकिटाने लिहिले. 'देशासाठी वीरमरण पत्करणं केवढंही पवित्र असलं तरी फ्लॅन्डर्सच्या चिखलात कापलं जाऊन पडण्यापेक्षा बर्फातल्या घळीत पडून झालेला शेवट त्या युवकासाठी अधिक उचित असतो.'

शॅकलटनने नंतर ज्या मोहिमेचा उल्लेख, 'दक्षिणेतले धवल युद्ध' असा केला, तीत बळी गेलेल्यांच्या कुटुंबीयांनाही मॉसनने भेट दिली, याचा मोहिमेला अनपेक्षित आर्थिक लाभ झाला. २१ मे रोजी भोजनप्रसंगी कॅथलिन स्कॉटने मॉसनला 'स्कॉटस् लास्ट एक्सिपडिशन' या पुस्तकाच्या उत्पन्नामधून १००० पाउंडस्चे अर्थसहाय्य देऊ केले. 'पुस्तकाच्या उत्पन्नामधून काढलेली रक्कम खाजगी कारणासाठी वापरण्यास देणे मला पसंत नाही, माझ्या पतीने ते केले नसते.' तिने दुसऱ्या दिवशी प्रस्तावाच्या पत्रात लिहिले, 'तुमच्या प्रयासात काही सहाय्य करण्याचे माझ्या मनात होते.' मात्र तिने एक अट घातली की त्या रकमेच्या दात्याचे नाव उघड होता कामा नये. ती रक्कम स्वीकारून मॉसनने तिची अटदेखील पाळली.

लंडनमध्ये मॉसनला शॅकलटनएवढा सन्मान आणि ख्याती लाभली नाही, तरी असंख्य लोकांना त्याच्यात रस होता. ध्रुवीय समाजाबाहेरही अनेक जणांशी त्याचा संपर्क आला. ब्रिटिश एम्पायर क्लबमध्ये लॉर्ड कर्झन, लॉर्ड चेल्सफर्ड आणि लॉर्ड टेनिसन आदी प्रभृतींसमवेत भोजन करण्याचे भाग्य त्याला लाभले. पंचम जॉर्ज यांच्याकडून त्याला बकिंगहॅम पॅलेसमध्ये भेटायला येण्यासाठी निमंत्रण आले. महाराणी आणि रशियाची सम्राज्ञी यांनी त्याला मार्लबोरो हाऊस्मध्ये निमंत्रित केले. रॉयल जिओग्राफिकल सोसायटीमधल्या त्याच्या व्याख्यानानंतर तीन आठवड्यांनी २९ जूनला महाराजांनी त्याला 'नाईटहुड' पदवी प्रदान केली.

मॉसनच्या व्यस्त कार्यक्रमांमुळे अनेक रात्री ते वेगवेगळ्या समारंभात जात होते. कधी गेलेच तरी एकत्र बसत नव्हते; पण पुन्हा एकदा डेव्हिस उत्तम साथीदार ठरला. 'कॅप्टन डेव्हिस बहुतेक समारंभांमध्ये आमच्याबरोबर यायचे, ते माझ्यासाठी फार मोठा आधार होते. डग्लस बिचारा त्याच्या पुस्तकात आणि त्याच्या कार्यक्रमांमध्ये एवढा व्यस्त होता की मी काय पोशाख घातला आहे ते पाहण्याचीही त्याच्याकडे फुरसत नव्हती... मी कॅप्टन डेव्हिसला अनेकदा बोलून दाखवले आहे की त्याच्याशिवाय माझा मधुचंद्र पार पडला नसता. इतरांप्रमाणेच मीही हॅट घातलेली आहे आणि मी वेळेवर उपस्थित आहे एवढे डग्लसला पुरेसे होते.'

जुलैमध्ये जोडपं लंडनचे उत्सवी वातावरण सोडून घरी जायला निघाले; पण वाटेत बेसलमध्ये थांबून त्यांनी मर्टझ्च्या कुटुंबीयांची भेट घेतली. त्यांची बोट एडनजवळ असताना युद्ध घोषित झाल्याची बातमी आली. मोहिमेच्या संकलन निधीवर त्याचा

काय परिणाम होणार हे कळायला मॉसनला वाट पहावी लागली नाही.

मॉसनला मोठी आशा वाटत होती की हर्लीचा चित्रपट दाखवून होणाऱ्या नफ्यातून मोहिमेची कर्जे फिटतीलच, शिवाय वैज्ञानिक अहवाल प्रकाशित करण्यासाठी आवश्यक असलेला पैसाही त्यातून उभा राहीला परंतु हर्बर्ट पाँटिंगच्या स्कॉटच्या मोहिमेचा चित्रपट त्याचदरम्यान प्रदर्शित होणार होता आणि त्याशिवाय मूळ फिल्मचा काही भागही कंपनीकडून हरवला होता. म्हणून करार झालेल्या कंपनीनं चित्रपटाचं प्रदर्शन पुढे ढकललं. बऱ्याच कायदेशीर उलाढालीनंतर मॉसनने दुसऱ्या कंपनीशी करार केला; पण त्यावर सह्या होण्यापूर्वीच युद्ध पुकारले गेले, त्यामुळे कंपनीने माघार घेतली. अखेरीस मॉसनला आणखी एक वितरक मिळाला; पण युद्धामुळे निर्माण झालेल्या आर्थिक अडचणींमुळे ती कंपनीच बुडीत निघाली.

'दि होम ऑफ दि ब्लिझार्ड'चे प्रकाशन पुढं ढकललं जाणंही तेवढंच निराजनक होतं. मॉसन ऑस्ट्रेलियाला परतला तरी लंडनमध्ये राहून मॅकलिन RGS चे माजी ग्रंथपाल आणि ध्रुवीय शोधकार्याचे इतिहासकार ह्यू रॉबर्ट मिल यांच्याबरोबर संपादनाचे काम करीत होता. 'पुस्तक पुरे होईल तेव्हा त्यात अचूकता आणि व्याकरण-शुद्धता असणे अत्यावश्यक आहे, असे मला वाटते,' मॅकलिन मॉसनपुढे बढाई मारत असे; पण युद्धघोषणेनंतर या बारीकसारीक गोष्टी बिनमहत्त्वाचा झाल्या. 'युद्ध चालूच राहिले तर तुमच्या पुस्तकात कोणी बिलकूलही रस घेणार नाही,' प्रकाशक विल्यम हेनिमनने मॉसनला लिहिले, 'अर्थात याचा अर्थ असा नव्हे की पुन्हा कधी लोकांना तुमच्या कामात रस नसेल – पण त्याला काही वेळ लागेल; आणि निरिच्छ लोकांवर ते थोपवणे म्हणजे अपयशाला निमंत्रणच होईल... त्यांना तूर्त रुची आहे केवळ युद्धात आणि सैन्यात.'

युद्धामुळे ब्रिटन आणि युरोपचा नियोजित व्याख्यान-दौरा रद्द झाल्यामुळे विल्यम हेनिमनने मॉसनला युनायटेड स्टेटस्‌चा दौरा करण्यास सुचवले. त्याचे वेळापत्रक असे आखले गेले, जेणेकरून जानेवारी १९१५ मध्ये लिपिंग कॉटच्या पुस्तकाचे प्रकाशन असेल तेव्हाच मॉसनचा दौरा चालू असेल. दरम्यान मॉसन तीन वर्षांच्या रजेनंतर पुन्हा युनिव्हर्सिटीत रूजू झाला. ऑक्टोबरमध्ये, सत्राच्या शेवटी त्याने न्यूझीलंडमध्ये व्याख्यान दिले; जिथे त्याला मोहिमेतील चुंबकतज्ज्ञ एरिक वेब भेटला, स्लेजिंग मोहिमांच्या सुरुवातील अल्लाउद्दिनच्या गुहेत त्यांनी एकमेकांचा निरोप घेतल्यानंतर तीन वर्षांनी प्रथमच. गेल्या तीन वर्षांतले मॉसनमधले बदल त्याला प्रकर्षाने जाणवले. तो तसाच कणखर, स्वावलंबी होता... अजूनही कार्यरत असलेला; पण आता अधिक परिपक्वता आलेला – शांत, नम्र आणि मला वाटतं आपल्या ईश्वराच्या अधिक समीप गेलेला,' वेबने लिहिलं आणि पुष्टी जोडली, 'त्याने मला सांगितले की त्या प्रवासात त्याला त्याच्या इच्छाशक्तीइतकंच आणखी एका

शक्तीने सहाय्य केले. ते म्हणजे त्याच्या श्रद्धेनं त्याला बळ दिलं; शक्ती दिली. तरीही मला जाणवलं की त्याचं वय झालं होतं. त्याचा जोम कमी झाला होता, त्याचे बरेचसे केस गळले होते आणि माझी खात्री आहे की तो दैवी प्रवास सुरू करण्यापूर्वीचा तो लोहपुरुष त्यानंतर कधी तसा राहिला नसावा.'

परंतु शॅकलटन, ॲमंडसेन आणि त्याच्यापूर्वीच्या अन्य वीरांना जशी कल्पना आली तशी मॉसनला आली, की पुढचे दडपवून टाकणारे कार्य करण्यासाठी त्याला तेवढीच परंतु वेगळ्या स्वरूपाची शक्ती आवश्यक होती, अॅन्टार्क्टिकामध्ये उपयोगी पडली होती तशी. १९१५ च्या सुरुवातीला तो न्यूयॉर्कला गेला. तिथे त्याची व्याख्यानमाला सुरू झाली. त्याकरिता त्याला पूर्व युनायटेड स्टेटस्च्या अर्ध्या भागात आणि कॅनडाच्या बहुतांश भागात सतत फिरतीवर राहावे लागले. दररोज रात्री त्याला त्याच्या मित्रांच्या मृत्यूचे वृत्तान्त आणि स्वत:च्या खडतर एकाकी प्रवासाचे वर्णन अशा तऱ्हेने करावे लागत होते; जेणेकरून ते दु:खान्तिका न वाटता थरारक वाटावे. त्या दौऱ्यात त्यांना माजी राष्ट्राध्यक्ष थिओडोर रूझवेल्ट, आर्क्टिक प्रवासी संशोधक ॲडॉल्फस् डब्ल्यू ग्रीली आणि रॉबर्ट इ. पेअरी, अमेरिकन भूगर्भशास्त्रज्ञ डब्ल्यू. एच. हॉब्ज इ. महान व्यक्तींना भेटण्याची संधी लाभली, तरी तो दौरा यशस्वी किंवा सोपा नव्हता. 'रेल्वेचा प्रवास तुला बिलकुल पसंत पडला नसता.' त्याने पॅकिटाला लिहिले. ती ऑस्ट्रेलियात होती. एप्रिल १९१५ मध्ये त्यांना पहिली मुलगी झाली, पॅट्रिशिआ. 'मला रेल्वेप्रवास आवडत नाही, ऑस्ट्रेलियाच्या बाहेर. या पुलमन कार्स खराब आहेत. मी दररोज रात्री व्याख्यानानंतर रेल्वेत बसतो आणि दुसऱ्या दिवशी सकाळी ७.०० वा. पुढच्या मुक्कामी उतरतो.'

त्याच्या नियोजित वेळापत्रकाच्या शेवटी त्याला आर्थिक नफा देणारा प्रस्ताव आला, मार्च अखेरीपर्यंत दौरा वाढवून न्यूयॉर्कमधल्या सभागृहात दररोज दोन व्याख्याने देण्याचा. दुर्दैवाने त्याला तो अनुभव पसंत पडला नाहीच; पण पुस्तकाचा पुरस्कार करण्यातही त्याचा त्याला काही लाभ झाला नाही. हेनिमनने त्या वर्षी 'दि होम ऑफ दि ब्लिझार्ड' ब्रिटन आणि साम्राज्यात प्रकाशित केले तरी अख्ख्या जगासाठी त्याने केवळ ३५०० प्रती छापल्या; ज्या पुरेशा नव्हत्या. शिवाय आणखी प्रती छापण्याचा प्रश्नही निकालात निघाला. कारण छापखाना आणि खिळे युद्धात जळून गेले. मार्चअखेरीस व्याख्यानसत्र पुरे झाल्याक्षणी मॉसनने ॲडलेडची वाट धरली, जिथे युनिव्हर्सिटीमधले काम त्याला तुलनेनं उत्तम वाटलं.

ॲन्टार्क्टिक मोहिमेत प्रतीकात्मक स्वरूपात मॉसनने दाखवून दिले होते की तो खरा देशभक्त होता आणि ब्रिटिश साम्राज्याचा समर्थकदेखील. त्यामुळे तो ऑस्ट्रेलियाला परतल्यानंतर जर्मनीविरुद्धच्या युद्धात आपलेही योगदान असावे असे त्याला वाटणे

स्वाभाविकच होते. AAE मधला त्याचा सहकारी, ज्याच्याविषयी त्याच्या मनात आदर होता आणि जो रॉयल ऑस्ट्रेलियन इंजिनिअर्समध्ये कॅप्टनच्या हुद्द्यावर काम करीत होता, तो गॅलिपॉलीच्या युद्धात लोन पाईन प्लॅटोवर मारला गेला. यामुळे तर शत्रुपक्षाविषयीचं त्याचं मत अधिकच नकारात्मक झालं.

प्रो. डेव्हिडच्या पावलावर पाऊल टाकीत – जे सक्तीच्या लष्कर भरतीची समर्थक असलेल्या युनिव्हर्सल सर्व्हिस लीगच्या न्यू साऊथ वेल्स शाखेचे अध्यक्ष होते – मॉसनदेखील साऊथ ऑस्ट्रेलियाच्या सक्तीच्या लष्कर भरतीच्या मोहिमेच्या प्रमुख संयोजकांपैकी एक झाला. त्याचबरोबर कॉमनवेल्थच्या संरक्षण खात्यालाही त्याने आपली सेवा देऊ केली; परंतु ऑस्ट्रेलियन सरकारने कुठल्याही पदावर त्याला स्वीकारले नाही, त्यामुळे इंग्लंडला जाण्याचा त्याने निर्णय घेतला, आपल्या ज्ञानाचा तिथे उपयोग करून घेतला जाईल, असा त्याला विश्वास वाटत होता. मार्च १९१६ मध्ये त्याने पॅकिटाला आणि पॅट्रिशियाला डेल्प्रॅट कुटुंबीयांकडे सोडले, युनिव्हर्सिटीतून रजा घेतली आणि तो सॅन फ्रान्सिस्कोमध्ये दाखल झाला. मग युनाटेड स्टेटस् पार करून त्याने इंग्लंडची बोट पकडली.

सुरुवातीला इंग्लंडमध्येही मॉसनची गत ऑस्ट्रेलियातल्याप्रमाणेच झाली; पण लवकरच त्याला ॲडमिरॅल्टीच्या 'शॅकलटन रिलीफ कमिटीवर घेतले गेले; जिचे कार्य होते एलिफंट आयलंडवर अडकून पडलेल्या शॅकलटनच्या बचाव मोहिमेचे मार्गदर्शन करणे; परंतु शॅकलटनने ॲडमिरॅल्टीच्या सहाय्याविना स्वत:चा बचाव करून घेतल्यानंतर कमिटीच्या सदस्यांनी रॉस आयलंडवर अडकलेल्या त्याच्या दलाच्या बचावावर लक्ष केंद्रित केले. अखेरीस, ब्रिटिश, ऑस्ट्रेलियन आणि न्यूझीलंड सरकारांच्या सहाय्याने जॉन किंग डेव्हिसला बचावमोहिमेचा प्रमुख आणि ऑरोराचा कॅप्टन नेमण्यात आले आणि त्याने रॉस आयलंडवर अडकलेल्या दलाला घरी आणलं.

दरम्यान मित्र राष्ट्रांच्या रसदीची व्यवस्था करणाऱ्या 'कमिशन इंटरनॅशनेल डी रॅव्हिटेलमेंट' (सीआयआर) मध्ये मॉसनला काम मिळायला दोन महिने लागले. तिथे तो लिव्हरपूलमध्ये बोटीवर स्फोटके आणि विषारी वायू चढवण्याच्या कामावर देखरेख करीत होता. हे सामान ब्रिटनच्या रशियातल्या दोस्तांसाठी पाठवायचे होते. परंतु त्या कामामुळे त्याला कॅप्टनचा तात्पुरता हुद्दा लाभला होता तरी ते काम ओनाम्याचे होते आणि मॉसनला लवकरच ते एकसुरी वाटू लागले. जेव्हा त्याचा संपर्क नोबेल विजेते सर अर्नेस्ट रुदरफोर्ड आणि विल्यम एच. ब्रॅग; रॉयल सोसायटीचे अध्यक्ष सर जे. जे. थॉमसन; स्टीम इंजिनचा शोध लावणारा संशोधक चार्ल्स पार्सन्स आणि कॅथलिन स्कॉट आणि तिचा तरुण मुलगा पीटर यांच्यासारख्या विद्वानांशी होत असे, तेव्हा 'आपल्या बुद्धीला चालना मिळत नाही' हे त्याच्या

प्रकर्षाने लक्षात येत असे.

पॅट्रिशियाला आपल्या नातलगांकडे ठेवून पॅकिटा नोव्हेंबर १९१६ मध्ये मॉसनकडे आली. पॅट्रेशिआ युद्धकाळाच्या दरम्यान तिथेच राहिली, तरी मॉसन अस्वस्थच होता आणि त्याने युनिव्हर्सिटीचे कुलगुरू चार्ल्स हॉज यांना पत्र पाठवले की तो ॲडलेडला परतू इच्छित आहे; परंतु ते निघण्यापूर्वीच त्याला रशियन मिलिटरी कमिशन आणि मिनिस्ट्री ऑफ म्युनिशन्स यांच्यामधला संपर्क अधिकारी म्हणून काम मिळालं. रशियन्सना स्वत:चे कारखाने उभे करता यावेत याकरिता ब्रिटनमधल्या कारखान्यांमधून तयार होत असलेल्या स्फोटकांशी आणि वायूंशी संबंधित अहवाल तयार करण्याचे कार्य त्याच्यावर सोपवण्यात आले. या कामामुळे त्याला फॉसजीन गॅस, नायट्रो-ग्लिसरीन, नायट्रिक ॲसिट, सल्फ्युरिक ॲसिड आणि लिक्विड क्लोरिनसारख्या विविध प्रकारच्या रसायनांच्या निर्मितिप्रक्रियेचा तसेच विविध रासायनिक प्रक्रिया, अंतिम उत्पादनाचा दर्जा आणि प्रक्रियांचा किफायतशीरपणा यांचा तौलनिक अभ्यास करता आला. मॉसनचे रशियाला जाण्याचे घाटत असताना ऑक्टोबर १९१७ मध्ये बोल्शेव्हिक क्रांती झाली; त्यामुळे तो ब्रिटनमध्येच राहिला. आणि त्याचदरम्यान एका हवाई हल्ल्याच्या वेळी त्याला दुसरी मुलगी झाली – जेसिका.

१९१८ च्या सुरुवातीला मॉसनला सीआयआरच्या 'हाय एक्सप्लोझिव्हज् केमिकल वॉरफेअर ॲण्ड पेट्रोलियम सेक्शन'चा कमाडिंग ऑफिसर बनवण्यात आले आणि काही महिन्यांतच त्याला तात्पुरता मेजरपदी बढती देण्यात आली. त्याने हे पद आणि हा हुद्दा उर्वरित युद्धकाळभर राखला. त्याच्या ब्रिटनमधल्या वास्तव्यात मॉसन युद्धप्रयासात व्यस्त होता तरी त्याच्या मनाचा एक कोपरा ॲन्टार्क्टिकापासून कधीच दूर झाला नव्हता आणि त्या आघाडीवरही तो कार्यरत होता. त्यात अग्रक्रमावरचे काम होते, मोहिमेची कर्जे. त्यातलेही प्रमुख होते विमानाचे ९५५ पाउंडस्‌चे व्हिकर्सला ते परत दिले गेले नाही, हे त्याच्या निदर्शनास आलं, तो ॲन्टार्क्टिकाहून परतल्यावर. १९१६ मध्ये त्याने त्याचा उल्लेख व्हिकर्सचे अध्यक्ष सर टूव्हर डॉसन यांच्याकडे केला. युद्धामुळे लाभलेल्या असंख्य कंत्राटांमुळे त्यांचा भरपूर फायदा झाला होता. म्हणूनच उदारपणाने त्यांनी मोहिमेच्या एकूण कर्जापैकी अर्धं एका फटक्यात चुकवायला मदत केली. आणि एका झटक्यात मोहिमेच्या उर्वरित कर्जापैकी अर्ध कर्ज दूर झालं. डॉसनने मॉसनला कळवले, 'मी कंपनीशी बोललो आणि विमानाची रक्कम अदा न करण्यास ते राजी झाले.'

आर्थिक आघाडीवरचे मॉसनचे अन्य प्रयत्न तेवढे यशदायी ठरले नाहीत. व्हिकर्सच्या औदार्याचा अनुभव घेत असताना त्याने दुसरीकडे ऑस्ट्रेलियाचे पंतप्रधान विली ह्युजेस यांना पत्राद्वारे विनंती केली, की त्यांनी ९७० पाउंडस्‌चा निधी द्यावा

म्हणजे मोहिमेच्या कर्जातून त्याची मुक्तता होईल; पण अर्थातच युद्ध चालू असल्यामुळे त्याची मागणी फेटाळली गेली. मॉसनचं प्रकाशनाचं स्वप्नही सत्यात उतरू शकलं नाही. युद्धकाळभर तो हेनिमनच्या मानेवर बसून होता, की त्याने 'दि होम ऑफ दि ब्लिझार्ड'ची लोकप्रिय आवृत्ती काढावी; पण ते सत्यात उतरायला १९३० उजाडावे लागले. मॉसन आणि मॅकलिन दोघांनाही वाटत होते की 'ॲडली ब्लिझार्ड' प्रकाशित केल्यास त्यातूनही चांगले उत्पन्न मिळे; पण ते हा विचार कुणाही प्रभावशाली व्यक्तीच्या गळी उतरवू शकले नाहीत, आणि आत्ता नऊ दशकांनंतरही अॅन्टार्क्टिकामधल्या दुसऱ्या खडतर वर्षात अनेक महिन्यांच्या कष्टांनी तयार केलेली ती कृती अप्रकाशितच आहे.

१९१९ च्या मार्च आणि एप्रिल महिन्यात मॉसन कुटुंबीय 'युरिपिडीस' या नौसेनेच्या बोटीने ऑस्ट्रेलियाला परतत असताना त्यांच्याबरोबर प्रो. डेव्हिड, जे एव्हाना लेफ्टनंट कर्नल झालेले होते, त्यांची पत्नी आणि त्यांची मुलगीही होती. दीड महिन्याच्या कालावधीत त्या दुक्कलीने अॅन्टार्क्टिकाचे अनुभव सांगून सहप्रवाशांना वेगळाच आनंद दिला. प्रवासात मॉसनने पुष्कळ पत्रे लिहिली, पैकी एक पंतप्रधान ह्युजेस यांनाही लिहिले आणि विनंती केली त्यांनी साम्राज्याच्या अन्य नेत्यांनाही मेट्रिक सिस्टीमचा अवलंब करण्याचा आग्रह करावा; जेणेकरून ब्रिटनही बाकी जगाबरोबर चालायला लागेल. तूर्त दक्षिण अमेरिका, मेट्रिक सिस्टिम अवलंबते; ज्यामुळे ती आपली हत्यारे आणि यंत्रे इ. खरेदी करू शकत नाही, मॉसनने लिहिले, 'उलट जर्मनी आनंदाने त्यांना हवे ते पुरवते.'

त्यांची सफर मेलबर्नला संपुष्टात आली जिथे त्यांना पॅट्रिशिया भेटली; मग पॅकिटा आणि मुली तिच्या माहेरी राहिल्या आणि मॉसन अॅडलेडला रवाना झाला, युनिव्हर्सिटीचे काम सुरू करायला आणि घर शोधायला; पण मॉसनची ख्याती अजून कमी झालेली नव्हती आणि प्रसारमाध्यमे पुन्हा एकदा अॅन्टार्क्टिकासंदर्भात त्याचा पिच्छा पुरवू लागली. ऑस्ट्रेलियाने संपूर्ण प्रदेशावर – रॉस सी ते गॉसबर्ग – आपला दावा केला पाहिजे; जेणेकरून भविष्यात त्यांना आर्थिक लाभ होईलच. शिवाय त्यांना तिथे वन्यजीवरक्षणाचा पाया घालता येईल. हे स्पष्ट करताना मॉसनने जराही संदेह ठेवला नाही, कारण त्याने स्वत:च्या डोळ्यांनी मॅक्क्वेरी आयलंडवर सील्सचे आणि पेंग्विन्सचे हत्याकांड पाहिले होते.

युनिव्हर्सिटीत परतल्यानंतर काही आठवड्यांतच मॉसनला अत्यंत प्रिय असलेला अॅन्टार्क्टिकाविषयीचा एक मुद्दा उठवला गेला; वैज्ञानिक अहवाल. केप डेनिसनवरून परतल्यानंतर व्यक्तिगत आणि आर्थिक आघाडीवरून त्याने अहवालावर लक्ष केंद्रित केले होते. 'मी लंडनच्या वाटेवर असून युद्धामध्ये माझी कशी मदत होऊ

शकेल, ते मी पाहणार आहे.' १९१६ मध्ये युनायटेड स्टेटस् पार करीत असताना त्याने AAE च्या वाईल्डच्या पश्चिमी तळावरचा वैद्यकीय अधिकारी सिडनी जोन्सला लिहिले. 'अर्थात मोहिमेशी निगडित बाबींना माझे प्राधान्य असते... माझ्या तात्पुरत्या गैरहजेरीचा फटका वैज्ञानिक अहवालांच्या प्रकाशनाला बसणार नाही, याची तजवीज मी केली आहे. छपाई सुरू झाली आहे आणि ती चालू राहील.'

महायुद्ध ख्रिसमसपर्यंत थांबेल असं म्हणणं जितकं चुकीचं होतं, तितकीच वैज्ञानिक अहवालांबाबतचे मॉसनचे ठोकताळे चुकीचे होते. पहिले दोन अहवाल फिशेस अॅण्ड मॉल्युस्का – १९१६ मध्ये प्रसिद्ध झाले होते आणि १९१९ मध्ये साऊथ ऑस्ट्रेलियन सरकारने १७ अहवाल प्रसिद्ध केले होते; पण पुढचे अहवाल मात्र वाढत्या किंमतीमुळे प्रसिद्ध करता आले नाहीत. मॉसनने त्वरित न्यू साऊथ वेल्स सरकारशी संपर्क साधला आणि ५००० पाउंडस्च्या किंमतीत १९२५ पर्यंत अहवाल प्रसिद्ध करण्यास ते राजी झाले; पण कोणतेही सरकार औदार्यातून काही करीत नाही. त्यांनी बदल्यात मॉसनला त्याची AAE ची सामुग्री, नमुने, संग्रह, फोटोग्राफ्स, रोजनिशा, भौगोलिक आणि स्लेजिंगचे अहवाल प्रशासकीय आणि आर्थिक कागदपत्रे, बोटीवरचे अहवाल आणि नोंदवह्या आणि वैज्ञानिक नोंदवह्या, अहवाल आणि कागदपत्रे सिडनीकडे पाठवून देण्यास सांगितले. मॉसन राजी झाला आणि प्रकाशन पुन्हा सुरू झाले – तूर्त.

दरम्यान मॉसनच्या घराचा शोध अॅडलेडनजीक समुद्रकिनारी स्थित ब्रायटन शहरावर केंद्रित झाला आणि लवकरच त्याला सव्वा एकर जमिनीचा तुकडा मिळाला. पॅकिटाच्या वडिलांची ती मालमत्ता त्यांनी या जोडप्याला भेट म्हणून दिली. पुढच्याच वर्षी, 'जर्बाय,' नावाचं घरकुल त्या जमिनीवर उभं राहिलं, अॅन्टार्क्टिकामध्ये केलेल्या आरेखन आणि नियोजनाबरहुकूम.

मॉसनचे युनिव्हर्सिटीत परतणे बाकीच्या गोष्टींएवढे सकारात्मक नव्हते. त्याचे युनिव्हर्सिटीत परतणे वरवर वाटत होते तसे स्वाभाविक नव्हते. १९१९ च्या जानेवारीत त्याला युनिव्हर्सिटी ऑफ मॅन्चेस्टरकडून वाढत्या पगारावर भूगर्भशास्त्राच्या प्रोफेसरचे पद देऊ करण्यात आले होते; पण युनिव्हर्सिटी ऑफ अॅडलेडने त्याला मोहिमांदरम्यान पुष्कळ सहकार्य केले असल्यामुळे ती सोडून जाणे त्याला अपराधीपणाचे वाटत होते. तो परतल्यानंतर त्याला कळलं की ७४ वर्षीय वॉल्टर हाऊचिन यांना भूगर्भशास्त्राचे ऑनररी प्रोफेसर करण्यात आलं होतं. त्यामुळे त्याची निष्ठा डळमळली. एका अर्थी त्यात आश्चर्य वाटण्यासारखं काही नव्हतं, कारण वॉल्टर हाऊचिन यांनी साऊथ ऑस्ट्रेलियन भूगर्भाच्या अभ्यासाचा पाया रचला होता आणि १९१८ मध्ये 'दि जिओलॉजी ऑफ साऊथ ऑस्ट्रेलिया' प्रकाशित केले होते. पुढली चार दशके विद्यार्थ्यांसाठी ते मूलभूत मार्गदर्शक राहील.

दुसऱ्या बाजूला मॉसनला 'नाईटहुड' बहाल करण्यात आली होती. त्याला अनेक सन्मान लाभले होते आणि आंतरराष्ट्रीय ओळख लाभली होती, सामान्य विद्वानाच्या क्षमतेपलीकडे (अर्थात हे सर्व त्याला लाभण्याचे कारण त्याचे भूगर्भशास्त्रातले योगदान नसून संशोधन प्रवासातले आणि भूगोलातले त्याने केलेले कार्य होते.) पण त्याला डाचणारा महत्त्वाचा मुद्दा हा होता की तो पीएच. डी. होता आणि उलट हाऊचिन यांच्याकडे कोणतीही पदवी नव्हती. हे सर्व असले तरी मागे वळून पाहता असे वाटते की मॉसनला एवढे मानमरातब लाभले होते, की दुसरे कोणी त्यास पात्र असू शकतं, हे स्वीकारणं त्याला जड जात होतं. त्याने आपली नाराजी युनिव्हर्सिटीच्या कुलगुरूंकडे आणि उपकुलगुरूंकडे बोलून दाखवली आणि सूचित केले की त्यालाही तो मान लाभावा; पण त्याला दिलासादायक शब्दांशिवाय काही मिळाले नाही. १९२१ पर्यंत तसे काही घडले नाही आणि हाऊचिन यांच्या निवृत्तीनंतर अखेरीस त्याची प्रोफेसर ऑफ जिओलॉजी ॲण्ड मिनरॉलॉजी या पदावर नेमणूक करण्यात आली.

पुढल्या काही वर्षांमध्ये भूगर्भशास्त्रज्ञ म्हणून मॉसनचे नाव ॲन्टार्क्टिकाचा संशोधक प्रवासी म्हणून उंचावतच गेले. त्याने प्रभावी शैक्षणिक आणि संशोधन विभाग विकसित केला. यामध्ये त्याला सेसिल मॅडिगनने बहुमोल सहाय्य केले; ज्याने १९२२ मध्ये युनिव्हर्सिटीत काम सुरू केले होते. मॉसनचे स्वत:चे संशोधन जीवसृष्टीच्या निर्मितीपूर्वीच्या खडकावरच्या 'ॲडलेड सिस्टिम'वर केंद्रित झालं होतं. हाऊचिन आणि डेव्हिड यांच्या पावलांवर पावले टाकीत मॉसनने फ्लायंडर्स रेजेंसमध्ये त्यावर अभ्यास केला होता. जीवसृष्टीच्या निर्मितीपूर्वीच्या हिमनद्यांची निर्मिती, जीवसृष्टीच्या निर्मितीपूर्वीच्या खडकांमधील शेवाळाचे अवशेष आणि इग्निअस आणि मेटामॉर्फिक खडकांच्या भूरसायनाचाही त्याने अभ्यास केला. त्याला ऑस्ट्रेलियन नॅशनल रिसर्च कौन्सिलचे विशेष सदस्यत्व बहाल करण्यात आले, 'ऑस्ट्रेलियन असोसिएशन फॉर दि ॲडव्हान्समेंट ऑफ सायन्स'च्या प्रमुख सदस्यांपैकी तो एक होता आणि १९२३ मध्ये त्याला 'फेलो ऑफ रॉयल सोसायटी' म्हणून निवडण्यात आले. कुणाही शास्त्रज्ञाला लाभणारा सर्वोच्च मान होता हा.

एवढं सारं होतं तरी प्रो. डेव्हिड यांच्यानंतर युनिव्हर्सिटी ऑफ सिडनीच्या जिओलॉजी डिपार्टमेंटचे ऑस्ट्रेलियातील सर्वांत प्रतिष्ठित पद मिळविण्याच्या त्याच्या प्रयत्नांना यश आलं नाही. या पदाच्या नेमणुकीशी निगडित पडद्यामागच्या सर्व घडामोडींमध्ये आश्चर्यजनक बाब ही होती की मॉसनच्या प्रमुख प्रतिस्पर्ध्याला पाठिंबा होता खुद्द प्रो. डेव्हिड यांचा!

१९२४ च्या अखेरीस निवृत्त होण्याचे प्रो. डेव्हिड यांनी पूर्वीच निश्चित केले होते आणि ते स्वत: नेमणूक समितीवर होते. तिथे त्यांच्यामागून लिओ कॉटन

त्यांची जागा घेतील, अशी तजवीज त्यांनी करून ठेवलेली होती. कॉटन अ‍ॅन्टार्क्टिक मोहिमेत निमरॉडवर होते आणि युनिव्हर्सिटीतचे खूप जुने सदस्य होते. तसेच प्रो. डेव्हिड यांच्या अनुपस्थितीत ते प्रभारी प्रोफेसर म्हणून भूमिका पार पाडीत असत. परंतु १९२४ मध्ये मॉसनने तो स्वत: त्या पदासाठी इच्छुक असल्याचे जाहीर केल्यामुळे सारे नियोजन कोलमडून पडले. विषय आणखी बिकट झाला; कारण पदासाठी अर्ज देण्यास मॉसनने नकार दिला. शैक्षणिक क्षेत्रात सर्वसाधारण अपेक्षा अशी असते की त्याच्या उंचीच्या विद्वानाला एखाद्या पदासाठी निवडून निमंत्रित केले जाते. विशेषत: त्याच्यापेक्षा कमी पात्रतेच्या परंतु अंतर्गत उमेदवाराकडून त्याचा पाडाव होण्याची शक्यता असल्यास.

ख्याती आणि संशोधनाच्या बाबतीत मॉसन कॉटनपेक्षा किंवा अन्य कोणा इच्छुकापेक्षा सरस होता, हे सर्वमान्य होते. शिवाय कॉटन यांचा हुकमी एक्का – की अनेक वर्षे त्यांनी विभागाचे प्रशासन सांभाळले होते. अनेकांना ते पटत नव्हतं, कारण युद्धकाळात मॉसन किंवा अन्य उमेदवारांनी त्यांचे कर्तव्य बजावले होते; पण कॉटननी सिडनीतले आपले ऑफिस सोडले नव्हते.

पदासाठी त्याची दावेदारी अधिक प्रभावी भासत होती तरी, निर्णय आधीच निश्चित असल्याचे वाटून, मॉसनने नोव्हेंबरमध्ये रजिस्ट्रारना फोन केला आणि कळवले की तो त्याचे नाव मागे घेत आहे. आश्चर्य म्हणजे, आता प्रो. डेव्हिडनीच त्याला लिहून विनंती केली की त्याने निर्णयाचा फेरविचार करावा. 'मी कळवू इच्छितो की कॉटन यांच्या तुलनेत माझी तुलाच कितीतरी अधिक पसंती आहे,' त्यांनी लिहिले. या प्रलोभनांमुळे मॉसनने फेरअर्ज केला, या अटीवर की १९२५ अखेरपर्यंत तो पद ग्रहण करणार नाही. या अटीमुळे युनिव्हर्सिटीच्या सिनेटचे काही सदस्य नाराज होतील याची कल्पना असूनही त्याने सशर्त अर्ज केला; कारण त्यामागे त्याची धारणा होती की तो स्वत: अट घालत होता याचा अर्थ त्याचा वरचष्मा होता.

अखेर, २२ डिसेंबरला सिनेटची बैठक झाली. मॉसनच्या पारड्यात 'गृह समिती' होती, तिचे सदस्य इंग्लंडमधले आदरणीय विद्वान होते. तसे, युनिव्हर्सिटी ऑफ मिशिगनचे ख्यातनाम भूगर्भशास्त्रज्ञ डब्ल्यू. एच. हॉब्स यांची पसंतीही मॉसनलाच होती. प्रो. डेव्हिड यांच्या आग्रहावरून त्यांनी कॉटन यांना पाठिंबा दिला होता; पण त्यात पाचर ठोकली होती की मॉसन जर इच्छुक असेल तर त्यालाच त्यांचे निर्विवाद समर्थन असेल. उलटपक्षी, कॉटनच्या पारड्यात खुद्द प्रो. डेव्हिड होते. त्यांना कल्पना होती की कोठल्याही निकषावर मॉसनच सरस उमेदवार होता; पण त्यांच्या गैरहजेरीत कॉटन यांनी बजावलेली सेवा आणि त्यांची विभागातली ज्येष्ठता यामुळे तेच अधिक पात्र ठरत होते, असे प्रो. डेव्हिड यांचे मत होते. प्रो. डेव्हिड यांचा प्रभाव

एवढा होता की निवडणुकीची वेळ आली, तेव्हा कॉटन यांनी दहास आठ मतांनी बाजी मारली आणि पदाची माळ त्यांच्या गळ्यात घालण्यात आली.

स्वाभाविकच मॉसन आणि प्रो. डेव्हिड यांचे संबंध ताणले गेले; पण प्रो. डेव्हिड यांनी मॉसनला असंख्य पत्रे लिहिली आणि परिणामी, मार्च १९२५ दरम्यान मॉसनने आपल्या गुरूला माफ केले आणि आणि त्यांच्याशी संपर्क पुन:प्रस्थापित केले.

परंतु युनिव्हर्सिटी ऑफ सिडनीमध्ये कहाणीला कलाटणी मिळणं. बाकी होती – मंगो मॅक्कलम युनिव्हर्सिटीचे उपकुलगुरू मॉसनमुळे एवढे प्रभावित झाले होते की त्यांनी त्याला कळवले की १९२६ मध्ये ते निवृत्त होतील, तेव्हा त्यांच्या जागी ते मॉसनच्या नावाचा प्रस्ताव ठेवतील. 'युनिव्हर्सिटी अ‍ॅपॉईंटमेन्टस् कमिट'ने मॅक्कलमचा निर्णय उचलून धरला आणि १९२६ च्या सुरुवातीलाच मॉसनला कळवण्यात आले की ब्रिटनच्या 'इम्पिरियल इंटर-युनिव्हर्सिटीज् बोर्ड'ने पदासाठी संभाव्य उमेदवाराची यादी तयार केली आहे आणि त्यात त्याचे नाव वरती आहे. आता तो स्वत:च 'अंतर्गत' उमेदवार होता आणि या बदलाने त्याला अत्यानंद होणे अपेक्षित होते; पण संबंधित सर्वांना आश्चर्याचा धक्का देत मॉसनने माघार घेतली.

मॉसनच्या कृतीने सर्वांना बचुकळ्यात टाकले असणार; पण मागे वळून पाहता त्याचा निर्णय विचाराअंती घेतल्याचे स्पष्ट होते. त्या काळातही साम्राज्याच्या आणि कॉमनवेल्थच्या अति दक्षिणेतल्या राजकीय महत्त्वाकांक्षा वाढीस लागलेल्या होत्या आणि मॉसन डेव्हिस आणि बाकीच्यांच्या प्रोत्साहनामुळे ऑस्ट्रेलिया लवकरच पुन्हा एकदा हिमक्षितिजांमध्ये व्यस्त राहील, यात शंका घेण्याचे कारण नव्हते. तसे झाल्यावर, तात्पुरते का होईना, सुदूर दक्षिणेतल्या मोहिमेसाठी, कॉमनवेल्थच्या सर्वांत आदरणीय युनिव्हर्सिटीचा उपकुलगुरू त्याची खुर्ची सोडून जाऊ शकणार नाही, पण तेच अ‍ॅडलेडच्या प्रोफेसरला करणं सुलभ असेल आणि तेच करण्याचा मॉसनचा मानस होता.

■

३

डिस्कव्हरी
साम्राज्यविस्तार

ॲण्टार्क्टिकाच्या ज्ञात इतिहासात त्याची पिळवणूक केली ती व्हेलिंग इंडस्ट्रीने.

जेम्स कुकने प्रथम ॲन्टार्क्टिक पार केल्याच्या पुढच्या वर्षी न्यू इंग्लंडच्या व्हेलर्सनी फॉकलंड आयलंडस्‌ना भेट दिली आणि त्यानंतर दोन वर्षांनी संसदीय नियमाने उत्तरेतल्या व्हेलर्सना दक्षिणेत विकास करण्याचे उत्तेजन दिले. व्हेलिंगचा बहुतांशी व्यवसाय जरी ॲन्टार्क्टिकाच्या परिघावर वसलेला होता तरी एकोणिसाव्या शतकाच्या पहिल्या काही दशकांमध्ये एन्टर्बी कुटुंबीयांनी सुदूर दक्षिणेत सीलिंग, व्हेलिंग आणि भौगोलिक संशोधनाच्या मोहिम राबवल्या. पैकी एक जॉन बॅलनीच्या नेतृत्वाखालील मोहीम, किनारपट्टीच्या भागातून डुमॉन्ट डी आर्व्हिल, विल्किस आणि रॉसपलीकडे गेली होती. ज्या भागात त्यानंतर AAE च्या मोहिमेपर्यंत अन्य कोणी पोचले नव्हते.

१८९० च्या दशकात उत्तरी भागात व्हेल्सची संख्या घटल्यामुळे स्कॉटलंड आणि नॉर्वेमधून नव्या फिशरीज्‌च्या शोधासाठी मोहिमा हाती घेण्यात आल्या. या मोहिमांमुळे तात्कालिक आर्थिक लाभ झाला नाही, तरी १९०४ मध्ये त्या मोहिमांमधल्या दोघींचा प्रमुख कार्ल ए. लार्सेन याने त्याला प्राप्त झालेल्या ज्ञानाच्या आधारे साऊथ जॉर्जियावर व्हेलिंग शोअर स्टेशन स्थापन केले. तिथे तो वाफेवर चालणाऱ्या छोट्या व्हेल-कॅचरने ब्ल्यू, फिन आणि सी व्हेल्स पकडू लागला आणि इंडस्ट्रीच्या नव्या युगाचा प्रारंभ झाला. काही वर्षांमध्येच साऊथ जॉर्जियावर तशी सहा स्टेशन्स उभी राहिली आणि साऱ्या परिसरातच इंडस्ट्री फोफावली.

१९०८ दरम्यान, प्रामुख्याने नॉर्वेजियन्सच्या हातात असलेल्या या व्यवसायाचा एवढा अतिरेक झाला की व्हेलर्सना परवाने देणे, व्यवसायाचे नियमन करणे, माद्या

आणि पिलांना संरक्षण बहाल करणे, या सर्वांसाठी मोठ्या 'कॅच फीज' घेण्यासाठी ब्रिटनने 'फॉकलंड आयलॅण्डस् डिपेन्डन्सीज'ची स्थापना केली. व्यवसाय तरीही फोफावतच राहिला आणि १९१५-१६ च्या हंगामाने ५७ कॅचर्स, तरंगत्या फॅक्टरीज् आणि ७ शोअर स्टेशन्स पाहिली; ज्यांनी तेलाच्या ५५८.८०६ बॅरल्ससाठी ११७९२ व्हेल्सवर प्रक्रिया केली. त्यानंतर १९२३च्या पूर्वार्धात लार्सेन आणि त्याचा भागीदार मॅग्नस कोनो यांना रॉस सी मध्ये काम करण्याचा परवाना मिळाला. या प्रदेशात व्हेल्सची संख्या अमर्यादित होती; पण २१ वर्षांचा परवाना आणि २ फॅक्टरी शिप्स आणि १० कॅचर्स वापरण्याची परवानगी मिळाल्यावर स्पष्ट झालं की रॉस सी चा नैसर्गिक समतोल बिघडण्यासाठी फार हंगाम जाणार नाहीत. काही महिन्यांतच, लार्सेनचा कार्यविस्तार पाहूनच बहुधा ब्रिटिश सरकारने अ‍ॅन्टार्क्टिकाचा मोठा भाग १६०° E ते १५०° W – 'रॉस डिपेन्डेन्सी' म्हणून घोषित केला आणि त्याचे नियंत्रण आणि व्यवस्थापन न्यूझीलंडच्या सरकारवर सोपवले.

इंडस्ट्रीच्या विस्तारावरून स्पष्ट झालं की ती आपले हातपाय वेन्डेल सी ते रॉस सी पर्यंतच्या अंतरात पसरेल आणि अन्य काहीजणांबरोबरच मॉसनचेही मत होते की त्या भागावर ज्याला त्याने पूर्वी 'ऑस्ट्रेलियन क्वॉड्रंट' (९०° ते १६०° E) नाव दिले होते, ब्रिटिश अधिपत्य आणणे आवश्यक होते. मॅक्क्वेरी आयलंडवरची बेसुमार कत्तल स्वत:च्या डोळ्यांनी पाहिलेली असल्यामुळे त्याचे मत होते की अ‍ॅन्टार्क्टिक सी आणि परिघातल्या बेटांवरील – पेंग्विन्स, सील्स, व्हेल्स आणि पक्षी सृष्टीचे नियंत्रित आणि वैज्ञानिक व्यवस्थापन करणं अत्यावश्यक होतं. ब्रिटनच्या दाव्याशिवाय तिथे नियमनही राहिलं नसतं आणि त्या अनुषंगाने प्राप्त होणारे दीर्घकालीन आर्थिक लाभदेखील मिळले नसते.

या दक्षिणी भागांमध्ये ब्रिटिश कार्यरत राहवेत या बाबतीत मॉसन आग्रही असण्यामागे आणखीही काही कारणं होती. एकतर ऑस्ट्रेलियन क्वॉड्रंटवर ब्रिटिश अधिपत्य स्थापित झाले, तर AAE ने केलेले वैज्ञानिक कार्य पुढं चालू ठेवण्यातली ती पहिली पायरी ठरणार होती. यात त्याला पाठिंबा लाभला जॉन किंग डेव्हिसचा; ज्याला १९२० मध्ये कॉमनवेल्थ डिरेक्टर ऑफ नेव्हिगेशन ही उपाधी मिळाली. ऑस्ट्रेलियात जन्मलेला प्रख्यात भूगर्भशास्त्रज्ञ फ्रॅन्क डेबेनहॅम याचाही त्याला पाठिंबा मिळाला. फ्रॅन्कला विश्वास वाटत होता, की अ‍ॅन्टार्क्टिकाची असंशोधित भूमी ज्या प्रमाणात आक्रसत जाईल, त्या प्रमाणात वैज्ञानिक संशोधनाची क्षेत्रं विस्तारत जातील. शिवाय युद्धकाळात मॉसनने ब्रिटिश आणि ऑस्ट्रेलियन सरकारांना गळ घातली होती की AAE दरम्यान त्याने जसा पादाक्रांत भूमीवर दावा केला होता, तसा त्यांनीही करावा; पण त्याचा काही उपयोग झाला नव्हता. अनेकांप्रमाणे त्यालाही आता धास्ती वाटू लागली होती की नॉर्वेजियन व्हेलिंगबरोबर त्या भूमीच्या

विलीनीकरणाला सुरुवात होईल. नॉर्वेजियन खलाशांनी शोधून काढलेल्या भूमीवरही ब्रिटिशांनी अधिपत्य स्थापन केल्यामुळे ही धास्ती वाढली होती. ब्रिटिश किंवा न्यूझीलंड अधिपत्याबाहेरील पाण्यात व्हेलिंग केल्याबद्दलही भरमसाठ 'लायसन्स फीज्' द्यावी लागत असल्यामुळे अनेक नॉर्वेजियन्स संतापलेले होतेच.

दरम्यान सामान्य जनतेला आणि खुद्द मॉसनला कल्पना नव्हती, की १९२० मध्ये ब्रिटिश सरकारने पुऱ्या अ‍ॅन्टार्क्टिकावर ताबा मिळवण्याची गुप्त योजना आखली होती – त्याच्या संवर्धनासाठी आणि त्याच्या वाढत्या सामाजिक महत्त्वामुळे – तसे गुप्त संदेश ऑस्ट्रेलियाच्या आणि न्यूझीलंडच्या सरकारांकडे रवाना झाले होते. मात्र ब्रिटिश सरकारचा कल होता टप्प्याटप्प्याने ताबा मिळवण्याकडे. त्याचा परिणाम असा झाला की नॉर्वेजियन्सच्या भीतीमुळे १९२४ मध्ये फ्रेंच सरकारने हल्स करग्लेन द्वीपसमूहावर आणि टेरे अ‍ॅडलीवर दावा करीपर्यंत त्या दिशेने फारशी हालचाल झाली नाही. मॉसन, प्रो. डेव्हिड, प्रो. मॅसन आणि ऑस्ट्रेलियन नॅशनल रिसर्च कौन्सिलच्या काही सदस्यांनी पंतप्रधान स्टेन्ले मेलबर्न ब्रुस यांची भेट घेतली आणि फ्रेंच दाव्याला ऑस्ट्रेलियन आव्हान देण्याची आग्रही मागणी केली. पंतप्रधानांनी त्यांचं म्हणणं मान्य केलं तरी ब्रिटिश आणि ऑस्ट्रेलियन सरकारांनी फ्रेंच दावा स्वीकारेतोवर बराच कालावधी गेला.

अखेरीस १९२६ मध्ये इम्पिरियल कॉन्फरन्समध्ये याबाबत गंभीर हालचालीला प्रारंभ झाला. जेव्हा असा प्रस्ताव करण्यात आला, की ब्रिटिश संशोधनाच्या न्यायानुसार अ‍ॅन्टार्क्टिकाच्या सात भूप्रदेशांवर – कोटस लॅण्डचा बाह्य भाग, एन्डरबी लॅण्ड, केम्प लॅण्ड, क्वीन मेरी लॅण्ड; ज्याचा शोध वाईल्डच्या पश्चिमी तळाने लावला होता आणि मॉसनने नामकरण केलेले तीन भूभाग – विल्किस लॅण्ड, किंग जॉर्ज V लॅण्ड आणि ओटस् लॅण्ड – औपचारिक दावा करायचा. सदर प्रस्ताव सरकारकडे गेल्यानंतर सरकारी अधिकारी मंडळाने डेव्हिसचा सल्ला घेतला, ज्याने त्यांना ANRC चा सल्ला घेण्यास सांगितले. त्यानंतर अ‍ॅन्टार्क्टिक सल्लागार समिती स्थापण्यात आली; ज्यात मॅसन, डेव्हिस आणि मॉसन यांना सामाविष्ट करण्यात आले. १९२७ मध्ये ANRC मार्फत समितीने सरकारला सल्ला दिला की अ‍ॅन्टार्क्टिकाच्या सातही भूप्रदेशांवर निशाण फडकवण्यासाठी आणि वैज्ञानिक अभ्यासासाठी मोहीम हाती घेण्यात यावी. या मोहिमेसाठी दोन उन्हाळी हंगामांचा कालावधी आवश्यक होता. अशा प्रकारच्या कामासाठी खास बांधून घेतलेली एकमेव बोट होती, स्कॉटची जुनी डिस्कव्हरी. समितीने सूचना केली की अशा प्रकारच्या प्रयासाची धुरा सांभाळण्यासाठी एकमेव पात्र व्यक्ती होती – सर डग्लस मॉसन.

ॲन्टार्क्टिकामध्ये वैज्ञानिक संशोधनासाठी राबवल्या जाणाऱ्या, शिवाय राजकीय महत्त्व असलेल्या मोहिमेचं नेतृत्व करण्याची मॉसनची मनिषा आणि त्यासाठीचे त्याचे प्रयत्न फार काळापासून चालू होते. 'माझ्यासाठी बाकी सारं दुय्यम आहे,' त्याने मॅसनला लिहिले होते. अर्थात, अशा तऱ्हेचं कार्य सुरू करणं केवढं महाकठीण असतं, याची त्याला कल्पना होतीच. म्हणूनच केवळ या मोहिमेवर लक्ष केंद्रित न करता सिडनी युनिव्हर्सिटीच्या पदाचा अनुभव जमेस धरून त्याने अन्य व्यावसायिक आणि धंदेवाईक पर्याय खुले ठेवले.

आर्थिक उत्पन्नासाठी मॉसनने साऊथ ऑस्ट्रेलियन हार्डवूडस् कंपनी स्थापन केली. तो तिचा अध्यक्षदेखील होता. युद्धावरून परतल्यानंतर त्याने ॲडलेडच्या दक्षिणेला क्यूटपो फॉरेस्टजवळ एक जमीन खरेदी केली होती. पुढल्या काही वर्षांमध्ये त्याने आजूबाजूच्याही काही जमिनी खरेदी केल्या आणि त्यात विविध प्रकारच्या झाडांची लागवड केली. त्यानंतर त्याने काही शेजाऱ्यांबरोबर एक स्थानिक वखार सुरू केली आणि तिथे तयार झालेली हार्डवूडची उत्पादने तो इतर काही ग्राहकांबरोबरच साऊथ ऑस्ट्रेलियन सरकारला ब्रोकन हिल प्रोप्रायटरीमध्ये विकू लागला. पॅकिटाच्या वडिलांनी अनेक वर्षं इथलं व्यवस्थापन सांभाळलं होतं. १९२६च्या पूर्वार्धात सिडनी युनिव्हर्सिटीच्या उपकुलगुरूपदापासून माघार घेण्यापूर्वी आणि इम्पिरियल कॉन्फरन्सपूर्वी त्याने 'फॉरेस्ट्री इंडस्ट्री'चा अभ्यास करण्यासाठी न्यूझीलंडला भेट दिली. कंपनी हार्डवूडची झाडे आणि फॉरेस्ट्रीमधील त्याची रुची त्याच्या उर्वरित जीवनकाळात त्याच्याबरोबर राहणार होती.

त्याच वर्षी, आपल्या दोघा मुलींना आपला भाऊ विल यांच्याकडे ठेवून मॉसन आणि पॅकिटा साऊथ आफ्रिका, इंग्लंड आणि पुढे अमेरिकेत गेले. फेब्रुवारी १९२७ मध्ये न्यूयॉर्कमधून आरंभ करीत त्याने ॲन्टार्क्टिकावर व्याख्याने दिली. आर्थिक अडचणींपायी वैज्ञानिक अहवालांचं प्रकाशन थांबू नये, म्हणून त्यांनी हा मार्ग निवडला. अहवाल प्रकाशित करण्याची जबाबदारी असलेल्या समितीला न्यू साऊथ वेल्सच्या शिक्षण मंत्रालयाने आदेश दिला की मॉसनने न्यू साऊथ वेल्सशी केलेल्या करारानुसार मॉसनचे मोहिमेतले साहित्य मिळवून विविध संग्रहालयांमध्ये आणि ग्रंथालयांमध्ये त्याचे वितरण करण्यात यावे. समितीवरचे सदस्य अनेक वर्षे विविध तऱ्हांनी मॉसनकडे साहित्याची मागणी करीत होते. दरवेळी तो त्यांना थोडंसं साहित्य पुरवीत, बाकीचे साहित्य अहवाल तयार करण्यासाठी आवश्यक आहे, या सबबीखाली. मात्र केवळ काही कागदपत्रांच्या बाबतीत हे कारण खरं होतं. हळूहळू न्यू साऊथ वेल्सकडे AAE च्या साहित्याचा बऱ्यापैकी साठा तयार झाला, तरीदेखील मॉसनच्या ताब्यात बहुतांशी साहित्य होतं. दरम्यान ३५ अहवाल प्रकाशित झालेले असले तरी त्याहून कितीतरी जास्त प्रकाशनाच्या विविध टप्प्यांमध्ये होते. आपल्या अमूल्य

साहित्यावर पाणी सोडावे लागू नये म्हणून येनकेनमार्गे अर्थार्जन करून साहित्य देण्याबाबत त्याने चालढकल चालू ठेवली.

मॉसन अमेरिकेहून ऑस्ट्रेलियाला परतला तेव्हाच अॅन्टार्क्टिक समितीने सरकारला अॅन्टार्क्टिक मोहिमेचा सल्ला दिला. त्याच्या गैरहजेरीत केलेल्या कामाबद्दल तो बेहद्द खूश होता, अपवाद होता तो केवळ गॉसबर्गवर दावा करण्याच्या समितीच्या सूचनेचा. 'आपल्या आधी खूप पूर्वी जर्मन्सनी गॉसबर्गवर पाय ठेवला होता,' त्याने मॉसनला लिहिले, 'फ्रान्सच्या अॅडली लॅण्डवरच्या दाव्यापेक्षा गॉसबर्गवरचा जर्मन्सचा दावा कितीतरी खरा आहे.'

मॉसन, डेव्हिस आणि अॅन्टार्क्टिक समितीच्या बाकी सदस्यांच्या आशा उंचावल्या; पण पुढल्या वर्षभरात ब्रिटिश आणि ऑस्ट्रेलियन सरकारांनी विशेष प्रगती केली नाही. वस्तुत: एवढी खर्चिक आणि राजकीय पारदर्शकता असलेल्या मोहिमेला अर्थसहाय्य करण्यास दोन्ही देश कचरत होते; दोघेही आशा करीत होते की दुसऱ्या देशाने पुढाकार घ्यावा. अखेरीस १९२८च्या जानेवारीत या कृतिशून्यतेने निराश होऊन मॉसनने होबार्टमध्ये विधान केले की अॅन्टार्क्टिकाचे भूप्रदेश विलीन करून घेणे आवश्यक होते. प्रसारमाध्यमांनी तो मुद्दा चांगलाच उचलून धरून ऑस्ट्रेलियाभर त्याचा प्रसार केला. योगायोगाने, दुसऱ्या दिवशी नॉर्वेने लंडनला सूचित केले, की बुव्हेटोया बेट त्यांनी विलीन करून घेतले होते, ज्यावर ब्रिटिशांनी आधी दावा केला होता. या दोन्ही घटना पाठीला पाठ लावून घडल्यामुळे ऑस्ट्रेलियाभर त्यांचे पडसाद उमटले. परिणामत: अॅन्टार्क्टिक समितीचे एक सदस्य डेव्हिड रिव्हेट यांनी पंतप्रधानांच्या सचिवाला पत्र लिहिलं की मॉसनच्या विधानावरून स्पष्ट होतं की कॉमनवेल्थ सरकार काहीच करीत नव्हती. पंतप्रधान ब्रुसनी तडक प्रतिसाद दिला की सरकारने नुकतीच एक योजना निधीत केली असून ती लवकरच हाती घेतली जाईल; ज्यातून अपेक्षित निष्पन्न होऊ शकेल.

पण पुन्हा काहीच घडले नाही आणि मार्चमध्ये मॉसन इंग्लंडला जायला निघाला, डिस्कव्हरी मिळवण्यासाठी. त्याने नंतर लिहिले, 'ज्या कृतीमुळे ऑस्ट्रेलियन सरकार अवघडेल,' कारण मॉसन जर डिस्कव्हरी मिळवू शकला तर सरकारला आपला विरोध उघड करावा लागेल – प्रचंड खर्चाची भीती. डिस्कव्हरी मिळवणे हा मॉसनाचा खरा हेतू होता की नव्हता, सांगता येणार नाही. त्या प्रयत्नात त्याला यशदेखील लाभले नाही; पण खरंतर त्याने त्याचा बहुतेकसा वेळ वेगळ्याच प्रकल्पावर खर्च केला. साऊथ आयलंडच्या न्यूझीलंड साऊंडस् परिसरात मॅनॅपुरी तलावाचे पाणी वापरून विद्युतनिर्मिती करणारा जलविद्युत प्रकल्प उभारण्याच्या हेतूने न्यूझीलंडमधल्या काही उद्योजकांनी त्याच्याशी पूर्वी संपर्क साधलेला होता. इंग्लंडला गेल्यावर तो प्रस्तावित प्रकल्पाचा महत्त्वपूर्ण सदस्य झाला आणि त्याने

आपला बराचसा वेळ नवे गुंतवणूकदार शोधण्यात आणि प्रकल्पाचे आणि आनुषंगिक उद्योगांची अंदाजपत्रके तयार करण्यात घालवला; पण कालांतराने तो प्रकल्पही सुरू होण्यापूर्वीच बारगळला, आंतरराष्ट्रीय मंदी हे त्याचं मुख्य कारण होतं.

या अपयशाने मॉसन निराश झाला होता तरी ऑस्ट्रेलियात परतल्यावर ऑस्ट्रेलियन सरकार मोहिमेचा पुरस्कार करणार आहे, असं त्याला खाजगीतून कळलं. त्यामुळे त्याला बरंच बरं वाटलं असणार. त्यानंतर नोव्हेंबरमध्ये बऱ्याच वाटाघाटीअंती तोडगा निघाला की ब्रिटिश बुव्हेटोयावर दावा करणार नाहीत आणि त्याच्या बदल्यात नॉर्वेजियन्स इम्पिरियल कॉन्फरन्समध्ये उल्लेखिलेल्या प्रदेशांवर पाऊल ठेवणार नाहीत. अर्थात, या तोडग्यामुळे अॅन्टार्क्टिकामधल्या ब्रिटिश आणि ऑस्ट्रेलियन वरचष्मा पूर्णपणे सुरक्षित नव्हताच. ६०° आणि ८६° E दरम्यानच्या किनारपट्ट्यांचा स्पष्ट उल्लेख नसल्यामुळे नॉर्वेजियन्सना त्या खुल्याच होत्या. अशातच जेव्हा विलीनीकरणामागचा प्रमुख सूत्रधार लॉर्स ख्रिस्टनसेन जो नॉर्वेचा राजदूत तर होताच, शिवाय उद्योजकदेखील होता, तो आणखी एक मोहीम सुरू करणार आहे अशी बातमी लागल्यावर विलीनीकरणाचा धोका वाढण्याची शक्यता निर्माण झाली. ब्रिटिश आणि ऑस्ट्रेलियन सरकार चिंताग्रस्त झाली. यक्षप्रश्न बनून राहिलेला मोहिमेचा खर्च चुटकीसरशी मान्य झाला. १९२९ च्या पूर्वार्धात मोहीम काढण्याच्या मुद्द्यावर सर्वसाधारण एकमत झाले आणि मॉसनपुढे नेतृत्वाचा प्रस्ताव सादर करण्यात आला.

पुन्हा एकदा दोन दशकांपूर्वी AAE च आयोजन करताना आलेल्या अडचणी मॉसनच्या समोर उभ्या ठाकल्या. ऑस्ट्रेलियन सरकार मोहिमेला अधिकृत पाठिंबा तर देत होतंच, शिवाय काही प्रमाणात अर्थसहाय्यही करणार होतं अर्थात, मर्यादित स्वरूपात. उर्वरित निधी मॉसननेच उभा करावा, अशी अपेक्षा होती. ब्रिटिश आणि न्यूझीलंड सरकारांची तीच गत होती. तरीही, तीनही सरकारे माहिती मिळवण्याच्या आणि प्रत्येक क्षुल्लक बाबतीत आपलं मत मांडण्याच्या बाबतीत आग्रही होते.

पैकी एक मोठा वाद डिस्कव्हरीभोवती घोळत होता. मॉसन आणि डेव्हिसला मुळात ऑरोरा हवी होती; पण दुर्दैवाने ती समुद्रतळाशी विश्रांती घेत होती. डेव्हिसने रॉस समुद्रावरचं दल सोडवून आणल्यानंतर ती कोळसा वाहतुकीसाठी खरेदी करण्यात आली होती. एप्रिल १९१७ मध्ये न्यू साऊथ वेल्समधल्या न्यू कासलहून निघून चिलीच्या दिशेने जाताना ती नाहीशी झाली. त्याचवर्षी डिसेंबरमध्ये तिचे नाव असलेला एक अवशेष सापडला; पण प्रमाणाबाहेर लादली गेल्यामुळे ती बुडली की त्या परिसरात असलेल्या जर्मन बोटीने तिला बुडवलं, हे एक रहस्यच राहिलं.

दरम्यान डिस्कव्हरी फॉकलंड आयलंडस् डिपेन्डन्सीजची मालमत्ता होती आणि

ती व्यस्थित कार्यरत होती. साऊथ जॉर्जिया आणि साऊथ शेटलॅण्ड आयलंडस्च्या व्हेलिंग ग्राऊंडस्चे सर्वेक्षण करण्यासाठी मागची दोन वर्षे तिचा वापर झालेला होता. अखेरीस, मोहिमेसाठी ती विनामोबदला देण्यास ब्रिटिश सरकार राजी झालं. मात्र 'आर्थिक योगदानाचा आपला वाटा आपण उचलला असून उर्वरित योगदान ऑस्ट्रेलिया आणि न्यूझीलंड यांनी करायचं आहे.' असं त्यांनी स्पष्टपणे बजावलं.

ऑस्ट्रेलिया आणि न्यूझीलंड मॉसनला अपेक्षित अर्थसहाय्य देण्यास असमर्थ ठरले. पुरेसा निधी उभा करायची मॉसनची जबाबदारी अधिकच वाढली. शेवटी दोन मोठे पुरस्कर्ते पुढे आले. पैकी एक होते, मॅकफर्सन रॉबर्टसन. ते दानशूर तर होतेच, शिवाय त्यांनी शून्यातून आपला उद्योग उभा केला होता. त्यांनी ऑस्ट्रेलियाला च्युइंग गम आणि कॅन्डीफ्लॉसची ओळख करून दिली होती, 'ओल्ड गोल्ड' नावाची चॉकलेटस् बाजारात आणली होती आणि ऑस्ट्रेलियात ग्लुकोजची निर्मिती सुरू केली होती. सुरुवातीला त्यांनी १०००० पाउंडस्ची देणगी दिली. मग आणखी काही हजारांची भर त्यात घातली. त्यांची एकट्याची देणगी ऑस्ट्रेलियन सरकारच्या निधीएवढी झाली. दुसरे पुरस्कर्ते होते – विल्यम रॅन्डॉल्फ हर्स्ट, कोट्यधीश प्रकाशक. त्यांनी अमेरिकन वृत्तपत्रीय हक्क ४०००० डॉलर्सना (त्या वेळच्या ८२०० पाउंडस्ना) खरेदी केले. उलटपक्षी, ब्रिटिश वृत्तपत्रीय हक्कांसाठी मोहिमेला टाइम्सकडून केवळ १०७० पाउंडस् मिळाले आणि ऑस्ट्रेलियन हक्कासाठी युनायटेड प्रेसकडून केवळ ५५६ पाउंडस् मिळाले.

मोहिमेचं नेतृत्व करण्याचं अधिकृत निमंत्रण मॉसनला मिळालं, तेव्हा तो इंग्लंडच्या वाटेवर होता. तिथे पोचल्यावर लगेचच त्याने साहित्याची आणि पुरवठ्याची जमवाजमव करण्यास सुरुवात केली. त्याचबरोबर तेव्हा मेलबर्नमध्ये असलेल्या डेव्हिसची नेमणूक डिस्कव्हरीचा कप्तान आणि मोहिमेचा उपप्रमुख म्हणून केली. तसं पाहिलं तर डेव्हिसहून लायक उमेदवार मिळणं शक्य नव्हतं. दोघं मित्र तर होते शिवाय बर्फाळ समुद्रात बोट हाकण्याचं त्यांचं कसब वाखाणण्याजोगं होतं. मात्र AAE च्या वाढीव वास्तव्यात त्या दोघा निग्रही, सडेतोड आणि प्रसंगी चिडचिड्या व्यक्तींमधले संबंध कसे ताणले गेले होते, या मुद्द्याकडे दुर्लक्षच झालं. आताची मोहीम ही अधिक प्रदीर्घ होती. कप्तान म्हणून डेव्हिसचं उद्दिष्ट असणार होतं बोटीची सुरक्षितता, तर संघनायक म्हणून मॉसनचं उद्दिष्ट असणार होतं मोहिमेची यशस्वीता. भिन्न व्यक्तिमत्त्वाच्या आणि भिन्न उद्दिष्टांच्या या दोघांत पराकोटीचे वाद होण्याची शक्यता जास्त होती.

मोहिमेची अधिकार रचनादेखील त्याला पूरक होती. डेव्हिस बोटीचा कप्तान असला, तरी केवळ अडचणीच्या प्रसंगी आणि मॉसनच्या अनुपस्थितीतच त्याचा तिच्यावर अधिकार असणार होता. मोहीम पूर्णपणे बोटीवर आधारित होती,' मॉसनने

नंतर लिहिले, 'त्यामुळे माझ्या अनुपस्थितीतच कॅप्टन डेव्हिसचा बोटीवर अधिकार असणार होता. अन्य कोणती व्यवस्था असती तर मी बोटीवर पाऊलही ठेवले नसते.' याचा सरळ अर्थ होता, की कॅप्टन डेव्हिसला स्वत:ची बोट हाकण्याचाही अधिकार नाही. डेव्हिसने ते कदापीही मान्य केलं नसतं. यावर तोडगा म्हणून मग ऑस्ट्रेलियन सरकारच्या नव्या अ‍ॅन्टार्क्टिक समितीने मुभा दिली की, 'मॉसनची आज्ञा पाळण्यात बोटीला धोका पोचण्याची तुम्हाला खात्री वाटत असेल, तर तिचे धनी म्हणून तुमचाच शब्द शेवटचा असेल. खरंतर एकमेकांच्या सतत विरोधात रहाण्याजोगी ही व्यवस्था होती. कारण मॉसनचा निर्णय बोटीच्या दृष्टीने चुकीचा आहे हे त्याला पटवून देताना त्याचा आणि डेव्हिसचा वाद होणं स्वाभाविक होतं. डेव्हिसला कप्तानपदाचा निर्विवाद अधिकार मिळवण्याचा तोच मार्ग होता.

अर्थात दुमत होण्याकरिता त्यांना एकत्र असण्याची गरज नव्हती. नेमणूक झाल्यानंतर लगेचच डेव्हिसने समितीला सूचना केली, की मोहिमेचा आरंभ होबार्टवरून व्हावा. पूर्वी वारे आणि प्रवाह यांचा लाभ उठवत डिस्कव्हरी त्याच्या AAE च्याच मार्गाने जाऊ शकेल. म्हणजे ओटस् लॅण्डपासून पश्चिमेच्या दिशेने जात जात उन्हाळ्याच्या दरम्यान एन्डरबी लॅण्डसारख्या बर्फाच्छादित प्रदेशात पोचू शकेल. त्यामुळे किनारपट्टीवर उतरणं सुलभ होईल आणि केप टाऊनला प्रवास संपेल. मोहीम ऑस्ट्रेलियाची होती. त्यामुळे तिची सुरुवात ऑस्ट्रेलियातून करणं स्वाभाविकत: पटण्याजोगं होतं. म्हणूनच, समितीला डेव्हिसचे म्हणणे मान्य झाले; पण मॉसनला नॉर्वेचा आणि एन्डरबी लॅण्डवर दावा न करण्याच्या त्यांच्या शब्दाचा यत्किंचितही भरवसा नव्हता. म्हणूनच, त्याच्या मते एन्डरबी लॅण्ड इथे जाणं अत्यावश्यक होतं. शिवाय बोटीची गती उत्कृष्ट नसल्याने डेव्हिसने सुचवलेल्या मार्गावरून अपेक्षित वेळेत पहिल्या हंगामात बोट तिथे पोचण्याची हमीदेखील नव्हती. त्यामुळे सुरुवात केप टाऊनवरून करावी आणि डेव्हिसचे वेळापत्रक बदलावं असं मॉसनचं म्हणणं होतं. अखेरीस त्याचेच म्हणणे स्वीकारले गेले.

मोहिमेची अधिकृत योजना आता स्पष्ट झाली होती. ऑक्टोबरच्या पूर्वार्धात केप टाऊनला दाखल होऊन डिस्कव्हरी लगेचच तिथून निघेल, दक्षिणेकडे इल्स कर्ठ्युलेनला कोळसा भरून घेईल आणि शॅकलटन आईस शेल्फच्या पश्चिमेला गॉसबर्गजवळ अ‍ॅन्टार्क्टिकच्या किनारा गाठेल. तिथून मोहीम पश्चिमेचा रोख धरेल, एन्डरबी लॅण्डवर पोचून त्याच्या किनाऱ्यावरून ४५° E किंवा शक्य असल्यास ४०° E गाठेल. मग दिशा बदलून, हंगामाचा अंदाज घेऊन पूर्वेकडे जात राहील.

मॉसन ऑस्ट्रेलियात परतण्याच्या सुमारासच मेमध्ये डेव्हिस लंडनमध्ये दाखल झाला. डिस्कव्हरीच्या डागडुजी करत असताना त्याच्या लक्षात आलं की मोहिमेच्या दृष्टीनं बोटीमध्ये खूप सुधारणा आवश्यक आहे. आणि त्याकरता जेमतेम कालावधी

उपलब्ध आहे. ऑगस्टच्या सुरुवातीला लंडन सोडलं तर केप टाऊनला वेळेवर पोचता येणार होतं. डिस्कव्हरीची बांधणी तीन दशकांपूर्वीची होती. ती हाताळायला ऑरोरासारखी सुलभ तर नव्हतीच; शिवाय तिचं इंजिनदेखील ऑरोराच्या तुलनेत कमी शक्तिशाली होतं. ती डोलायचीदेखील खूप जास्त. त्यामुळे तिच्यावरचा प्रवास हा त्रासदायकच होता. शिवाय तिला अतिशय मजबूत बांधणीत घडवताना तिच्यावरच्या माणसांच्या, सामानाच्या आणि मुख्यत: कोळसा साठवणुकीच्या जागा कमी झाल्या होता. तिला इंधन जास्त लागत असे आणि तिची कोळसा साठवण्याची मर्यादा केवळ ३०० टन होती. या व्यस्त प्रमाणाचा परिणाम तिच्या पल्ल्यावर होत असे. म्हणूनच, डेव्हिसने शेवटी तिच्यात फेरफार करवून आणखी कोळसा वाहण्याची तिची क्षमता १०० टनाने वाढवली.

पण कोळसा ही डेव्हिसची केवळ एक छोटीशी समस्या होती. मॉसनबरोबर होणारं दुमत ही समस्या अधिक गंभीर आणि जटील होती. दोघेहीजण अतिशय काटेकोर होते. दोघांनाही आपल्या मनाप्रमाणे व्यवस्था हवी असे. स्वाभाविकत: लहान-मोठ्या मुद्द्यावरून त्यांच्यात सतत मतभेद आणि चिडचिड होत होती. उदाहरणार्थ, डेव्हिसने लिहिले, 'खलाशांच्या सामानाचे काम मी पाहणे उचित असताना ते तुम्ही करीत आहात आणि गोंधळ होतोय.' उलट मॉसनची तक्रार होती की डेव्हिस त्याच्या साहित्याची यादी घटवत होता, त्यामुळे खूप विचार करून तयार केलेली क्रमवारता त्याला बदलावी लागणार होती.

असे मतभेद त्यांच्यात अव्याहतपणे चालू होतेच. मोहिमेची सदस्यसंख्या काय असावी, हा यक्षप्रश्न होता. मॉसनला तेरा वैज्ञानिक हवे होते; पण डेव्हिसच्या मते केवळ नवांसाठीच बोटीत जागा होती. अखेरीस अकरावर तडजोड झाली. केंब्रिजचा भूगर्भशास्त्रज्ञ, व्हिव्हियन फुक्स सामील होऊ शकला नाही. तो नंतर ब्रिटिश अ‍ॅन्टार्क्टिक सर्व्हेचा अध्यक्ष झाला आणि कॉमनवेल्थ ट्रान्स अ‍ॅन्टार्क्टिक मोहिमेच्या नेतृत्वाची धुरा त्याने सांभाळली.

हा वाद खलाशांच्या निवडीतही झाला. डेव्हिसच्या मते, तो त्याचा अधिकार होता. रॉयल नेव्हीने मोहिमेकरिता एक अधिकारी देऊ केला; जो बोटीवर बिनतारी यंत्रणेचं आणि नवीन बसवलेल्या एको साऊंडिंग सिस्टिमचंही काम पाहील. मॉसन आणि डेव्हिस यांच्यात या मुद्द्यावरून पुन्हा मतभेद झाला. मॉसनने त्याला त्वरित हिरवा कंदिल दाखवला, कारण हा अधिकारी खलाशांबरोबर राहिला असता तर वॉर्डरूममध्ये आणखी एका वैज्ञानिकाची भर घालणं शक्य झालं असतं; पण डेव्हिसने ठाम नकार दिला. त्याच्याऐवजी त्याने एका खलाशाला प्राधान्य दिलं. त्याला वॉर्डरूम अधिकारी केलं. आता एक अधिक वैज्ञानिक घेणं शक्य होणार नव्हतं.

इतर दुय्यम महत्त्वाच्या बाबतींमध्येही त्यांची मतमतांतरे होतीच. डेव्हिसने सर्व स्टेशनरीवर नाव छापलं होतं. 'दि ब्रिटिश, ऑस्ट्रेलिसन, न्यूझीलंड अॅन्टार्क्टिक रिसर्च एक्स्पिडिशन ऑफ १९२९-३०.' मॉसनचे म्हणणे होते की मोहिमेच्या त्या नावावर तो किंवा समिती कधीच सहमत नव्हते.' शिवाय ते फार मोठेही होते. त्या नावाऐवजी 'ब्रिटिश-ऑस्ट्रेलियन अॅन्टार्क्टिक एक्स्पिडिशन' हे नाव त्याला पसंत होतं. अखेरीस मॉसनच्या नाराजीसह डेव्हिसने सुचवलेलं नावच निश्चित झालं; परंतु लघुनामाच्या स्वरूपात : BANZARE

एवढ्या सर्व अडचणींना तोंड देऊनदेखील डेव्हिसने १ ऑगस्ट १९२९ रोजी बोट समुद्रात घालण्याजोगी तयार केली. त्या दिवशी सकाळी डेव्हिस ईस्ट इंडिया डॉकवर पोचला, तेव्हा त्याला एकदम मुक्त झाल्यासारखं वाटलं असणार. अठरा वर्षांपूर्वी ऑरोराने लंडनचा किनारा सोडला होता तेव्हा वाटलं तसंच. बंदरात तयारी करत बसणं हे खलाशाचं काम नाहीच, त्याची खरी जागा असते समुद्रात; पण त्यांच्या बोटीने जेमतेम धक्का सोडला आणि अचानक उद्भवलेल्या वादळाच्या तडाख्यांनी ती परत धक्क्यावर ढकलली गेली. बोटीला कसलीही हानी पोचली नाही, डेव्हिसने लिहिले; पण धक्क्याची थोडी हानी झाल्याचे कळले. तिच्या मजबुतीबद्दल त्याला अभिमान वाटला असणार. कदाचित इतर अंधश्रद्धाळु खलाशांप्रमाणेच त्याच्याही मनात अपशकुनाची पाल चुकचुकली असणारच. ■

विज्ञान की राजकारण?

ब्रिटन सोडल्यानंतर विशेष घडामोडींविना ५ ऑक्टोबर १९२९ रोजी दुपारी १:०० वा. डिस्कव्हरीने 'टेबल बे'मध्ये नांगर टाकला. ५५ दिवसांची सफर ३ दशकांपूर्वीच्या तिच्या पहिल्या सफरीहून ३ दिवस आधी संपली होती, तरी तेवढ्या वेळात डेव्हिसला बोटीकडे आणि खलाशांकडे लक्ष देण्यासाठी पुष्कळ वेळ मिळाला होता. त्याच्या अननुभवी अधिकाऱ्यांच्या प्रगतीवर तो समाधानी होता, तरी फक्त शांत हवामान असतानाच बोटीची जबाबदारी चिफ ऑफिसर केनेथ मॅक्केन्झी याच्यावर सोपवली होती. खुद्द डिस्कव्हरीच्या बाबतींत तो समाधानी तर नव्हताच, उलट अशा प्रकारच्या मोहिमेसाठी याहून वाईट बोट कधी बांधली जाऊ शकणार नाही, असं त्याचं मत होतं.

जेव्हा मॉसन आणि बहुतेकसे वैज्ञानिक तीन दिवसांनी डर्बनला पोचले तेव्हा प्रसारमाध्यमांनी संवेदनशील लेखांचे मोहोळ उठवलेले होते. ख्यातनाम नॉर्वेजियन पायलट फिन ल्युटझोव-होल्म नुकताच केप टाऊनहून दक्षिणेकडे गेला होता, रोल्ड ॲमंडसेनचा दुय्यम अधिकारी हाल्मार रायसर लार्सेनची विमानसिद्ध बोट 'नॉर्वेजिया' गाठायला. स्थानिक माहिती सुचवीत होती की नॉर्वेजियन्स भाले लावलेली निशाणे विमानातून टाकून एन्डरबी लॅण्ड आणि बाकी ब्रिटिश प्रदेशांचे विलीनीकरण करणार आहेत. 'केप आर्गस'चा मथळा ओरडत होता, 'ॲन्टार्क्टिकाच्या नव्या शर्यतीची सुरुवात?' आणि त्याच्याच खाली सद्यस्थितीची तुलना केली होती, त्याच दोन राष्ट्रांची दक्षिण ध्रुव सर करण्याच्या स्पर्धेशी.'

मॉसनने अविचाराने नॉर्वेजियन्सच्या बाबतीत विधाने केली; ज्यांची खूप प्रसिद्धी झाली. अर्थात तो प्रचंड तणावाखाली होता. १३ ऑक्टोबरला त्याने डिस्कव्हरीवर पाऊल ठेवले, तेव्हाही त्याची अस्वस्था कायम होती. दरम्यान, डेव्हिसचे बोटीवरचे

काम, फेरफार चालूच होते. त्यातच मॉसनचे विमान 'डी हॅविलॅण्ड जिप्सी मॉथ' बैठक मारून होते. मॉसनने तारेनं डेव्हिसला कळवलं होतं की त्याला योग्य जागा देऊन त्याच्या सुरक्षेची व्यवस्था करावी; पण डिस्कव्हरीवर पुरेशी जागा नव्हती. मोहीम सुरू होण्यापूर्वीच विमानाला हानी पोचण्याच्या शक्यतेने मॉसन खवळला. मॉसन डेव्हिसला फैलावर घेऊ लागला. डेव्हिसने लगोलग राजीनाम्याचं अस्त्र काढलं, त्याचबरोबर मॉसन निवळला; कारण डेव्हिसएवढा अनुभवी कॅप्टन मिळणे अशक्य होते; पण दोघा दोस्तांनी मोहिमेची सुरुवात अशी केली, खरंतर अखेरदेखील अशीच होणार होती – छत्तीसच्या आकड्याने – मुळातच तोकडी जागा असलेल्या डिस्कव्हरीवर ३८ जणांना दोघांच्या आक्रमक स्वभावामुळे सतत ताण सहन करावा लागला.

१९ ऑक्टोबरला समर्थकांच्या प्रचंड जमावाचा निरोप घेत डिस्कव्हरीने केप टाऊन सोडलं. त्या दिवशी मॉसनने लिहिलं, 'बोटीच्या दुर्घटनेची शक्यता विचारात घेऊन डेव्हिसने चार बोट स्टेशन्सची व्यवस्था केली आहे. गंमत म्हणजे त्याने माझी नेमणूक मोटरबोटीवर केली आहे; जी शांत समुद्रातही टिकणार नाही, कारण डिस्कव्हरीचा फ्रीबोर्ड कमी उंचीचा आहे.' चार दिवसांनंतर मॉसनच्या विरोधाची तीव्रता वाढली. 'कॅप्टन डेव्हिस,' आपल्या पूर्वीच्या दुय्यम अधिकाऱ्याबद्दल त्याने औपचारिकपणे लिहिलं, 'अत्यंत क्लिष्ट आणि नकारात्मक आहे. मला किंवा अन्य कोणालाही तो एखाद्या कल्पनेबद्दल किंवा ज्ञानाबद्दल श्रेय देत नाही. त्याच्याबरोबर राहणं कठीण आहे. त्याला स्वत:चंच म्हणणं योग्य वाटतं, बरेचदा तसं नसतं तरीही.' दोघांमधली अशी झकाझकी, काही वेळा न्याय्य तर बहुतेक वेळा अनाठायी होती. तरीही ती मोहिमेचे वैशिष्ट्य होऊन राहिली.

बोटीवरच्या अन्य लोकांना दोघांच्याही जमेच्या बाजू आणि दोष स्पष्ट होत होते. हवामानतज्ज्ञ रिची सिमर्सने डेव्हिसबरोबर हवामानावर चर्चा केल्यानंतर लिहिले, 'तो नेहमी वाटतो तसा कठोर, ठोकळेबाज नसून, सौम्य आणि आनंदीही आहे; पण तो त्याच्या कप्तानपदाच्या कामाआड कोणाला येऊ देत नाही आणि माझ्या मते, खराब हवामानात बोट हाकायला तोच सर्वांत पारंगत आहे. त्याच्या उपस्थितीत मी शांतपणे झोपू शकतो.' दोन दिवसांनंतर त्याने सर डग्लस मॉसनच्या अंतरंगावरही लिहिले. 'सर डग्लस यांचं बोलणं खिळवून ठेवणारं असतं. गप्पा मारताना ते एवढ्या विविध विषयांवर बोलतात की त्यांना किती क्षेत्रांमधले ज्ञान आहे, ते दिसून येते; पण नियोजनाच्या बाबतीत त्यांची वाखाणणी करता येणार नाही, म्हणजे आमच्या तयारीच्या बाबतीत त्यांनी खूप बारीक विचार केल्याचे समजतं; पण अंमलबजावणीच्या बाबतीत न बोलणं चांगलं. त्या दोघांच्या वैयक्तिक गुणांपेक्षाही महत्त्वाचं होतं की त्या दोघांना एकत्र अधिकार दिले जाऊ नयेत.'

पहिले दोन आठवडे मोहिमेने हवामानाचे तडाखे सोसले. २ नोव्हेंबरला बोट

इल्स कॉर्झेट द्वीपसमूहातल्या पझेशन आयलंडवर पोचली, तेव्हा सर्वांनी सुटकेचा निःश्वास सोडला; पण वैज्ञानिक सर्वेक्षणासाठी दल किनाऱ्यावर उतरले, तेव्हा किनाऱ्यावर मोठ्या संख्येने कत्तल केलेले सी-एलिफंटस् पाहून त्यांची पाचावर धारण बसली. प्रमुख जीवशास्त्रज्ञ हार्वे जॉन्सटनने लिहिले, 'किलिनोरा बोटीवरचे सीलर्स अक्षरशः अनर्थ माजवत होते. नर आणि माद्यांना एकदम जवळून गोळ्या घालत होते आणि पिलांच्या डोक्यात घणाचे घाव घालत होते.' काही डबक्यामध्ये तर एकही जनावर जिवंत नव्हते. जॉन्सटन जेव्हा सीलर्सशी बोलायला गेला, तेव्हा त्याला सांगण्यात आले, 'आणखी दोन दिवस इथे राहून आम्ही सफाईचे काम करणार आहोत.' जॉन्सटनने गृहीत धरले की ते सगळ्या प्रेतांची विल्हेवाट लावतील; पण त्यांच्या सांगण्याचा अर्थ होता की ते तिथला प्रत्येक सील उडवणार होते... प्रजननासाठी तिथे जमा होणाऱ्या पुऱ्या कळपांना 'साफ' करणार होते.

काही दिवस जीवशास्त्रीय, वनस्पतीशास्त्रीय आणि भूगर्भशास्त्रीय नमुने गोळा केल्यानंतर मोहीम पुढच्या प्रवासाला लागली. १२ नोव्हेंबरला इल्स कर्ग्युलेनला पोचली. पोर्ट जीन डी आर्क नावाच्या निर्मनुष्य व्हेलिंग स्टेशनवर त्यांच्यासाठी कोळसा ठेवलेला होता. डेव्हिसने धक्क्याला बोट लावली. १२ दिवसांनी सर्व वैज्ञानिक मुख्य बेट आणि आसपासच्या छोट्या बेटांवर विखुरले. त्या कालावधीत बाकीच्यांनी कोळसा बोटीवर लादला. कामाला गती लाभावी म्हणून काही संध्याकाळी वैज्ञानिकांनी आणि अधिकाऱ्यांनीही कोळसा लादण्यात हातभार लावला; जे मॉसनला पसंत नव्हतं. 'संध्याकाळी ६.१५ ते ८.४५ या वेळात वीस टन कोळसा लादला,' त्याने लिहिले; 'तो आम्हाला पुढे नेऊन जागेवरही ठेवावा लागला, त्यामुळे आमचं काम खलांशापेक्षाही अधिक श्रमदायी झालं. शिवाय आमची दिवसभरांची ठरलेली कामं आम्ही करत होतोच.'

जास्तीचा १९० टन कोळसा लादल्यानंतर हर्ड आयलंडला जाण्याचा मार्ग निश्चित झाला, तेव्हा मॉसन कुरकुरत होता की त्याचं सर्वेक्षणाचं काम अपुरंच राहिलं होतं. याचा ठपका त्यांनी 'डेव्हिसची सतत कुरबुर' याच्यावर ठेवला; पण खरं तर बेटांवरचे सील्स नामशेष झाल्याचे पाहून तो वैतागला होता. तसेच पूर्वीच्या सीलर्सनी आपल्याबरोबर तिथे आणलेल्या सशांमुळे आणि कुत्र्यांमुळे तिथे वाढलेल्या पैदाशीने तिथल्या जीवसृष्टीची हानी केल्याचं पाहून तो अधिक उद्विग्न झाला होता.

मोहिमेचे प्रमुख लक्ष्य ब्रिटिश साम्राज्याच्या छत्राखाली आणावयाच्या प्रदेशांवर दावा करणे आणि त्यांचे विलीनीकरण करणं हेच असेल, अशी पंतप्रधान आणि त्यांच्या समितीची स्पष्ट सूचना होती. विज्ञानाचं स्थान दुय्यम ठेवलं होतं. शिवाय नॉर्वेजियन्सच्या सरशीची धास्ती होतीच. इतकं असूनही हर्ड आयलंडचा समावेश कार्यक्रमात नसतानाही मॉसनचं वेळकाढू वैज्ञानिक कार्य चालूच राहिलं. तात्पर्य,

मोहिमेच्या उद्दिष्टांसाठी त्याने स्वत:चे नाव जाहीर केलं, तरी प्रत्यक्षात विज्ञान हेच त्याचं अंतिम उद्दिष्ट होतं.

किनाऱ्यावरच्या दलाला उतरवल्यानंतर आठवडाभर वादळ बोटीची कसोटी पाहत राहिले. वैज्ञानिकांच्या तळाजवळ डेव्हिस बोट नेऊ शकला नाही. उलटपक्षी, हवामानाला तोंड देण्यासाठी त्याला मौल्यवान कोळसा खर्च करावा लागला. अखेरीस २ डिसेंबरला, हवामान निवळण्याची लक्षणे दिसत नसल्याने मॉसन आणि आणखी तीन सदस्यांनी लॉंचने बोट गाठली. बाकीच्या पाचजणांना आणण्यास त्यांनी डेव्हिसला सांगितले. त्यावर पुष्कळ वाद झाला, पण अखेरीस डेव्हिसने स्पष्ट नकार दिला, वाट पाहणेच उत्तम हे त्याचे मत होते. 'खलाशी नसलेल्या व्यक्तीला, बोट काळजीपूर्वक हाताळावी लागते, हे समजावणे अशक्य आहे,' त्याने लिहिले, 'जीव वाचवण्यासाठी आज डिस्कव्हरी ॲटलास कोव्हमध्ये घालणे शक्य आहे, पण उद्यापर्यंत थांबू शकतील अशा लोकांना आणण्यासाठी तसे करणे मूर्खपणाचे आहे.'

दुसऱ्या दिवशी सकाळी परिस्थितीत फरक पडलेला नव्हता आणि डेव्हिसने मॉसनला संदेश पाठवला – 'कॅप्टनच्या शुभेच्छा – किनाऱ्यावरचे सदस्य आता येऊ शकतात आणि त्यांना आणण्यासाठी तुम्ही लॉंच घेऊन जाणार नसाल तर अधिकारी पाठवावा, असा त्यांचा प्रस्ताव आहे. खरंतर डेव्हिसचा पर्याय चांगला होता; पण मॉसनला वाटलं की आपण स्वत: गेलो नाही तर डेव्हिस त्याचं भांडवल करेल. म्हणून त्या धोकादायक परिस्थितीत स्वत:च जायचा निर्णय त्याने घेतला.

त्यानंतर थोड्याच वेळात मॉसन आणि दोन पायलटपैकी एक एरिक डग्लस लॉंचमधून निघाले. वाटेत त्यांचं इंजिन बंद पडलं, ते ठीक करताना त्यांचा एक नट गहाळ झाला. दरम्यान लॉंच कड्यावर आपटण्याच्या बेतात आली. त्यांनी नांगर टाकला; पण तो तळाशी पोचला नाही. मग त्यांनी नांगराच्या दोरखंडाला जोड दिला, पण तो दोरखंडही गुरफटला. शेवटी त्यांनी सगळे भेंडोळे पाण्यात टाकल्यावर एकदाची नांगराने पकड घेतली. मग मॉसनने गहाळ नट शोधून काढला, एरिकने इंजिन ठीक केलं आणि ते किनाऱ्यावर पोचले.

किनाऱ्यावरचं दल, साहित्य, नमुने इ. लॉंचमध्ये घेऊन ते उलटे फिरले, तर त्यांच्या तोंडावर बर्फाचा मारा सुरू झाला. जे अंतर कापायला त्यांना ४० मिनिटे लागायला हवी, तिथे ८० मिनिटे लागली. अखेरीस डिस्कव्हरीवर पाऊल ठेवल्यावर सर्वांनी सुटकेचा नि:श्वास टाकला. 'असा धोका पत्करण्यात मी मूर्खपणा केला नव्हता का, हे विचारण्याचे डेव्हिसने धाडस केले.' त्या रात्री मॉसननं लिहिलं. 'वास्तविक त्यानेच मला तसं करण्यास भाग पाडलं. मोहिमेचा कार्यक्रम व्यवस्थित पार पाडण्यासाठी मला अनाठायी धोका पत्करावा लागला.'

खरंतर लॉंच घेऊन दुसरं कुणी जाईल हा पर्याय डेव्हिसने दिला होता. त्यामुळे

मॉसनचं मत अन्यायकारकच होतं. शिवाय कार्यक्रमात नसलेल्या इल्स क्रॉझेट आणि हर्ड आयलंडला भेट देण्याचा निर्णयही मॉसनचाच होता. आता, वाढीव कार्यक्रमाच्या पूर्ततेनंतर मॉसनला आठवण झाली, की आणखीही काही उद्दिष्टे पार करायची होती. त्याच्या समजुतीप्रमाणे त्याच्या मार्गातील एकमेव विघ्न होते – डेव्हिस.

४ डिसेंबर रोजी डिस्कव्हरीने हर्ड आयलंडपासून आग्नेयेच्या दिशेने प्रवासाला सुरुवात केली. त्याचं उद्दिष्ट होतं, कर्ग्युलेन-हर्ड आयलंड सबमरीन रिज, म्हणजे तेथील समुद्रतळावरील डोंगररांग क्वीन मेरी लॅण्डच्या पश्चिम किनाऱ्याच्या दिशेने कुठवर दूर पसरली आहे, याचा शोध घेणे. ॲडमिरॅल्टीने दिलेल्या नव्या एको साउंडिंग सिस्टिमने ठराविक अंतरावर खोली मोजली. गवसलेल्या उथळ भागांचं नामकरण करण्यात आलं, बान्झारे राईझ. ८ तारखेच्या दरम्यान पुढचा बराचसा प्रदेश बर्फाने आच्छादला गेला; पण तरीही सागरी संशोधनाचं काम जारी राहिलं. दरम्यान, मॉसन आणि डेव्हिस आपापल्या रोजनिशांमध्ये एकमेकांची उणीदुणी खरडत होते.

डेव्हिसच्या नोंदी सौम्य स्वरूपाच्या होत्या. पुरेशी विश्रांती मिळत नसल्याने आपली चिडचिड तर होतेच आहे, शिवाय निष्कारणच मॉसनकडे दूषित नजरेनं पाहिलं जात आहे, असं समर्थन तो करत होता. 'आमची मोहीम सुरळीत राखण्याच्या हेतूने दिलेला कोणताही सल्ला मॉसनला कोणत्या ना कोणत्या तऱ्हेने सर्व काही ठप्प करण्याचा प्रयत्न वाटतो, त्याने लिहिलं. 'अशा तऱ्हेच्या बोटीवर अपेक्षित असतं तसं सर्व काही शांतपणे आणि पूर्ण तयारीनिशी करण्याचा माझा मानस असतो. त्याची मात्र सतत घाई असते.' दुसऱ्या दिवशी त्यानं लिहिलं, 'अशा तऱ्हेच्या बोटीच्या कॅप्टनला खूप ताण सहन करावा लागतो. कामावर असताना त्याला सतत जागरूक राहावं लागतं. केप टाऊन सोडल्यापासून मी माझे कपडेदेखील बदललेले नाहीत. त्याचा अर्थ काय त्याचे मॉसनला आकलन होत नाही... तो स्वत: खूप कष्ट घेतो, आणि मी काहीही करून त्यांना पुढे घेऊन जाईन, या विश्वासाने तो समाधानाने झोपी जातो.'

मात्र मॉसन वाजवीपेक्षा अधिक परखडपणा करत होता. त्याच्या मते, डेव्हिस त्याच्या कामात ढवळाढवळ करत होता, बोटीवरच्या अधिकाऱ्यांवर अविश्वास दाखवत होता; शिवाय मॉसनचे निर्णय मानायची त्याची तयारी नव्हती. आणि मॉसनला हे अजिबात मान्य नव्हतं. 'डेव्हिसचा दृष्टिकोनच पूर्ण चुकीचा आहे,' त्याने लिहिले. 'त्याचा हेतू चांगलाच असतो, याबद्दल संदेह नाही; पण त्याला स्वत:च्या क्षमतांवर फाजिल विश्वास आहे. त्यामुळे दुसऱ्यांच्या क्षमतांना तो कमी लेखतो. तो सतत दुर्मुखलेला असतो. त्याचा स्वभाव हेकट आणि उर्मट आहे. शिवाय तो भयंकर अजगळ असतो. तसाच शारीरिकदृष्ट्याही तो कमजोर आहे. तो स्वत: गळपटतो आणि त्याचा ठपका इतरांवर ठेवतो.' शेवटचे वाक्य मॉसनलाही चपखलपणे लागू होत असे;

पण एकाला कोणाला तरी सतत बळीचा बकरा बनवायची त्याला सवयच होती.

१२ डिसेंबरला डिस्कव्हरीने समुद्री बर्फात प्रवेश केला तरी परिस्थितीत सुधारणा झाली नाही. गॉसबर्गच्या दिशेने मुसंडी मारण्याकरिता मॉसनने सुरुवातीला डेव्हिसला उत्तेजन दिलं; पण दोन दिवसांत विशेष प्रगती झाली नाही. डिस्कव्हरीचं इंजिन पुरेसं सक्षम नसल्याचं कारण डेव्हिसनं दिलं; पण साऱ्यांनाच ते पटलं असं नाही. जेम्स मार्टिन नावाच्या खलाशाने लिहिले, 'म्हाताऱ्यात आता पूर्वीएवढा जोम राहिलेला नाही, असंच एकंदरीत मत आहे.'

अमूल्य कोळसा खर्च करूनही विशेष प्रगती होत नाही, हे पाहून निराश झालेल्या मॉसनने १४ डिसेंबरला गॉसबर्गचा नाद सोडून देण्याचा निर्णय घेतला आणि डेव्हिसला पश्चिमेकडे एन्डरबी लॅण्डकडे जाण्यावर लक्ष केंद्रित करण्यास सांगितले; पण पुढल्या आठवड्यातही फारशी प्रगती झाली नाही, समोर बर्फ आडवा आल्यावर दिशा बदलत पुढे सरकताना बोटीने होकायंत्राच्या सर्व दिशांनी प्रवास केला. मॉसन सतत डेव्हिसच्या मानेवर बसून होता, पण डेव्हिस आपल्या कृतींमध्ये अढळ राहिला आणि बोटीला वेग न देता पुढे सरकत होता, तसेच त्याला विश्रांतीची गरज भासेल, तेव्हा सर्व कामे बंद ठेवत होता. बोटीवरच्या अनेकांना हे खटकत होते. 'आम्हा खलाशांना वाटू लागले आहे की म्हाताऱ्याचा धीर सुटला आहे,' मार्टिनने लिहिले, 'हिवाळाभर बर्फात अडकून राहण्याच्या भीतीने तो ग्रासला आहे असे वाटते. बर्फातल्या वावांमधून जाताना तो उत्तरेकडच्याऐवजी दक्षिणेकडे जाणारे निवडतो. तसेच थेट दक्षिणेचा रोख न धरता तो गोलगोल फिरत राहतो आणि वेळेचा आणि कोळशाचा अपव्यय करतो. त्याच्यात आता इच्छाशक्ती उरलेली नाही आणि सर्वजण त्याच्यावर वैतागलेले आहेत.' मॉसन सर्वाधिक वैतागलेला होता आणि त्याने बोटीच्या डॉक्टरला डेव्हिसच्या मानसिक आरोग्याविषयी शंका बोलून दाखवली.

ख्रिसमसच्या पूर्वसंध्येला मात्र अचानक परिस्थिती पालटल्यासारखी वाटू लागली. डेव्हिस आणि थर्ड ऑफिसर जॉन चाईल्ड यांना नैऋत्येला एक बेट दिसल्यासारखं वाटलं. हिमवर्षावामुळे त्याची खात्री देता येत नव्हती तरी डेव्हिसने तो रोख भरला. बॉक्सिंग डेला फर्स्ट ऑफिसर मॅक्‌केन्झीने सुमारे वीस मैल दक्षिणेकडे जमीन दिसत असल्याचा दावा केला. बोटीवरले वातावरण एकदम उत्साही झाले. त्याने लिहिले, 'जो तो दुर्बिण मागू लागला, नांगरण्याची तयारी चालू झाली. त्या सगळ्यामुळे मला स्वत:ला डोलकाठीवरून उतरता येत नव्हते. आतापर्यंत ईश्वराने जगापासून लपवून ठेवलेली जमीन पहाण्याची संधी सर्वांत आधी मला मिळाल्यामुळे मी धन्य झालो.'

पण दावा करण्यासाठी ते त्या भूप्रदेशावर पोचू शकले नाहीत. दुसऱ्या दिवशी तो अदृश्य झाला होता, बहुधा ते मृगजळ होते. त्याहून वाईट बाब म्हणजे

'दक्षिणेकडचा समुद्री बर्फ डोंगराळ स्वरूपाचा होता आणि क्रूर आणि जड भासत होता,' मॉसनने लिहिलं, 'अशा स्वरूपाच्या समुद्री बर्फाची मी कधी कल्पनाच केली नव्हती, एवढा तो दाबला गेलेला होता. त्याच्याकडे पाहून मला न्यूयॉर्क सिटीच्या प्रतिकृतीची आठवण झाली.' मग मॉसनने डेव्हिसला पुन्हा उत्तरेकडे जाण्यास फर्मावले. मग अचानकपणे समुद्री बर्फ विखुरले आणि पुढचे काही दिवस डिस्कव्हरी वेगात पुढे जाऊ लागली.

आठवड्याहून जास्त काळ मॉसन विमान उडवण्याची आशा धरून होता; पण इंजिनच्या अडचणी, धुके आणि विमान उडवण्याजोगा बर्फातल्या वावांचा अभाव यामुळे ते शक्य झाले नाही. अखेरीस ३१ डिसेंबरला, बॉक्सिंग डेला ते जिथे होते तिथून बऱ्याच पश्चिमेकडे स्टुअर्ट कॅम्पबेल आणि एरिक डग्लस या वैमानिक द्वयीला विमान उडवण्याची संधी लाभली. पाच हजार फुटांच्या उंचीवरून सुमारे पन्नास मैलांवर त्यांना जमीन दिसली, डोंगराळ आणि अखंड, समुद्री बर्फाने दुर्गम असलेली. तिथे पोचण्याच्या हेतूने मॉसनने सल्ला दिला की आणखी पश्चिमेकडे सरकावे; जेणेकरून समुद्री बर्फाच्या कडेवरून ते पुन्हा विमान उडवू शकतील, जमिनीवर पाठवण्यासाठी.

पण दुसऱ्या दिवशी मॉसन जागा होऊन पाहतो; ते संपूर्ण मोकळ्या पाण्यात डिस्कव्हरी ठप्प उभी असलेली. आकलन न होऊन मॉसन डेव्हिसच्या केबिनमध्ये गेला. तिथे काय घडले त्याची वर्णने वैविध्यपूर्ण आहेत. डेव्हिसच्या मते ते सामान्य संवाद होते, तर मॉसनच्या मते तो त्याचा खुळ्याशी संवाद होता. 'मी त्याला विचारलं की तो काय करीत आहे? कशाची वाट पाहत आहे? आपण पश्चिमेकडे अथवा वायव्येकडे जाऊ शकतो की नाही?' मॉसनने लिहिले :

> *'तो खूप चिडलेला होता आणि उर्मटपणे बोलत होता, भांडण्यासाठी उतावीळ असल्यासारखा. मग मी त्याच्याबरोबर दीड तास घालवला. त्याच्याशी बोलणं अशक्य आहे. त्याचा मानसिक तोल ढळलेला आहे... मी खूप वेळ त्याची फालतू बडबड ऐकून घेतली. शेवटी मी त्याला पदावरून कायमचे पायउतार होण्यास सांगितलं; पण तो माझा फार जुना मित्र आहे आणि त्याची मानसिक स्थिती लक्षात घेता तो प्रचंड तणावाखाली आहे, हे लक्षात घेता मी माझा तोल ढळू देणं अगदी चुकीचं आहे. काही अंशी तो डेमेन्शियापूर्वीच्या जेफ्रीजच्या स्थितीतल्या सारखा झाला आहे – तो त्याच्या केबिनमध्ये तासन्‌तास खुर्चीत बसून शून्यात पाहात असतो.*

या खेपेला डेव्हिस नुसता बसून नव्हता, तर त्याने सांगितले की पुढच्या पाण्याचे झटपट बर्फात रूपांतर होत आहे आणि बर्फ वेगाने उत्तरेकडे सरकत आहे.

मॉसनच्या म्हणण्यानुसार त्याने पुष्टी जोडली की आणखी आठवडाभर बोट खिळवून ठेवावी आणि वाऱ्याला समुद्री बर्फ वाहून नेण्याची संधी द्यावी. तसं घडण्याची शक्यता दिसत नसताना आणि बोट दर दिवशी अडीच टन कोळसा जाळत असताना मॉसनने सुचविलं की पश्चिमेकडे किंवा वायव्येकडे जाण्याचा प्रयत्न करून पाहावा. 'मग तो माझ्यावर आग ओकू लागला,' मॉसनने लिहिलं, 'मला उतावीळ म्हणू लागला... माझा सर्वांत मोठा मूर्खपणा म्हणजे सगळ्यांना वाजवीपेक्षा जास्त काम करायला लावणे. शॅकलटन अनेक बाबतीत अपयशी होता तरीसुद्धा आपल्या माणसांचे आभार मानण्याचा सभ्यपणा त्याच्या अंगी होता... मी कुणालाच चांगला म्हणत नाही. सर्वांत वाईट नेतासुद्धा असं वागणार नाही.' हे असं चालूचं राहिलं. अखेरीस डेव्हिसने त्याला सांगितले की तो नसता तर मागल्या मोहिमेचा फज्जाच उडाला असता. 'सगळ्यासाठी तू माझा ऋणी असायला हवं आहेस. मी तुला घडवलं; पण तू मात्र माझे आभारदेखील मानीत नाहीस.' मग मॉसन स्वतःला म्हणाला, 'हे सर्व ऐकणं क्लेशकारक होतं. सर्व विधाने खोटी होती. त्याचे मानसिक संतुलन खरोखरच बिघडले आहे.'

डेव्हिसचा वृत्तान्त पूर्णपणे वेगळा होता. 'मी सर्वोत्तम मार्ग निवडला होता आणि पुन्हा उत्तरेकडे जाणेच योग्य होते, शक्य असल्यास मग पुन्हा पश्चिमेचा रोख धरता आला असता.' त्याने लिहिले. 'मी ते मॉसनला सांगितले. त्याबाबत तो साशंक होता.'

चर्चा केवढीही गरम झाली असली तरी डेव्हिसने डिस्कव्हरी पश्चिमेकडे नेली. आणि बर्फाने अडवल्यानंतर त्याच्या कडेने उत्तरेचा रोख धरला. ३ जानेवारीच्या दरम्यान ते पुन्हा बऱ्यापैकी मोकळ्या पाण्यात आले आणि पुन्हा नैऋत्येकडे जाऊ लागले; पण मॉसनच्या मते, जगातला सर्वश्रेष्ठ नकारात्मक डेव्हिस पुढे कठीण बर्फ असल्याचं भाकित करीत होता. नंतर दुपारच्या जेवणाच्या वेळी इतरांच्यादेखत वाद सुरू झाला. डेव्हिस सांगू लागला की आपण एन्डरबी लॅण्डवर असल्याचा कयास नॉर्वेजियन्सनी बांधला असेल, तर त्यांना तसा अधिकार आहे. मॉसनने लिहिले, 'तो म्हणत होता की योजना गोपनीय ठेवण्याचे आपले धोरण लज्जास्पद होते. तो आमच्यातले दोष दाखवत होता आणि इतरांच्या दोषांकडे दुर्लक्ष करीत होता.' मॉसन जेव्हा त्याला समजावू लागला की ऑस्ट्रेलियन मोहिमेचं स्वरूप वैज्ञानिक होतं तेव्हा डेव्हिस उसळला. 'ती सगळी धुळफेक आहे, आपण साम्राज्य वाढवायला निघालोय,' तो म्हणाला, 'आपण खरेच विज्ञानप्रेमी असतो तर ऑस्ट्रेलिया सोडलीच नसती, तिथे विज्ञानाला पुष्कळ वाव आहे.' त्याच्या बोलण्यावर सगळे हसू दाबू लागले आणि त्याचं बोलणं ऐकूच येऊ नये म्हणून डॉ. इन्ग्रासनी ग्रामोफोन चालू केला.

ज्या सदस्यांचे प्रमुख उद्दिष्ट होते वैज्ञानिक कार्य, त्यांच्यासाठी परिस्थिती

असह्य होऊ लागली होती. मॉर्टन मायस, AAEमध्ये पश्चिमेच्या तळावरला हवामानतज्ज्ञ ह्या मोहिमेचा तो कार्टोग्राफर म्हणजेच नकाशातज्ज्ञ होता. त्याने लिहिले, 'मार्गाची निवड, बोटीचा वेग आणि तत्सम विषयांवरच्या हुज्जतीमुळे सगळेजण वैतागले आहेत. त्यामुळे वातावरण खूप खराब झाले आहे.'

'सकाळी जमीन दृष्टीस पडली,' ४ जानेवारीला मॉसनने लिहिले, 'दोन खडकाळ शिखरे; पण तो स्वत:च्या आनंदावर ताबा ठेवू शकत असला, तरी बाकीची मंडळी ठेवू शकत नव्हती. हा भूप्रदेश मनुष्याला प्रथमच दिसत होता. आपल्या वैज्ञानिक पार्श्वभूमीला अनुसरून, विमान उडवण्याच्या तयाऱ्या सुरू झाल्याबरोबर मॉसनने समुद्रतळ रापायला सुरुवात केली. दरम्यान पुन्हा एकदा मोहिमेचा फोटोग्राफर आणि सिनेमॅटोग्राफर असलेला फ्रॅन्क हर्ली डोलकाठीवरून सभोवतालची बदलती दृश्ये न्याहाळीत राहिला. संध्याकाळपर्यंत सर्वांनाच स्पष्ट झाले की तो भूप्रदेश एक पठार असून त्यावर अनेक शिखरे होती.

दुसऱ्या दिवशी कॅम्पबेलने विमान उडवले, तेव्हा त्याच्या पुढच्या आसनावर विराजमान होता खुद्द मॉसन. त्यांनी अंदाज केला की पठाराची उंची ३००० फूट असावी, तर शिखरांची त्याहून ५०० फूट अधिक. दुर्दैवाने कॅमेऱ्याने काम दिले नाही आणि तो ठीक करण्याच्या प्रयत्नात मॉसनने चुकून झडप उघडली आणि फिल्म एक्सपोझ झाली. तासाभराने ते बोटीवर परतले आणि तोपर्यंत त्यांनी त्या ठिकाणाचं बारसे करण्याइतपत अभ्यास केला होता – 'मॅक रॉबर्टसन लॅण्ड.'

दुसऱ्या दिवशी सकाळी हिम पडायला लागले, मग वारा सुटला आणि काही तासांतच वादळ बोटीला तडाखे देऊ लागले, 'आम्हाला शाप देत,' चाईल्डने लिहिले, 'ही दृश्ये आणि ही भूमी पाहिल्याबद्दल जी आत्तापर्यंत त्याने मनुष्य अथवा प्राण्यापासून दूर ठेवली होती.' दुसऱ्या दिवशीही परिस्थितीत फरक पडला नाही. कॅम्पबेलच्या नजरेसमोर बर्फाचे थर विमानाला घायाळ करू लागले. एका मिनिटात त्यांनी विमानाचे कापड अनेक ठिकाणी फाडून टाकले आणि काही मिनिटांच्या अवधीत विमानाच्या कापडाची लक्तरे झाली आणि त्याच्या काही फासळ्या मोडल्या. तूर्त विमान निरुपयोगी झाले होते.

पण त्याहून वाईट घडायचे बाकी होते. ८ जानेवारीला मॉसनने मॅक रॉबर्टसन लॅण्डच्या दाव्याचे अधिकृत घोषणापत्र लिहिले; जे दुसऱ्या दिवशी मध्यान्हीला तो बोटीवर वाचून दाखवणार होता; पण दुसऱ्या दिवशी सकाळीच त्याला ऑस्ट्रेलियन सरकारचा बिनतारी संदेश प्राप्त झाला, यात माहिती दिली गेली की रायसर-लार्सेनच्या नेतृत्वाखालील नॉर्वेजियन मोहिमेने एन्डरबी लॅण्ड ते केम्प लॅण्ड दरम्यानच्या १०० किमीच्या (५२ मैल) किनारपट्टीवर दावा केला होता. आत्ता आम्ही जिथे आहोत तिथे. हे खूप त्रासदायक आहे; कारण ते थेट इथेच पोचले,

निशाण फडकावण्यासाठी. आमच्या कार्यक्रमात याचा समावेश असल्याची त्यांना कल्पना होती तरीदेखील त्याने तक्रार नोंदवली. 'हे विज्ञानाच्या दृष्टीने योग्य नव्हते. त्याचा अर्थ असा झाला की प्रवासी संशोधकांच्या अशा चुरशीमुळे मोहिमेच्या आखणीत वैज्ञानिक कार्यक्रमाचा नियोजनबद्ध समावेश न करता, संभाव्य ठिकाणांवर उतरून निशाण फडकावणे.'

आदल्याच आठवड्यात डेव्हिसने दाखवून दिल्याप्रमाणे BANZARE चे प्रमुख उद्दिष्टही तेच नसते तर एखाद्याला मॉसनच्या मुद्द्याविषयी सहानुभूती वाटली असती. वास्तविक ज्या हेतूने मॉसनला दक्षिणेत पाठवले गेले होते, तो दूर ठेवून मॉसनने वैज्ञानिक कार्यांत वेळ खर्च केल्यामुळेच नॉर्वेजियन्सच्या प्राधान्याची निश्चिती झाली. पुढे असे निष्पन्न झाले की त्याने काही फरक पडला नाही, कारण नॉर्वेजियन सरकारने ब्रिटिश सरकारशी केलेल्या करारानुसार त्यांनी रायसर लार्सेनचा दावा फेटाळला.

परंतु याची कल्पना नसल्यामुळे स्वत:च्या दाव्याची निश्चिती करण्यासाठी जमिनीवर उतरण्यास मॉसन उतावीळ झालेला होता. दोन दिवस तो डेव्हिसला आग्रह करीत होता की बर्फाच्या पूर्वेकडून पुढे सरकून दक्षिणेला उघडणाऱ्या वावांतून त्याने बोट आत घालावी; पण ते धोकादायक असल्याचे मत असल्यामुळे डेव्हिस बधला नाही. मग मॉसनला जाणवले की ते एकाच ठिकाणी खिळून राहिल्यास नॉर्वेजियन्स एकापाठोपाठ एक टापू काबीज करायला सुरुवात करतील, म्हणून त्याने निर्णय घेतला की पश्चिमेकडे आणि प्रत्यक्ष एन्डरबी लॅण्डच्या दिशेने कुच करायचे. तसे करण्यास डेव्हिस राजी होता. १२ जानेवारीला हवामान सुधारल्यावर दक्षिणेकडे त्यांना शिखरांची मालिका दिसली. ते किनारपट्टीवरून पुढे सरकत राहिले आणि जमिनीवर पोचणे त्यांना शक्य झाले नाही तरी त्या रात्री त्यांना दूरवर एक बेट दिसले.

१३ जानेवारीला डिस्कव्हरी ज्या बेटापाशी पोचली, त्याला नंतर प्रोक्लेमेशन आयलंड नाव देण्यात आले. मॉसनने वैज्ञानिकांच्या दलासह लाँचने किनारा गाठला. बेटावरल्या ८५० फुटी शिखरावर त्यांनी चढाई केली, तिथे युनियन जॅक फडकावला आणि फ्रॅन्क हर्लीने कोरून काढलेली पाटी त्याला जोडली. मध्यान्हीला मॉसनने दाव्याची घोषणा केली; एन्डरबी लॅण्ड, केम्प लॅण्ड आणि मॅक रॉबर्टसन लॅण्डवर किंग जॉर्ज V चा अधिकार घोषित केला, सर्वजण 'गॉड सेव्ह दि किंग' गायले, राजाचा त्रिवार जयजयकार केला आणि त्या ऐतिहासिक क्षणाचा हर्लीने फोटो काढला. बोट नांगरण्यासाठी सुरक्षित ठिकाण नसल्यामुळे डेव्हिसने त्यांना लवकर परतण्यास सांगितले असल्यामुळे ते लगेचच परत फिरले; परंतु बाकीची मंडळी शिखरावर गेलेली असताना सिमर्स आणि अल्फ्रेड हॉवर्ड यांनी चुंबकीय नोंदी घेतल्या होत्या. शिखरावरून परतताना अनुभवी मॉसनने दगडांचे असंख्य नमुने बरोबर घेतले, कॅमेऱ्याच्या पिशवीत, हातांमध्ये आणि खिशांमध्येही.

अखेरीस जमिनीवर उतरता आल्यामुळे मॉसन आणि मंडळी हवेत होती; पण तसेच पुढे पश्चिमेकडे सरकताना दुसऱ्या दिवशी संध्याकाळी ते रूढ अर्थानेदेखील जमिनीवर आले. त्यांच्या पुढ्यात अचानकपणे एक लहान बोट आली, त्यांच्या १७२ फुटी बोटीपुढे केवळ ११४ फूट असलेली; पण जिच्यावर दोन विमाने विराजमान होती. ती होती 'नॉर्वेजिया', दोन्ही बोटींनी एकमेकांच्या स्वागतासाठी आपापली निशाणे थोडी खाली उतरवल्यावर नॉर्वेजियन्सनी विचारणा केली की मॉसनला भेटण्यासाठी रायसर लार्सेन डिस्कव्हरीवर आले तर चालेल का?

स्वाभाविकच पूर्वी ॲमंडसेनचा उजवा हात असलेला, आता आख्यायिका बनून राहिलेला लार्सेन डिस्कव्हरीवर आला आणि तो परत त्याच्या बोटीवर जाईतोवर स्वत: मॉसन, डेव्हिस आणि बाकी सर्वजण त्याच्यामुळे प्रभावित झाले. मॉसनला माहिती मिळाली की रायसर-लार्सेन आणि ल्युटझोव होम यांनी प्रथम हवाई सर्वेक्षण केलं होतं. मग ते एन्डरबी लॅण्डकडे गेले; पण समुद्री बर्फाने त्यांना रोखलं. ते विमानाने ९० किमीचा प्रवास करून किनाऱ्यालगत पाण्यात उतरले, विमान उलटं जमिनीवर चढवलं आणि सुमारे पाच मैलांचे स्कीईंग केले. त्या प्रदेशावर नॉर्वेच्या राजा-राणींच्या नावाने दावा केला होता. मॉसनबरोबरच्या त्यांच्या भेटीपूर्वी चारच दिवस आधी त्यांना बातमी मिळाली होती, की त्यांच्या सरकारने त्यांचा दावा फेटाळला होता. आता मॉसनने आणि रायसर-लार्सेनने आपापसात सहमती दर्शवली की ४०°E च्या पूर्वेकडच्या प्रदेशात ऑस्ट्रेलियन्स त्यांचा संशोधन प्रवास चालू ठेवतील आणि नॉर्वेजियन्स तिथून पश्चिमेकडे परततील. असे करताना रायसर-लार्सेनने 'ड्रॉनिंग मॉड लॅण्ड' नावाचा प्रचंड भूप्रदेश शोधून त्यावर दावा केला.

दरम्यान डिस्कव्हरी पश्चिमेकडे जात राहिली; परंतु ४०° E पर्यंत ते पोचले नव्हते, तरी रायसर-लार्सेनने दिलेल्या वृत्तान्तावरून मॉसनने निर्णय घेतला की त्या प्रदेशात करण्यासारखे फारसे काही नव्हते. तसेच त्याला बिनतारी संदेशाने कळविण्यात आले की शक्य तिथे अधूनमधून निशाण फडकवलं जावं. तसं त्याने एकदाच केल्याचं आणि तेही मुख्य भूप्रदेशावर नाही. याची जाणीव झाल्यामुळे आपण गेलं पाहिजे, हे त्याच्या ध्यानात आलं. पण आता, विमान सुस्थितीत आणल्यानंतर तीन दिवस हवामान खराब असल्यामुळे ते उडवणं शक्य नव्हतं. त्यामुळे वैज्ञानिकांचे दल समुद्रतळ रापत राहिले.

एवढ्या दिवसांत भौगोलिक किंवा राजकीय असं काहीच पदरी पडलं नाही, कोळशाचा साठा मात्र घटत होता आणि १९ जानेवारीला डेव्हिसने मॉसनला कल्पना दिली की मॉसनने आखलेला कार्यक्रम पुरा करणे शक्य नव्हते. कर्ग्युलेनला जाण्यासाठी किमान १२० टन कोळसा आवश्यक होता आणि तेवढ्या साठ्याशिवाय निघणं धोकादायक असल्याचं डेव्हिसचं मत होतं, तसेच कर्ग्युलेनवर न पोहोचता

ऑस्ट्रेलियाला परतावी लागण्याची शक्यताही त्याने बोलून दाखवली. मॉसनला दोन्ही मुद्दे पटले नाहीत. 'हे सगळं मॉसनला पटवणं म्हणजे एक दिव्य आहे,' डेव्हिसने लिहिलं, 'चांगलेच हवामान लाभेल या गृहीतकावर, कर्ग्युलेनला पोचेतोवर बोटीवरला कोळसा पुरा संपल्याची स्थिती स्वीकारणे 'धाडसाचे' नसून 'मूर्खपणाचे' आहे.'

या मुद्द्यावरचा दोघांमधला वाद पराकोटीला गेला, आतापर्यंतच्या सर्व वादांच्या वरताण. परिणामी, खलाशी आणि वैज्ञानिकदेखील त्या वादात सामील झाले. २२ जानेवारीला मॉसनने रोजनिशीत लिहिले, 'अधिकाऱ्यांनी मला सांगितलं की डेव्हिस सर्वांसमक्ष माझ्याबद्दल उपमर्दकारक बडबडत होता. उपप्रमुखाला साजेशी कृती! मोहिमेसाठी तो अशक्य आहे.' पण खरंच तसे घडले होते? त्याच दिवशीची मार्टिन नावाच्या खलाशाची नोंद होती. 'मॉसन म्हणत होते की म्हाताऱ्याला आता त्याचं काम झेपेनासं झालं आहे. धोके पत्कारायला तो कचरतो आणि नुसता आरडाओरड करतो आणि शिव्या घालतो. आता आपले पहिले काम होते मेलबर्न गाठून दुसरा मनुष्य शोधणे.'

या विधानांच्या सत्यतेव्यतिरिक्तही हवामान तंगच होते आणि पुढले काही दिवस तसेच राहिले, ज्यादरम्यान दोन संधी अशा होत्या जेव्हा सर्वांना वाटत होते की जमिनीवर उतरता येईल, पण डेव्हिसने नकार दिल्यामुळे सर्वांच्या वाट्याला निराशाच आली. पहिली संधी केप बिस्कोजवळ आली होती, जेव्हा डेव्हिसला वाटले की वाऱ्याने बर्फ वाहून जाईल, पण तसे काही घडले नाही. मग ते प्रोक्लेमेशन आयलंडच्या दिशेने जात राहिले. जवळपासच्या किनाऱ्यावर उतरण्याची हवामान संधी देईल अशी आशा करीत.

२५ जानेवारीच्या सकाळी प्रोक्लेमेशन आयलंडजवळच्या पाण्यातून विमान उडवणे शक्य झाले आणि हर्लीने फोटो काढले तसेच शूटिंगही केले. त्यानंतर कॅम्पबेल आणि मॉसन किनाऱ्यापासून काही मैल खोलवर गेले आणि मॉसन दाव्याचे घोषणापत्र वाचत असताना कॅम्पबेलने खांबाला बांधलेला युनियन जॅक जमिनीवर फेकला. बोटीवर परतल्यावर मॉसनने डेव्हिसला सांगितले की बर्फातल्या वावांमधून बोट किनाऱ्याजवळ नेता येईल.

पण डेव्हिसला ते पटले नाही आणि चार तास तिथे घुटमळल्यानंतर त्याने मॉसनला स्पष्ट नकार दिला. मॉसनचे मत होते की धोका पत्करणे हा मोहिमेचाच एक भाग होता. पण डेव्हिसचे – ॲन्टार्क्टिकाच्या बाबतीत जगातला सर्वाधिक अनुभवी खलाशी – मत होते की ते अत्यंत धोकादायक ठरू शकते आणि ते समर्थनीय नव्हते. विशेषत: एका निशाणापासून केवळ पाच मैलांवर दुसरे निशाण फडकावण्यासारखे दुय्यम उद्दिष्ट असताना. 'मोहिमेच्या प्रमुखाच्या अपेक्षा पुऱ्या करता न येणं वाईट होतं; पण बोटीची आणि त्यावरील सर्वांची सुरक्षा अग्रक्रमावर

ठेवणं त्याहून महत्त्वाचं होतं.'

दुसऱ्या दिवशी सकाळी त्याने मॉसनकडे चिठ्ठी पाठवून कळवलं की कर्ग्युलेनवरून ऑस्ट्रेलिया गाठण्यासाठी किमान आवश्यक तेवढा १२० टन कोळसाच आता शिल्लक होता तेव्हाही त्यामागचा डेव्हिसचा विचार सुरक्षिततेचाच होता. मॉसनचे मत होते, की ८० टन कोळसा पुरेसा होता, पण जवळजवळ वर्षभरापूर्वी डेव्हिसने उल्लेखिलेला मुद्दा मॉसनच्या ध्यानात येत नव्हता. बॅलास्ट किंवा निलीम. त्यासाठी वेगळा ५० टन कोळसा आवश्यक होता. बोटीचे स्थैर्य आणि संतुलन राखण्यासाठी आणि डेव्हिसच्या भूमिकेतून मॉसनला लाभणाऱ्या आठवड्यापेक्षा निलीमाविना बोटीच्या सुरक्षिततेचा मुद्दा अधिक महत्त्वाचा होता.

दोघेहीजण अर्थातच सहमत होणार नव्हते; पण समुद्रतळावरच्या थोड्या कामानंतर आणि विमानाच्या दोन उड्डाणानंतर मॉसन नाखुशीने राजी झाला आणि डिस्कव्हरी उत्तरेकडे निघाली. मॉसनला शेवटची आशा वाटत होती रेडिओलेनी नावाच्या व्हेलरमधून कोळसा मिळवून दक्षिणेतला मुक्काम वाढवण्याची; पण त्यांच्याकडून होकार येईपर्यंत त्यांच्यातले अंतर दोनशे मैल झाले होते. त्याचबरोबर डेव्हिसचं मत होतं की समुद्रात कोळसा लादण्याचं काम धोकादायक होतं आणि चिफ इंजिनिअरला शोध लागला होता, की बोटीचे बॉयलर्स सफाईविना केवळ तीन आठवडे काम देतील. अशा तऱ्हेने कार्यक्रम पुरा होऊ न शकल्याच्या शल्याने मॉसन दिसेनाशा होणाऱ्या अॅन्टार्क्टिकाकडे पाहात राहिला आणि डिस्कव्हरी उत्तरेकडे जात राहिली.

कर्ग्युलेनचे पर्वत दूरवर दिसू लागले आणि ७ फेब्रुवारीला पुन्हा एकदा डिस्कव्हरी पोर्ट जीन डी आर्कला लागली. द्वीपसमूहात बहुव्याप्त वैज्ञानिक संशोधन करण्यास मॉसनला आता पुरा महिना लाभला होता. दरम्यान डिस्कव्हरीच्या बॉयलर्सची आणि इंजिन्सची देखभाल करण्यात आली आणि तिच्यावर कोळसा लादला गेला. त्या काळात डेव्हिसने कर्ग्युलेनविषयीच्या माहितीचे संकलन केले; जे भविष्यात खलाशांना उपयुक्त ठरू शकणार होते.

अखेरीस २ मार्चला डिस्कव्हरीच्या परतीचा कार्यक्रम निश्चित करण्यात आला. त्यात वैज्ञानिक कार्याला वाव दिला होता. मॉसन आणि डेव्हिसचं शेवटच्या टप्प्यातही कशावरच एकमत होऊ शकत नव्हतं. 'याहून अनियोजित कार्यक्रम मी कधी आखू शकणार नाही,' कर्ग्युलेन सोडल्याबरोबर डेव्हिसने लिहिले. पुढच्या दिवसांमध्ये त्याच्या तक्रारी चालूच होत्या. 'तो सगळ्यात ढवळढवळ करतो, खाद्यपदार्थांपासून पुरवठ्यापर्यंत. त्याच्यासाठी मला निमित्त शोधावी लागतात आणि बोटीवरचा सावळा गोंधळ मला पसंत असल्याचं भासवावं लागतं. नपेक्षा खटके उडायचे. तसेच या सगळ्यात एक गोष्ट खटकते आहे, ज्याला मी 'शॅकलटन टच'

म्हणेन, आणि ती ही की इथे दोन तट पडले होते, बोट आणि वैज्ञानिक, जे कधी एकत्र आल्याचे जाणवले नाही.'

मॉसनच्या मते, त्याच्यासाठी ते आणखीनच कठीण होतं, 'कारण डेव्हिसने सभ्यता सोडली होती. मला सतत त्याच्या शिव्या ऐकू येतात.' असभ्यता बिलकुल सहन न होणाऱ्या मॉसनने लिहिले :

> *'तो त्रासदायक मनुष्य आहे : चिडचिडा, पूर्णपणे तर्कहीन, विसंगत आणि स्वत: सोडून सगळ्याच्या विरोधात... सगळ्यांच्या देखत मला तो उपमर्दकारक बोलतो. स्वत:च्या खोलीत किंवा अधिकाऱ्यांबरोबर माझ्याशी बोलतानाही तो बडबडतो. त्यावरचा एकमेव उपाय म्हणजे त्याला बोलू देणं; शेवटी तो शांत होतो... या मोहिमेत मला डेव्हिसचा सोडून इतर कुठलाही त्रास झाला नाही. तो एकदम कूपमंडूक वृत्तीचा आणि तिरस्करणीय आहे – खरंतर पूर्ण वेडा. त्याला झटके येतात आणि जबाबदारीच्या बाबतीत त्यांच्यावर विसंबून राहण्यात अर्थ नाही.'*

दोघांमध्ये शेवटची मोठी खडाजंगी झाली मार्चच्या १८ तारखेला जेव्हा मॉसनने डेव्हिसला ॲडलेडला पोचण्यापूर्वी पार पाडायच्या वैज्ञानिक कार्यक्रमाची कल्पना दिली. पश्चिम ऑस्ट्रेलियाच्या अल्बॅनीत नवा पुरवठा लादण्यासाठी चाललेला डेव्हिस खवळला, कारण त्याच्या मते, तो वेळेचा आणि श्रमांचा अपव्यय होता. मॉसनच्या मते, बोट अल्बॅनीत नेऊन त्या क्षणी राजीनामा देऊन बोट तिथेच सोडून देण्याची डेव्हिसने धमकी दिली.

मॉसनचा कयास होता की कदाचित दुसरी सफर असेल – मग त्याला वाटलं की डेव्हिसने गडबड केली तर सरकार कदाचित बोट थेट इंग्लंडला पाठवून देईल, त्याच्या अपेक्षेपेक्षा वर्षभर आधीच मोहिमेचा विराम करीत पण ॲडलेडला जाऊन समर्थकांच्या जोरावर आणखी एक वर्ष वाढवून मिळवण्याची शक्यता मॉसनच्या मनात होती. शेवटी विचारांती मॉसनने आपला कार्यक्रम आवरता घेतला, ग्रेट ऑस्ट्रेलियन बाईटचे कार्य रद्द केले आणि ॲडलेडला पोचण्याची आपली तारीख जवळ आणली.

त्याचा उचित परिणाम झाला. मोहिमेच्या शेवटच्या पंधरवड्यात दोन्ही नेते एकमेकांशी जुळवून घेऊ शकले. १ एप्रिल डिस्कव्हरी ॲडलेडला पोचली तेव्हा तिथे जोरदार स्वागत झाले; पण ऑस्ट्रेलियात पोचल्यानंतर मॉसनला डेव्हिसव्यतिरिक्त इतर अनेक दिव्यांना तोंड द्यायचे होतं; जे पुढल्या दिवसांनी दाखवून दिलं.

■

अखेरची भेट

१९३० च्या एप्रिल फूल्स डेला मॉसन ऑस्ट्रेलियाला परतला, त्या वेळी ॲन्टार्क्टिक मोहिमेसाठी समर्थन प्राप्त करताना तो जेवढ्या प्रतिकूल वातावरणाला सामोरा गेला, त्याहून प्रतिकूल वातावरणाची कल्पना करणेही कठीण आहे. बहुतेक सारे पश्चिमी जगत जागतिक मंदीचा फेरा अनुभवित होते आणि लोकरीच्या गव्हाच्या आणि तत्सम वस्तूंच्या आयातीवर अवलंबून असलेल्या ऑस्ट्रेलियाचे टाके ढिले झाले होते. वॉल स्ट्रीट स्टॉक मार्केट कोसळण्यापूर्वी केवळ आठवडाभर आधी लेबर पक्षाचे जेम्स स्कलीन यांचा पंतप्रधानपदासाठी शपथविधी झाला होता. १९३०च्या मध्याच्या दरम्यान त्यांनी 'मेलबर्न ॲग्रीमेंट' आणि संकटावरील त्याचे उपाय सादर केले. सरकारी खर्चांवर नियंत्रण, सामाजिक सेवा आणि नागरी कामांना स्थगिती आणि सरकारी कर्मचाऱ्यांच्या वेतनात कपात, हे बदल समोर दिसत असताना सामान्य माणसाच्या जीवनाशी जरादेखील संबंध नसलेल्या दक्षिणेतल्या मोहिमेसारख्या गोष्टीला सरकारी सहाय्य मिळण्याची शक्यता धुसरच होती.

तरीदेखील, आर्थिक स्थितीने दबकून न जाता आणि आपल्या युनिव्हर्सिटीच्या कामांमध्ये कसूर न करता मॉसनने लगेच त्याच्या दोन्ही मोहिमांमधल्या ॲन्टार्क्टिकाच्या किनारपट्टीच्या संशोधनासाठी मोहीम काढण्याच्या दृष्टीने प्रयत्न सुरू केले. त्याने पहिलं पाऊल उचललं ते मॅक्फर्सन रॉबर्टसन यांच्याकडे सहाय्य मागण्याच्या स्वरूपात आणि त्यांनीही त्वरित ६००० पाउंडस्चं आश्वासन दिलं, सरकारनेही तेवढेच सहाय्य करण्याच्या शर्तीवर.

त्याहून महत्त्वाचा सहाय्यकर्ता मॉसनला लाभला तो अगदीच अनपेक्षित : नॉर्वेजियन व्हेलिंग इंडस्ट्री. मॉसन ॲन्टार्क्टिकमध्ये असताना लार्स ख्रिस्टनसेनचा ताफा नवे प्रदेश सर करीत होता आणि त्याच्या यशामुळे ऑस्ट्रेलियन उद्योगाला

प्रोत्साहन प्राप्त होत होते. नॉर्वेजियन्सच्या यशाची झलक जगाने १९३० मध्ये पाहिली; जेव्हा त्यांच्या चार फॅक्टरी शिप्स व्हेल ऑईल लादून परतल्या. ते भरले २७९००० बॅरल्स; ज्याचे मूल्य होते १३ लाख पाउंडस्. ऑस्ट्रेलियन वृत्तपत्रांनी त्याला भरपूर प्रसिद्धी दिली, त्यामुळे ऑस्ट्रेलियन जनतेचे आणि पर्यायाने सरकारचे लक्ष त्या बातमीकडे वेधले गेले.

कालांतराने, आर्थिक स्थितीच्या भीतीपेक्षा व्हेलिंग इंडस्ट्रीचे लाभ आणि अ‍ॅन्टार्क्टिकाच्या ज्या टापूंवर अजून अधिकार ग्रहण केला गेला नव्हता, तो करण्याची संधी अधिक मोहमयी ठरली. २१ मे रोजी मॉसनने BANZARE चा अहवाल संसदेत सादर केला आणि दुसऱ्याच दिवशी पंतप्रधानांनी हाऊस ऑफ रिप्रेझेन्टेटिव्हजसमोर घोषणा केली : 'अ‍ॅन्टार्क्टिकाच्या ऑस्ट्रेलियन प्रदेशातील कार्य, जे आर्थिक, वैज्ञानिक आणि अन्यही काही दृष्ट्या राष्ट्रीय आणि कॉमनवेल्थसाठी महत्त्वाचे आहे, ते तसेच पुढे चालू ठेवण्याचा निर्णय सरकारने घेतला असून अ‍ॅन्टार्क्टिकामधल्या येत्या उन्हाळ्यात त्याची सुरुवात होईल. त्यासाठी डिस्कव्हरी पुन्हा एकदा विनामोबदला उपलब्ध करून दिली जाईल.'' तसेच पुन्हा एकदा मॉसनकडे नेतृत्व राहील. याचाही त्यांनी उल्लेख केला. डेव्हिस कप्तान नसेल हे ते बोलले नाहीत.

मोहीम संपण्यापूर्वी फार आधीच डेव्हिसने निर्णय घेतला होता की पुढल्या हंगामात तो मोहिमेवर जाणार नाही. डिस्कव्हरी अ‍ॅडलेडला पोचली तेव्हा अ‍ॅन्टार्क्टिक समितीच्या प्रो. हेन्डरसन यांच्याजवळ त्याने तसा उल्लेख केला होता; पण बोट मेलबर्नला नेईपर्यंत अधिकृतरीत्या त्याने काहीच केले नाही. मेलबर्नमध्ये तिची देखभाल झाल्यानंतर त्याने राजीनामा सादर केला. दोघा नेत्यांमधल्या दुहीची कल्पना समितीला होती तरी, त्याच्या वयाला आता ती जबाबदारी पेलवणार नसल्याचे संकेत देऊन कोणी तरुण व्यक्ती त्यासाठी शोधण्याची सूचना करून डेव्हिसने सूज्ञपणाचे आणि व्यवहारीपणाचे दर्शन घडवले होते. त्यामुळेच जे मुद्दे खाजगीत उघड करण्यासारखे होते ते प्रथम समितीपुढे उघड न करता मॉसनने ते थेट संसदेत आपल्या अहवालामार्फत उघड केले. हे त्याच्यासाठी आणि समिती-सदस्यांसाठी धक्कादायक होतं.

अहवालात प्रथम कार्यक्रमांसंबंधी वैज्ञानिक आणि अन्य तपशील होते आणि नंतर मोहिमेतल्या त्रुटींच्या बाबतीत डेव्हिसवर ठपका होता. कर्ग्युलेनला जाण्यासाठी आवश्यक असलेल्या १२० टन कोळशाचा मुद्दाही त्यात होता.

हे पूर्णपणे अन्यायकारक होते, कारण बॅलस्टसाठी ५० टन कोळसा राखीव असायला हवा, हे डेव्हिसने त्याला अनेक महिने आधीच सांगितले होते, जे मॉसनला त्या वेळी पटलं होतं. तसेच १२० टन कोळसा उरला असल्याचे डेव्हिसने मॉसनला सांगितलं होतं तेव्हा त्याने त्याच्याकडे स्पष्ट सूचना मागितल्या होत्या. त्या त्या त्याने दिल्या. त्यावरून सूचित होते की जाता न येण्याने जरी त्यांना हळहळ वाटत होती तरी त्याला डेव्हिसचे आडाखे मान्य होते आणि पटले होते. डेव्हिसच्या राजीनाम्याच्या एकतर्फी निर्णयापेक्षा हे फारच वेगळे होते.

मॉसनच्या आणखी एका ठपक्यात तर विपर्यासच होता : समुद्रात कोळसा लादण्याच्या मुद्द्याच्या बाबतीतही मॉसनचा शब्द शेवटचा होता. मॉसनने नाईलाजाने, नाखुशीने डेव्हिसचा निर्णय मान्य केला होता आणि त्यावर रेडिओलायनी बेटीवरून संदेश आला होता, 'कॅप्टन डेव्हिसशी सहमत.' बाहेरूनही डेव्हिसच्या निर्णयाला समर्थन असल्याचा उल्लेख मॉसनने अहवालात केला नव्हता.

आणखी एक मुद्दा होता, कर्ग्युलेनला कोळसा लादून झाल्यानंतर अॅन्टार्क्टिकाच्या किनारपट्टीला भेट देण्याचा, क्वीन मेरी लॅण्डवर. पुन्हा एकदा हा डेव्हिसवर अन्याय होता, कारण हंगामात एवढ्या उशिरा बोट बर्फात फसण्याचा धोका होता. तसेच त्यावरून असे चुकीचे सूचित होते की कधीतरी डेव्हिसला ती योजना मान्य होती.

त्याच्या अहवालावरील टीका टाळण्याच्या हेतूने मॉसनने दुसऱ्या दिवशी स्पष्टीकरण दिले : 'अहवाल प्रसिद्ध केला जाईल याची मला कल्पना नव्हती, न पेक्षा मी काळजीपूर्वक शब्दप्रयोग केले असते.' परंतु समितीचे सदस्य संतापले होते, कारण अहवाल त्याच्यापुढे सादर न करता थेट संसदेत दिल्यामुळे त्यांचा उपमर्द झाला होता, तसाच डेव्हिसवर अन्याय. डेव्हिसची भावनाही तीच होती; पण त्याच्या मनाचा मोठेपणा की स्वतःचा अहवाल समितीकडे सादर केल्यानंतर तो शांतपणे त्याच्या 'कॉमनवेल्थ डिरेक्टर ऑफ नेव्हिगेशन'च्या पदावर रूजू झाला आणि पुढली जवळजवळ तीन दशके अन्य संदर्भात मॉसनबरोबर सलोख्याने काम करू शकला.

मोहिमेला एकदा हिरवा कंदील मिळाल्यावर मॉसनचे पहिले काम होते – न परतणाऱ्यांच्या जागी बदली सदस्य नेमणे. बोटीचा कॅप्टन आणि मोहिमेचा उपप्रमुख म्हणून मॅक्केन्झीची नेमणूक झाली, जो त्याच्या कारकीर्दीत प्रथमच बोटीची सूत्रे स्वीकारणार होता. त्याच्या जागी फर्स्ट ऑफिसर म्हणून मॅक्स स्टॅन्टनने जागा भरली. मॉर्टन मॉयज आणि जे. डब्ल्यू. एस. मार्. या वैज्ञानिकांच्या जागा घेतल्या. अॅलेक केनडी AAE मध्ये वाईल्डच्या पश्चिमी तळावरचा चुंबकतज्ज्ञ आणि लेफ्टनंट के ऊम यांनी.

मॉसनच्या दुसऱ्या कामाला २१व्या शतकालीन लेबर पार्टीविषयीच्या दाव्याचा

स्पर्श होता : किताबाच्या बदल्यात पैसे. या मोहिमेच्या रॉबर्टसनच्या योगदानापाठीमागची एक अट होती, त्याला नाईटहूड किताब मिळवून देण्यासाठी मॉसनने प्रयत्न करणे. सत्तेवर असलेल्या लेबर पार्टीकडून त्या बाबतीत काही होणे शक्य नसल्याचे पाहून मॉसनने माजी कॉन्झर्व्हेटिव्ह पंतप्रधानांना पत्र लिहिले, तसेच त्या वेळचे लंडनमधले ऑस्ट्रेलियन राजदूत मेजर रिचर्ड केसी आणि त्यांच्याकरवी डोमिनियन्स ऑफिसचे सर हॅरी बॅटरबी यांच्याकडेही त्याने शिफारस केली. मॉसनच्या प्रयत्नांचे त्यात केवढे योगदान होते, याची कल्पना नाही; पण १९३२ मध्ये रॉबर्टसनला नाईटहूड किताब मिळाला.

दरम्यान डिस्कव्हरी, तीवरील विमान, यंत्रसामुग्री आणि वैज्ञानिक साधने यांची डागडुजी आणि देखभाल करून झाली. आधीच्या सफरीच्या अनुभवांवरून काहींमध्ये फेरफारही करण्यात आले. हे सगळं अत्यावश्यकच होतं, कारण मॉसनला मिळालेल्या आदेशात म्हटलं होतं की भूभागांच्या विलीनीकरणाबरोबरच त्याने हवामानविषयक, समुद्री, चुंबकीय, जीवशास्त्रीय इ. सर्व प्रकारची वैज्ञानिक संशोधन करायची होती.

त्याचदरम्यान सफरीचा मार्गही निश्चित झाला. होबार्टवरून निघून मॉसनने मॅक्क्वेरी आयलंडवर जायचे होते, जे वन्यजीव अभयारण्य म्हणून घोषित करण्याचा त्याने पुरस्कार केला होता. त्यानंतर अल्पपरिचित बॅलनी आयलंडस्वर संशोधन करायचे. त्या वेळेस जवळच्या सर जेम्स क्लार्क रॉस, या नॉर्वेजियन फॅक्टरी व्हेलिंग शिपवरून डिस्कव्हरीवर कोळसा लादायचा. त्यानंतर मॉसन केप डेनिसनवरच्या त्याच्या जुन्या तळाला भेट देऊन किनारपट्टीवरून पुढे जात राहील. तसे केल्याने पूर्वी संशोधन झालेली, किंग जॉर्ज V लॅण्ड, ॲडली लॅण्ड, क्वीन मेरी लॅण्ड, कायसर विल्हेल्म II लॅण्ड आणि मॅक रॉबर्टसन लॅण्ड यांच्यावरील ठिकाणे जोडली जातील; तसेच ॲडली लॅण्ड आणि क्वीन मेरी लॅण्ड यांच्या दरम्यानच्या रहस्यमयी टापूंमध्येही संशोधन होईल. या कार्यक्रमात विमानाचे स्थान महत्त्वपूर्ण असेल; ज्याच्या पल्ला २०० मैलांचा असल्याचा दावा मॉसन अभिमानाने करीत होता.

२२ नोव्हेंबर १९३० रोजी डिस्कव्हरीने होबार्टचा क्वीन्स व्हार्फ सोडला, जिथून सुमारे १९ वर्षांपूर्वी मॉसन ऑरोरातून निघाला होता. दुसऱ्याच दिवशी समुद्रात पहिलं वैज्ञानिक संशोधन झालं. ते दक्षिणेच्या रोखाने प्रगती करीत असताना मॉसन 'मिल राईजच्या बाह्यरेखा निश्चित करीत होता, समुद्रतळावरल्या ज्या उथळ भागाचा शोध AAE च्या दरम्यान लागला होता.

नोव्हेंबर महिन्याच्या शेवटच्या दिवशी ५३° २९'S या ठिकाणी त्यांना छोटे हिमनग दिसले, असामान्यत: फार उत्तरेकडे आणि दुसऱ्याच दिवशी ७० फूट उंचीचा एक ठोकळेवजा हिमनग दिसला. त्या दुपारी त्यांना मॅक्क्वेरी आयलंडचे दर्शन घडले. मॉसनने वेळापत्रकामध्ये मॅक्क्वेरीला विशेष महत्त्व दिले नसल्यामुळे

२ डिसेंबरला सकाळी वैज्ञानिक दल तिथे उतरल्यावर सगळेजण विखुरले. उपलब्ध वेळात त्यांनी आपापली कामं शक्य तेवढी उरकली. मॉसनला शोध लागला की तिथे सीलिंग करण्याचे परवाने टास्मानिया सरकारने १९१६ मध्ये रदबातल केले होते, तरी जवळजवळ १९१९ पर्यंत तिथे सीलिंग चालू होते. तसेच AAE चा तळ तिथे असताना तिथल्या सीलिंगचा प्रमुख असणाऱ्या ऑटो बाऊअरच्या थडग्यावर तारीख होती, '१ मे १९१८'. मॉसनला असेही दिसून आले की त्यांनी उभारलेले बिनतारी संदेशयंत्रणेचे खांब वाऱ्याच्या उलट दिशेला तुटून पडलेले होते, ते भूकंपाने तर तुटून पडलेले नसावेत ना, अशी शंका त्याला आली.

वायरलेस हिलच्या दक्षिणेच्या भूशिरावर AAE च्या तळाच्या भग्नावशेषांजवळ दलाने तळ ठोकला. दलातील सदस्यांसाठी तीन मजबूत तंबू आडोशाला उभे केले होते, तरी मॉसन, प्रमुख जीवशास्त्र वैज्ञानिक हार्वे जॉन्सटन आणि ॲलेक्स केनडी यांनी केनडीच्या 'मॅग्नेटिक टेन्ट'मध्येच राहण्याचा निर्णय घेतला. दुर्दैवाने वाऱ्याच्या जोरापुढे तो टिकाव धरेना, म्हणून केनडीने सरळ त्याचा खांब आडवा पाडला. घोडचूक केली. 'वाईट रात्र. मला थोडी झोप मिळाली; पण बाकी दोघांना नाही.' मॉसनने लिहिले. 'मी पहाटे ४.००वा उठलो आणि माझ्यापाठोपाठ ते दोघेही – मग मी स्टोव्ह पेटवला.' मॉसनला वाटले की तो जर उठला होता तर बाकीच्यांनीही उठायला हरकत नव्हती; पण बाकीच्या तंबूंमधली मंडळी उठेनात, मग त्याने आणि केनडीने जवळच्याच एका सी.एलिफंटला तंबूच्या दिशेनं ढोसत नेले आणि त्याच्या ओरडण्याने त्यांचे काम झाले.

तीनच दिवसांनी त्यांनी पुन्हा दक्षिणेचा रोख धरला. वाटेत त्यांनी बिशप आणि क्लर्क आयलंडस्वर समुद्रतळाची खोली मोजण्याचे प्रयत्न केले, ते खूप धोकादायक ठरले. घन धुक्यामुळे त्यांना नीट दिसत नव्हते आणि एकदा थोडो मोकळीक निर्माण झाली, तेव्हा त्यांना दिसले की काही हिमनग त्यांच्या बोटीच्या फार जवळ होते. एके ठिकाणी त्यांना अचानक कळले की तिथे समुद्रतळाची खोली केवळ १८ वाव होती. मॅक्केन्झी फसला होता. तेवढ्या कमी खोलीत, सभोवती हिमनग असताना परिस्थिती फार धोकादायक होती. तो केवळ धुके विरण्याची आशा करीत होता. सुदैवाने, तीन तासांनी तसेच घडले.

परंतु मॅक्केन्झीला सुटल्यासारखे वाटते ना वाटते तो वादळाने दोन दिवस ठिय्या दिला. या परिस्थितीमुळे नव्या कॅप्टनला जुन्याच्या तक्रारीची कल्पना आली. 'माझ्या मागच्या नोंदीला केवळ चारच दिवस झाले आहेत; पण ते जणू चार आठवडे वाटत आहेत – चार मोठे दिवस आणि त्याहून मोठ्या चार रात्री मॅक्क्वेरी सोडल्यापासून मी माझे कपडे बदललेले नाहीत आणि तीन रात्री माझ्या बिछान्याकडे फिरकलेलो नाही – माझ्या सेटीवरच मी छोट्या डुलक्या घेत होतो.'

वादळ शमले तरी परिस्थिती बिकटच होती, कारण डिस्कव्हरी सामान्यापेक्षा फार उत्तरेकडेच समुद्री बर्फात घुसली होती. आठवडाभर ते कुर्मगतीने त्यातूनच मार्ग काढीत राहिले; पण योजनेबर दिशेने नाही. त्यातून, बॅलनी आयलंडस्‌जवळ असण्याऐवजी सर जेम्स क्लार्क रॉस व्हेल्सच्या शोधात आणखी पूर्वेकडे गेली होती, रॉससीजवळ स्कॉट आयलंडनजीक. त्यामुळे तिच्यापाशी पोचण्यात आणखी चार दिवस खर्ची पडले आणि मॉसनने आडाखा बांधला की त्यामुळे मोहिमेचे दहा दिवसांचे आणि ६० टन कोळशाचे नुकसान झाले होते.

पण १५ डिसेंबरला त्यांनी तिला गाठल्यावर तिच्यावरचे तंत्रज्ञान, कार्यक्षमता आणि नॉर्वेजियन्सनी त्यांच्या पूर्वीच्या स्पर्धकांचे केलेले स्वागत पाहून मॉसन प्रभावित झाला. १०० टन कोळसा आणि २५ टन पाणी या बोटीवरून त्या बोटीवर लादण्याचे काम केवळ ५ तासांमध्ये आटोपले. दोन्ही बोटी एकमेकींवर आपटू नयेत म्हणून नॉर्वेजियन्सनी त्यांच्यामध्ये व्हेल्सचे मृतदेह ठेवले होते. दरम्यान मॉसन आणि मॅक्‌केन्झीने नॉर्वेजियन कॅप्टनबरोबर भोजन केले. त्यानंतर त्याने दोघांना बोट दाखवली. एका वेळी चार व्हेल्स सोलण्याची आणि २०००० टन व्हेल ऑईल वाहण्याची क्षमता तिच्यात होती.

पश्चिमेकडे निघण्याची तयारी झाल्यावर मॉसनला कळले की व्हेल कॅचरचे शूटिंग करण्यासाठी गेलेला हर्ली परतला होता, पण पायलट डग्लसबरोबर पुन्हा कोठेतरी गेला होता. डिस्कव्हरीने चोवीस तास वाट पाहिली, मॉसनची अस्वस्थता वाढत गेली. ते दोघे परतल्यानंतर मॅक्‌केन्झीने त्यांना तंबी देत स्पष्ट केले की पुन्हा असे घडले तर डिस्कव्हरी त्यांच्यासाठी थांबणार नाही.

त्यांच्या पश्चिमेच्या मार्गात हवामान खराबच राहिले आणि २३ डिसेंबरला मॉसनने निर्णय घेतला की बेलॅनी आयलंडस्‌चा नाद सोडून आग्नेयेचा रोख धरीत किंग जॉर्ज V लॅण्डकडे जायचे. २९ रोजी कॉस्मॉस नावाच्या नॉर्वेजियन फॅक्टरी शिपशी त्यांचा संपर्क आला. त्यांनी मॉसनला ५० टन कोळसा देऊ केला; जो मॉसनने आनंदाने स्वीकारला; पण कोळशाचे हस्तांतरण होत असताना, दोघींमध्ये व्हेलचा मृतदेह होता तरी त्या एकमेकींवर आपटल्या आणि डिस्कव्हरीला हानी पोचली. मॅक्‌केन्झीने मतप्रदर्शन केले, 'एवढ्या उसळत्या सागरात मी २०००० टनी बोटीजवळ पुन्हा कधी जाणार नाही, कोळसा सोडाच, ५० टन सोने असले तरीही नाही.'

कॉस्मॉसचा निरोप घेतल्यानंतर डिस्कव्हरी वादळात सापडली, तशीच हिमनगांनी घेरली गेली, जे जणू तिची प्रत्येक हालचाल शेवटची ठरवण्याचा हेतू बाळगून होते. त्यानंतर २ जानेवारीच्या पहाटे सलग तीनदा मोठे आवाज झाले, पैकी तिसऱ्याने सगळ्यांना झोपेतून जागे केले. मॉसन लगेच ब्रिजवर धावला, बोटीचा प्रोपेलर

तुटल्याच्या शंकेने; पण मॅक्केन्झीच्या तपासाने निष्पन्न झाले की प्रोपेलर बर्फात घुसला होता; पण चमत्कारने त्याला काही झाले नव्हते.

४ जानेवारीला मॉसनच्या गतकालच्या स्मृती जाग्या झाल्या. कॉमनवेल्थ बे वरच्या घोंघावत्या वाऱ्यामुळे किंवा त्यांच्या जुन्या हिवाळी तळाच्या दर्शनामुळेच केवळ तसे घडले नव्हते, तर मागच्या खेपेची पुनरावृत्तीच तो अनुभवीत होता. केप डेनिसनच्या किनारपट्टीजवळ डिस्कव्हरी जात असताना मॅक्केन्झीने मॉसनला विचारले, की त्याच्या माहितीच्या आधारे तो त्याला काही सहाय्य करू शकतो का? तिथला परिसर न्याहाळून मॉसनने त्याला सांगितले की काहीतरी चुकत होतं, ते त्यांच्या जुन्या तळाजवळ आले नव्हते. त्याने त्वरित मॅक्केन्झीला सांगितले की पुन्हा खोल समुद्रात जाऊन निरीक्षणे करणे आवश्यक होते. मॅक्केन्झीला ते पटले नाही आणि त्याने मॉसनला ब्रिज सोडण्याची आज्ञा केली. मॉसन गेला पण थोड्या वेळाने परतला आणि त्याने पुन्हा त्याच्याकडे तीच मागणी केली. मॅक्केन्झीने त्याला स्पष्ट नकार दिला, तेवढ्यात त्यांना खडकाळ भाग दृष्टीस पडला. मॅक्केन्झीचा आडाखा बरोबर होता तरी 'मॉसन वि. डेव्हिस'सारखेच या वेळीही घडले होते; पण या वेळी त्यात सुधारणा झाली होती.

मोहीम तिच्या पहिल्या मुक्कामी पोचली होती आणि दुसऱ्या दिवशी सकाळी वारा उतरल्यावर मॉसनने मोठे दल किनाऱ्यावर नेले. मॅक्क्वेरीप्रमाणेच इथेही सर्वजण आपापल्या कामाला लागले. केनडीचे काम सर्वांत कठीण होते. त्याने 'मॅग्नेटोग्राफ हाऊस'मधले बर्फ फोडून काढले आणि पुढले अठरा तास तो मापने घेत होता. नोंदीवरून त्याने निष्कर्ष काढला की चुंबकीय दक्षिण ध्रुव केप डेनिसनजवळ सरकत होता आणि आता तो २५० मैलांहून दूर नसावा.

दरम्यान, मॉसन, मॅक्केन्झी आणि इतरांनी केबिन्सचं निरीक्षण केलं. सततच्या जोरदार वाऱ्यांनी केबिनचं लाकूड जवळजवळ अर्धा इंच खरवडून टाकलं होतं आणि बर्फाने सर्व प्रवेश बंद करून टाकले होते. अखेरीस त्यांनी छतातले प्रवेश मार्ग मोकळे केले आणि ते केबिनमध्ये गेले. आतमध्ये बऱ्याच ठिकाणी हिम गोठलेल्या स्थितीत एकवटले होते, पण काही ठिकाणे हिमविरहित होती. केबिनमधल्या अनेक वस्तू सतरा वर्षांपूर्वी सोडून देण्यात आल्या होत्या, त्याच स्थितीत होत्या. खाद्यपदार्थांचे डबे, कपडे, वैज्ञानिक साहित्य इ. त्या वेळी मॉसनने एकट्याने जो खडतर प्रवास केला होता त्यातले अर्धे स्लेजही त्याला तिथे दिसले. ते स्लेज ऑस्ट्रेलियाला घेऊन जाण्याचं ठरलं.

मध्यान्हीला मॉसनने त्या प्रदेशावरच्या दाव्याचा जाहीरनामा वाचला. १९१२ मध्येही त्याने ते केले होते; पण या खेपेला ते अधिकृत मान्यतेनं केलं गेलं, तसेच या वेळी त्याने फ्रेंच टेरे ॲडलीपर्यंतच्या प्रदेशाचा समावेश केला. मॅक्केन्झीने

युनियन जॅक फडकावला, राष्ट्रगीताचे गायन झाले आणि हर्लीने फोटो काढले. त्या रात्री मॉसनने आणखी पाच जणांबरोबर किनाऱ्यावरच्या तंबूत शेवटचा मुक्काम केला. दुसऱ्या दिवशी संध्याकाळी डिस्कव्हरीने मॅक्केलर द्वीपसमूह मागे टाकला आणि पश्चिमेचा रोख धरला.

केप डेनिसन सोडल्याचा दिवशी कॅम्पबेल आणि डग्लस यांनी प्राथमिक हवाई निरीक्षण केले आणि त्यांच्या वर्णनावरून मॉसनची खात्री पटली की विल्कीस आणि डीअर्व्हिल यांनी ज्याला 'क्लेरी लॅण्ड' नाव दिले होते, तो प्रत्यक्षात एक प्रचंड हिमनग होता – मुख्य भूमीपासून पुष्कळ उत्तरेकडे पसरलेला, उथळ भागावर स्थिर झालेला. मॉसनसाठी त्याचा अर्थ होता की १९१२ मध्ये ऑरोराला घडलेले त्या प्रदेशाचे दर्शन हेच पहिले होते. टेरे ॲडलीच्या पश्चिमेकडच्या प्रदेशाला 'विल्किस लॅण्ड' असे दिलेले नाव आणि त्यावरचा त्याचा दावा न्याय्यच होता.

आठवडाभर चाललेल्या वादळाने बोट किनाऱ्यापासून दूर ठेवली आणि विमानही खिळवून ठेवले; पण १५ जानेवारीला समुद्रातले आणि हवेतलेही काम सुरू झाले. त्या दिवशी कॅम्पबेल आणि ऊमने, तर दुसऱ्या दिवशी डग्लस आणि ऊमने ८००० फुटांची उंची गाठली. तेवढ्या उंचीवरून त्यांना १०० मैलांच्या किनारपट्टीचे दर्शन घडले, जे पूर्वी कधी घडले नव्हते आणि मॉसनने त्याचे नामकरण केले 'बान्झारे लॅण्ड.' दोन दिवसांनंतर कॅम्पबेल आणि मॉसन त्या प्रदेशावर विमानाने गेले, जो प्रथम १८३९ मध्ये जॉन बेलॅनीने पाहिला असल्याचा आणि त्याला 'सब्रिना लॅण्ड' नाव दिले असल्याचा दावा होता. 'दक्षिण-नैऋत्येच्या क्षितिजावर दृश्यात निश्चित बदल होता, जिथे हिमनगांची गर्दी दिसत होती किंवा जी कदाचित हिमाच्छदित जमीन असू शकेल. आणखी तपास करता ती जर जमीन असल्याचे निष्पन्न झाले तर आमचा प्रस्ताव आहे की बेलॅनीच्या प्रयत्नांची स्मृती म्हणून त्या प्रदेशाला 'सब्रिना लॅण्ड' नाव देण्यात यावे.

कोळशाची बचत करण्याच्या हेतूने आणि विमान उडवण्यासाठी हवामान सुधारण्याची वाट पाहत मॅक्केन्झी डिस्कव्हरीला समुद्री बर्फाच्या काठाने वाहू देत होता. अखेरीस २७ जानेवारीला मॉसनला राहवले नाही आणि खराब हवामानातच त्याने आणि डग्लसने विमान उडवले. 'दक्षिणेला हिमाच्छादित भूमी दिसत होती,' डग्लसने लिहिले, 'पण तो ॲन्टार्क्टिक खंडाचाच भाग होता का, याची खात्री नसल्यामुळे सर डग्लस यांनी नोंद केली, विल्किसच्या नॉक्स लॅण्डजवळील संभाव्य भूमी.' विमान उतरवताना ते बोटीला धडकले आणि त्याच्या नाकाचे नुकसान झाले, तसेच डग्लस आणि मॉसन पाण्यात पडले. बोटीवरून त्वरित लॉंच पाठवली गेली आणि विमानासह दोघांना वाचवण्यात यश आले. 'अनुभवांतून आम्हाला कल्पना होती की आणीबाणीच्या प्रसंगी सर डग्लस न डगमगता हवे ते

करतात,' डग्लसने लिहिले, 'आणि हा प्रसंग त्याला अपवाद नव्हता. मी पाहिले की विमानाला लटकलेल्या स्थितीतही त्यांचे डोके चालू होते आणि त्यांना स्वत:पेक्षा विमानाची चिंता अधिक होती.'

विमान दहा दिवस निकामी राहिले, जे अत्यंत निराशाजनक होते; कारण शेकडो हिमनग, जे बहुधा डेव्हिसने शोधलेल्या साठ मैल लांबीच्या 'टर्मिनेशन आईस टंग'पासून सुटलेले असावेत, त्यांना शॅकलटन आईस शेल्फला किंवा क्वीन मेरी लॅण्डला जाण्यापासून रोखत होते. कोळसा पुरणार नाही, याचा विचार करीत विमान दुरुस्त होण्याची वाट पाहणे सोडून देत मॉसनने बोट पश्चिमेकडे नेण्याची आज्ञा दिली मॅक रॉबर्टसन लॅण्डच्या पूर्वेकडील निनावी, अपरिचित किनारपट्टीकडे.

ती किनारपट्टी निनावी असेल, तिच्यावर कोणी दावाही केला नसेल; पण ती असंशोधित नव्हती. ६ फेब्रुवारीला विमान चाचणीसाठी सिद्ध झाले तेव्हा डिस्कव्हरीला दोन नॉर्वेजियन व्हेलर्स दिसल्या; ज्या किनारपट्टीच्या अधिक जवळ होत्या. व्हेलिंग बोटीवर स्टीवर्डेसेस पाहून तर हर्लीला धक्काच बसला – त्याचा अर्थ होता की त्याचे दल जिथे पोचू शकले नव्हते, तिथे स्त्रियाही जाऊन आल्या होत्या. एका व्हेलरच्या कॅप्टनने मॉसनला २० टन कोळसा देऊ केला आणि तो लादला जात असताना त्याने मॉसनशी गप्पा मारल्या. त्याने मॉसनला माहिती दिली, की अॅन्टार्क्टिकमध्ये किमान ४० फॅक्टरी शिप्स आणि २४० कॅचर्स काम करीत होत्या आणि त्याचबरोबर त्या किनारपट्टीचे नकाशेही तयार करीत होत्या. त्यातल्या बऱ्याच डिस्कव्हरी होती त्या भागातच होत्या, त्यामुळे जेम्स मार्टिनचे लिहिणे स्वाभाविक होते की तो भाग इंग्लिश चॅनेलसारखा भासत होता.

या खेपेला मात्र मॉसनची सरशी होती, कारण नॉर्वेजियन्सच्या एकाही बोटीवर विमान नव्हते. डिस्कव्हरीच्या विमानाने सलग तीन दिवस उड्डाणे केली. ९ फेब्रुवारीला मॉसन आणि कॅम्पबेल यांना दक्षिणेकडे प्रचंड कठीण बर्फाचे दर्शन घडले, सुमारे वीस मैलांवर. जमिनीजवळ जाण्याच्या आशेने बोट आग्नेयेकडे जाऊ लागली. दुसऱ्या दिवशीच्या उड्डाणाने सूचित केले की त्याच दिशेला आणखी पुढे मोकळे पाणी होते. ११ तारखेला अचानकपणे ते मोकळ्या समुद्रात पोचले. मग दक्षिणेचा रोख धरून नंतर किनारपट्टीलगत ते जाऊ लागले. दीड तासाच्या उड्डाणात कॅम्पबेल आणि ऊम यांनी तपशीलवार सर्वेक्षण केलं आणि मुख्य भूमीवर निशाण टाकलं.

हे दिवस अनेक अर्थांनी BANZARE चे महत्त्वपूर्ण दिवस होते. ९ फेब्रुवारीला मॉसनला जे दिसले ते नव्या भूमीचे बर्फाळ उतार होते; ज्यांना 'प्रिन्सेस एलिझाबेथ लॅण्ड' असे नाव ठेवण्यास मॅक्केन्झीने मॉसनचे मन वळवले. प्रिन्सेस एलिझाबेथ यॉर्कचे ड्युक, प्रिन्स अल्बर्ट यांची कन्या होती, जिच्याविषयी मॅक्केन्झी

म्हणाला होता, 'आमची लोकप्रिय स्कॉटिश राजकन्या ही पुढे राणी बनली. ११ तारखेला जमिनीवरून आणि बोटीवरून मॅक रॉबर्टसन लॅण्डच्या पूर्वेकडचा प्रदेश प्रथमच दृष्टीस पडला आणि प्रिन्सेस एलिझाबेथ लॅण्डचे आकाशातून पुनश्च दर्शन घडले. गंमत म्हणजे जगातली सर्वांत मोठी आणि क्रियाशील हिमनदी, लॅम्बर्ट ग्लेशियर ज्या ॲमरी आईस शेल्फमध्ये प्रवेश करते ती ऊमला ओळखता आली नाही, तो तिला जमिनीवरचे हिमाच्छादन समजला.

मॅक्‌केन्झी आता पश्चिमेचा रोख धरून एका विस्तिर्ण किनारपट्टीवरून चालला होता; ज्या किनारपट्टीला नंतर त्याचे नाव देण्यात आले. १३ फेब्रुवारीला डिस्कव्हरीला प्रचंड हिमखंड आडवे आले; ज्यातला पहिला होता हजार फूट उंचीचा. मॉसन आणि त्याचे दल 'मरे मोनोलिथ' या हिमखंडाच्या किनाऱ्यावर उतरायला निघाले, पण खराब हवामानामुळे फर्स्ट ऑफिसर स्टॅन्टन याने कोणालाही किनाऱ्यावर उतरू दिले नाही. 'आम्ही वल्ह्याने खडकाला स्पर्श केला आणि दाव्याचा जाहीरनामा वाचून, एका डब्यात घालून तो खडकांमध्ये टाकला,' मॉसनने लिहिले, 'मग एक फलक आणि खांबाला लावलेले निशाण आम्ही टाकले; पण ते दोन्ही खडकावर आपटून समुद्रात पडले. मग फोटो काढून ते बोटीवर परतले आणि दुसऱ्या चंद्रकोरीच्या आकाराच्या, २००० फूट उंचीच्या हिमखंडाजवळ गेले; ज्याला मॉसनने पंतप्रधान स्कलीन यांचे नाव दिले. या वेळी विरोध न झाल्यामुळे कॅम्पबेलने किनाऱ्यावर उडी मारली, लॉंचचा दोरखंड धरला. मग मॉसन, हर्ली पक्षीतज्ज्ञ रॉबर्ट फॅला आणि थर्ड ऑफिसर जॉन चाईल्ड उतरले. बाकीचे लॉंचमध्येच थांबलेले असताना उतरलेल्या पाच जणांनी झेंडा उभारला, मॉसनने अधिकाराचा जाहीरनामा वाचला आणि जीवशास्त्रीय आणि भूगर्भशास्त्रीय नमुने गोळा केले. ते अत्यंत महत्त्वपूर्ण होते. सिमर्सने त्याच्या रोजनिशीत नोंद केली, 'अखेरीस जमिनीवर उतरून निशाण उभारल्यामुळे त्या पाचांनी मोहिमेचे नाव राखले.'

पुढचे काही दिवस बर्फविरहित समुद्राचा लाभ घेत गेल्या वर्षीच्या तुलनेत ते अधिक किनाऱ्याजवळून जात राहिले, गेल्या खेपेच्या तुलनेत अधिक काटेकोरपणे किनारपट्टीच्या वैशिष्ट्यांचे नकाशे करीत, नव्या पर्वतरांगांचे दर्शन घेत आणि नकाशांमध्ये एकंदरीतच सुधारणा करीत. १८ फेब्रुवारीला कोळसा १०० टनांच्या पातळीवर पोचल्यावर मॅक्‌केन्झीने निर्णय घेतला की ऑस्ट्रेलियाला परतण्याची वेळ आली होती, पण एकदा शेवटच्या वेळी जमिनीवर जाऊन येण्यास त्याने मान्यता दिली. दोन तासांची मुभा मिळाल्यावर मॉसनच्या नेतृत्वाखाली मोठे दल केप ब्रुसच्या BANZARE चे समर्थक, ऑस्ट्रेलियाचे माजी पंतप्रधान यांच्यावरून दिलेले नाव – किनाऱ्यावर उतरले, जो पुढे खिंडीत जात होता.

'डक्स (मॉसन) किनाऱ्यावर उतरले आणि आनंदाने झेंडा फडकवीत दरीच्या

दिशेने धावू लागले,' सिमर्सने लिहिले, 'त्यांना आनंद होणे स्वाभाविकच होते, कारण आम्ही भूभागावर कायदेशीर परिपूर्ण आणि औपचारिक दावा करण्याच्या स्थितीत अखेरीस आलो होतो.' अन्य काही ठिकाणी दावा करण्याची प्रक्रिया ते पुरी करू शकले नव्हते; पण या वेळी ते सगळे विधीवत करणे शक्य झाले होते – मुख्य भूभाग, दगडांची रास, फलक, दाव्याच्या जाहीरनाम्याचे वाचन, बरेच लोक आणि स्वच्छंदी गायन – स्वच्छंदी कारण दरीत त्यांचे आवाज घुमत होते, जे इतर ठिकाणी ते उंचीवर असल्यामुळे उलटे फिरत होते. हर्लीने फोटो काढले. मग शॅम्पेनची बाटली पुढे आली, त्यातली थोडी दगडाच्या राशीवर ओतली गेली आणि बाकीची सगळ्यांच्या घशात थोडाथोडी गेली. शेवटचे काम झाले नमुने गोळा करण्याचे.

मुभेपेक्षा एक तास ज्यादा घेतलेले दल परतले ते वेडापिसा झालेल्या कॅप्टनच्या तावडीत. त्याने सर्वांची खरडपट्टी काढली आणि बोटीचे तोंड त्वरित उत्तरेकडे फिरवले.

मोहिमेच्या सुरुवातीच्या काळात मॉसन आणि बहुसंख्य वैज्ञानिकांना डेव्हिसच्या तुलनेत मॅक्‌केन्झीची कार्यशैली पसंत होती, पण परतीपर्यंत तो लौकिक कमी झाला. केप ब्रुस सोडल्यानंतर मॅक्‌केन्झीने बोट एका हिमनगाच्या आडोशाला घातली आणि तिच्या डागडुजीत दिवस घालवला. वैज्ञानिकांची तक्रार होती की तेवढ्या वेळात त्यांनी किनारपट्टीवर काम केले असते; पण हवामन चांगले असूनही मॅक्‌केन्झीने त्यांच्या मागणीला धुप घातली नाही. हर्लीचे मॅक्‌केन्झीविषयीचे नत तेवढे बरे नव्हते. 'बर्फात तो बिलकुल धोका पत्करत नाही आणि मोकळे पाणी आणि स्वच्छ सूर्यप्रकाश असेल तरच तो त्याला चांगले पाणी समजतो.' मॅक्‌केन्झी - विषयीचा त्याचा तिरस्कार अधिकच वाढला, जेव्हा तो बोटीवर डागडुजीचे काम करीत असताना कॅप्टनने त्याला लिहून देण्यास सांगितले की अपघाताच्या स्थितीत बोट त्याच्या नुकसानभरपाईस जबाबदार नसेल. 'याहून अधिक बालिश काही असू शकत नाही,' हर्लीने लिहिले, 'माझ्या कामात थोडा धोका पत्करण्यास मी तयार नसेन तर मोहिमेत असण्याचा मला अधिकारच नसेल.' परंतु त्याने हवे तसे पत्र लिहून दिले; जे विनोद होऊन राहिले.

कालांतराने मॉसन आणि मॅक्‌केन्झी यांच्यातही दुरावा निर्माण झाला, ज्याला कारणीभूत मुद्दाही डेव्हिसच्या बाबतीत होता, तोच होता. कोळसा. मॅक्‌केन्झीच्या बोटीवरल्या कोळशाच्या आकड्याविषयी मॉसन साशंक होता, त्यामुळे १२ मार्चला त्याने स्वत:च तो तपासून पहिला आणि तो आकडा निघाला ७६ टन, कॅप्टन्च्या आकड्यापेक्षा दुपटीहून अधिक. मॅक्‌केन्झीला या फरकाची कल्पना न देता मॉसनने त्याला विचारले की बोट होबार्टऐवजी मेलबर्नला नेली तर चालेल का? त्याने मान्य

केले; कारण मेलबर्न होबार्टपासून केवळ ६० मैलांवर होते; पण पुरेशा कोळशाअभावी त्यात धोका असल्याचेही त्याने सांगितले. त्यावर मात्र मॉसन चिडला, कारण त्याच्या अंदाजानुसार बलास्ट म्हणून जवळजवळ १५० टन सामान बोटीवर होते. मॅककेन्झीने स्वत:च्या समर्थनात सांगितले की ही त्याची पहिली सफर असल्यामुळे बोट सुरक्षित घरी नेण्यावर त्याचा कटाक्ष होता. मॉसनने लिहिले, 'नवागतांना संशोधक बोटीचे नेतृत्व सोपवणे ठीक नाही. तो चिंताग्रस्त आणि अतिसावध असतो आणि प्रत्येक गोष्ट स्वत:च्या कारकीर्दीच्या भविष्याच्या दृष्टिकोनातूनच पाहतो. हे सर्व तिटकारा उत्पन्न करणारे आहे.'

पण त्यांच्यातल्या दुहीतला हा शेवट नव्हता. आठवडाभराने त्याने वैज्ञानिक कंपूवर आरोप केला की समुद्रतळाची खोली मोजण्याच्या त्यांच्या कामामुळे बोटीच्या प्रगतीला खिळ बसत होती, तसेच ते बोटीच्या उपयोगी न पडता आत्मकेंद्रीतपणे स्वत:च्याच कामात व्यस्त असत. मॉसनच्या मते, त्या आरोपांमध्ये काही अर्थ नव्हता. त्याने लिहिले, 'आम्ही कितीही केले तरी हे कॅप्टन्स त्याची दखल घेत नाहीत. टेलिस्कोप वापरण्याच्या त्यांच्या सवयीमुळे बहुधा ते एकाक्ष होतात.'

या शेवटच्या नोंदीच्या दुसऱ्या दिवशी डिस्कव्हरी होबार्टला पोचली. तिला मेलबर्नला न नेल्याबद्दल मॅक्केन्झीच्या मनात विजयाची भावना उत्पन्न झाली असणार; पण BANZARE सफरींचे खरे विजेते होते, आंतरराष्ट्रीय वैज्ञनिक कंपू आणि 'कॉमनवेल्थ ऑफ ऑस्ट्रेलिया'. फेब्रुवारी १९३३ मध्ये ब्रिटिश ऑर्डर ऑफ कौन्सिलने टेरे ॲडलीचा अपवाद करून ६०° S च्या दक्षिणेकडील आणि ४५° ते १६०° E मधील ॲन्टार्क्टिकच्या प्रदेशावर किंग जॉर्ज V आणि ब्रिटिश राजमुकुटाच्या अधिकारावर शिक्कामोर्तब केले. त्याच वर्षी 'ऑस्ट्रेलियन ॲन्टार्क्टिक टेरिटरी ॲक्सेप्टन्स ॲक्ट'नुसार त्या भूप्रदेशांचे हस्तांतरण 'कॉमनवेल्थ ऑफ ऑस्ट्रेलिया'कडे करण्यात आले, आणि १९३६ मध्ये ते अंमलात येऊन 'ऑस्ट्रेलियन ॲन्टार्क्टिक टेरिटरी' अस्तित्वात आली. अशा तऱ्हेने ॲन्टार्क्टिकच्या महाकाय भूप्रदेशावर ऑस्ट्रेलियाचे अधिपत्य स्थापित झाले; ज्याचे १९०९ मध्ये प्रथम स्वप्न पाहणाऱ्यांमध्ये एक होता मॉसन डग्लस.

■

ऑस्ट्रेलियातून अॅन्टार्क्टिका

अॅन्टार्क्टिकमध्ये असताना मॉसनने जेवढे कष्ट, आश्चर्ये किंवा यश अनुभवले तेवढे त्याने पुन्हा कधीच अनुभवले नाही. तरीही उर्वरित जीवनकालातही अनेक भूमिकांमधून तो सुदूर दक्षिणेच्या बाबतीत अखंड कार्यरत राहिला.

BANZARE हून परतल्यानंतर मॉसनला मोठी आशा वाटत होती, की हर्लीची फिल्म पुष्कळ पैसा मिळवून देईल; जो माहिमांच्या वैज्ञानिक अहवालांच्या प्रकाशनासाठी वापरता येईल. पण AAE च्या फिल्मस्‌मधून जसा पैसा उभा राहिला नाही. तीच गत BANZARE च्या फिल्मस्‌ची झाली. पहिल्या मोहिमेनंतर हर्लीने 'साऊथवर्ड हो! वुईथ मॉसन -' हा चित्रपट प्रदर्शित केला; पण तो साफ आपटला, कारण तो मूकपट होता आणि त्याच वेळी चित्रपटगृहांमध्ये 'टॉकीज' थैमान घालीत होते. त्याचा दुसरा दुष्परिणाम हा झाला की मूळ फिल्म 'सीज ऑफ दि साऊथ'ला त्यामुळे वितरक मिळेनासे झाले. या दुसऱ्या चित्रपटाला आवाजाची साथ होती आणि त्यात त्याने खूप कष्टाने संभाषणांचाही समावेश केला होता. तसेच अॅन्टार्क्टिकामध्ये जे चित्रीकरण तो करू शकला नव्हता, त्याचे आभासी चित्रीकरण त्याने ऑस्ट्रेलियात केले.

दुर्दैवाने कशाचाही फायदा झाला नाही. अॅडलेड आणि ब्रिस्बेनमध्ये चांगली गर्दी खेचण्यात 'सीज ऑफ दि साऊथला' यश आले तरी राष्ट्रीय किंवा आंतरराष्ट्रीय स्तरावर त्याची वाखाणणी झाली नाही; जशी ती स्कॉटच्या मोहिमेविषयीच्या हर्बर्ट पाँटिंगच्या फिल्मची झाली. १९३२ मध्ये फिल्मचे हिशेब पाहिले गेले; ते तोटा दर्शवित होते.

मॉसनला आयुष्यभर खंत राहिली ती AAE आणि BANZARE चे वैज्ञानिक अहवाल प्रसिद्ध होऊ शकले नाहीत याची. मॉसन त्या अहवालांकडे अशा दृष्टीने

पाहात असे की त्यांनी केवळ शास्त्रीय माहिती दिली नव्हती, तर मोहिमांचे खर्चही न्याय्य ठरवले होते. न्यू साऊथ वेल्सचे सरकार आपल्या शब्दाला जागून अनेक वर्षे वैज्ञानिक अहवाल छापत होते, मॉसन त्याचे AAE चे साहित्य आखडत्या हाताने त्यांना पुरवीत होता तरीही. वास्तविक सरकारने अपेक्षेहून अधिकच केले होते, कारण त्यांच्या अनेक पत्रांना मॉसनने उत्तर दिले नव्हते, तसेच छपाई समितीबरोबरची त्याची वर्तणूकही सरळ नव्हती.

१९३१ च्या मध्यात न्यू साऊथ वेल्सच्या शिक्षण खात्याने जाहीर केले की जागतिक मंदीमुळे अहवालाची प्रसिद्धी स्थगित करण्यात येत आहे. ते कारण जेवढे खरे तेवढेच हेही खरे की मॉसनने त्यांना पुरेशी हस्तलिखिते पुरवली नव्हती. आणखी एक महत्त्वाचे कारण हे होते की ज्या वैज्ञानिकांनी अहवाल लिहिण्याची जबाबदारी घेतली होती, ते बेभरवशाचे निघाले आणि त्यांच्या नेमणुका अनेकदा बदलाव्या लागल्या. हे असे चालूच राहिले आणि सरतेशेवटी पक्षी, पेंग्विन्स, सील्ज आणि व्हेल्स यांच्याविषयीचे अहवाल कधीच प्रसिद्ध होऊ शकले नाहीत. परंतु, मॉसन आणि विज्ञान जगताचे सुदैव की १९३७ साली मंदी ओसरल्यानंतर सरकारने अहवाल प्रसिद्धीचे काम पुन्हा हाती घेतले. हे सत्र १९४७ पर्यंत चालू राहिले; ज्याचे फलित होते २२ खंडांमध्ये ९६ अहवालांची प्रसिद्धी.

BANZARE च्या अहवालांच्या बाबतीत मॉसन सुदैवी होता; कारण ते 'कॉमनवेल्थ ट्रेझरी'च्या निधीमधून पुरस्कृत केले होते, तसेच ते लिहिणारे वैज्ञानिकही भरवशाचे निघाले; पण तरीही ते अहवाल प्रसिद्ध व्हायला आणखी विलंब झाला आणि मॉसनच्या मुलीने पॅट्रिशियाने संपादक म्हणून त्याची जागा घेतली. याचे फलित होते ९ खंडांमध्ये ६० हून अधिक अहवालांची प्रसिद्धी.

BANZARE नंतरच्या दशकांमध्ये मॉसनने स्वत:च्या मोहिमांची मोहिमोत्तर कामे पुरी केली. तसेच अॅन्टार्क्टिका आणि त्याच्या भवितव्यातील बदलांमध्येही तो रुची ठेवून होता. ऑस्ट्रेलियन सरकार आणि अनेक वैज्ञानिक संस्थांचा तो सल्लागार होता. १९३३ मध्ये त्याचा सर्वांत मोठा राजकीय विजय झाला, त्या वेळेस जेव्हा अनेक वर्षे तो मॅक्क्वेरी आयलंडवरच्या वन्यजीव आणि वनस्पतींच्या संरक्षणाचा तो पुरस्कार करीत असताना, ते बेट अधिकृतपणे अभयारण्य म्हणून घोषित करण्यात आले. मॉसनने मॅक्क्वेरी आयलंडला दिलेल्या महत्त्वावर तेव्हा शिक्कामोर्तब झाले, जेव्हा १९९७ मध्ये त्याचा समावेश जागतिक ठेव्याच्या यादीत करण्यात आला.

आपल्या तिशीतही मॉसन जगातल्या अग्रणी अॅन्टार्क्टिक वैज्ञानिकांत मोडत होता. १९२० मध्ये शॅकलटन आणि अॅमंडसन यांच्या मृत्यूमुळे तो अॅन्टार्क्टिक

संशोधनाच्या बाबतीत निर्विवाद समजला जाऊ लागला. वैज्ञानिक तसाच प्रत्यक्ष अनुभव त्याच्याकडे असल्यामुळे अॅन्टार्क्टिकमध्ये मोहीम काढण्याच्या संदर्भात कोणीही त्याचाच सल्ला घेणार, हे स्वाभाविकच होते.

१९२८ मध्ये रिचर्ड इ बायर्ड याने मॉसनकडून तसा सल्ला घेतला आणि त्याने नंतर मॉसनविषयी लिहिले की स्कॉट आणि शॅकलटनप्रमाणेच मॉसनकडूनही त्याला प्रेरणा मिळाली होती. बायर्ड हा संशोधन प्रवासाच्या बाबतीत आधुनिकतेचे प्रतीक होता तर मॉसन धैर्याचे. त्या दोघांचे ऋणानुबंध जे जुळले ते १९५७ मध्ये बायर्डच्या मृत्यूपर्यंत टिकले. बायर्डच्या मते, मॉसन 'अॅन्टार्क्टिक संदर्भातली सर्वश्रेष्ठ हयात अधिकारी व्यक्ती होती.'

दुसरा एक संशोधक प्रवासी मॉसनच्या संपर्कात होता तो लिंकन एल्सवर्थ, ज्याने अॅमंडसेनच्या साथीने १९२५ मध्ये उत्तर ध्रुवावर विमाने उडवण्याच असफल प्रयत्न केला होता. दुसऱ्याच वर्षी अॅमंडसेन आणि उम्बर्टो नोबिल यांच्या साथीने त्याने नॉर्ज नावाच्या एअरशिपने आर्क्टिकचं खोरं पार केलं. त्यानंतर एल्सवर्थला अॅन्टार्क्टिका पार करणारी पहिली व्यक्ती होण्याचे मनात होते आणि ते सत्यात उतरवण्यात दशक जावं लागलं. नोव्हेंबर १९३५ मध्ये विशेष बांधून घेतलेल्या विमानाच्या सहाय्याने त्याने ते साध्य केले. ज्या प्रवासाला १४ तास लागतील असे त्याने भाकित केले होते, तो प्रत्यक्षात २२ दिवसांनी पुरा झाला, कारण इंधन भरणे आणि खराब हवामान या कारणांमुळे तो आणि त्याचा पायलट ह्यांना तीनदा जमिनीवर उतरावे लागले. बायर्डच्या 'लिट्ल अमेरिका' तळापासून १६ मैल अलीकडे त्यांचे इंधन संपले आणि तिथून तळावर त्यांना चालत जावे लागले.

विमानाचा रेडिओ नादुरुस्त झाल्यामुळे बाहेरच्या जगाला वाटलं की त्यांना मदतीची गरज होती. मॉसनने सुचवलं की त्यांच्या शोध आणि बचावासाठी आरआरएस डिस्कव्हरी II पाठवली जावी. सरकारने ते त्वरित मान्य केलं आणि त्याची अंमलबजावणी झाली. मॉसनने स्वत: जाण्याची तयारी दर्शवली; पण जागेच्या अभावी त्याला नकार देण्यात आला. जानेवारी १९३६ मध्ये दोघांना 'लिट्ल अमेरिका'वरून सुखरूप बोटीवर घेण्यात आले.

दुसरी मोहीम ही दक्षिणेत जाण्याचा मॉसनचा शेवटचा प्रयत्न नव्हता. नोव्हेंबर १९३८ मध्ये मॉसनने मोहिमेचे नेतृत्व करण्यासाठी डेव्हिसचे समर्थन मागितले. त्यांच्यातले संबंध फार पूर्वीपासून पुन्हा सुधारले होते तरी डेव्हिसने स्पष्ट नकार दिला. त्याचे मत होते की आता तरुणांना वाव देण्यात यावा.

स्वत:च्या वयाची जाणीव करून देणाऱ्या सूचकतेने न डगमगता मॉसनला नवी कल्पना सुचली. १९१२ मधल्या त्याच्या आणि पूर्व किनारपट्टीच्या दलाच्या वाटचालीच्या सीमेवर, केप फ्रेशफिल्डच्या परिसरात कायमस्वरूपी संशोधन तळ

उभारणे. हा श्रद्धेचा अतिरेक होता, कारण दोहोंपैकी एकही दल केप फ्रेशफिल्डपर्यंत पोचण्यात यशस्वी झाले नव्हते आणि मॉसन किंवा मॅडिगनलाही तसा तळ उभारण्याच्या दृष्टीने तिथे पुरेशी हिमविरहित जमीन असेल की नाही याची खात्री नव्हती; पण मॉसनची महत्त्वाकांक्षा मोठी होती आणि त्याला वाटत होतं की तो तळ किमान दशकभर कार्यरत राहू शकेल. ऑस्ट्रेलियातली प्रत्येक युनिव्हर्सिटी दरवर्षी एक-दोन उमेदवार पुरवून तिथे आवश्यक असणाऱ्या सदस्यांची गरज भागवू शकेल. १९३९ च्या पूर्वार्धात ऑस्ट्रेलियन उपकुलगुरूंच्या परिषदेत त्याने ही कल्पना मांडली आणि त्यांचे समर्थन मिळवले. सरकारने एल्सवर्थची बोट आणि विमानं खरीदण्याचं मान्य केल्यावर तर पुन्हा अॅन्टार्क्टिकात जाण्याची संधी मिळणार, ही आशा दृढ होऊन मॉसन खुलला असणार; पण दुसऱ्या महायुद्धात ऑस्ट्रेलियाने प्रवेश केल्यामुळे सप्टेंबरमध्ये सगळंच मुसळ केरात गेलं.

१९४५ मध्ये युद्धविराम झाल्याबरोबर ऑस्ट्रेलियाच्या अॅन्टार्क्टिकातल्या सहभागाविषयी मॉसनने मोहीम हाती घेतली. एव्हाना त्याने साठी ओलांडली होती, त्यामुळे त्याने प्रत्यक्ष मोहिमेत जाण्याचा प्रश्नच उद्‌भवत नव्हता; पण ऑस्ट्रेलिया आपल्या अॅन्टार्क्टिक टेरिटरीमध्ये काय करू शकते, याविषयी सरकारने १९४६ मध्ये त्याच्या सूचना मागवल्या. पुढल्याच वर्षी 'संशोधन आणि विकास समिती'ची स्थापना करण्यात आली. मॉसनच्या प्रस्तावांचा विचार करून तिने निर्णय घेतला की संशोधन तळ उभारण्यासाठी योग्य ठिकाणाची निवड करण्यासाठी १९४७-४८ मध्ये मोहीम दक्षिणेत जाईल आणि पुढल्या वर्षी प्रत्यक्ष संशोधनकार्य सुरू होईल.

९ जुलैला समितीची बैठक झाली, जिचे अध्यक्षपद भूषविले BANZAREचा पायलट स्टुअर्ट कॅम्पबेल याने आणि समितीला नवे नाव देण्यात आले, 'ऑस्ट्रेलियन नॅशनल अॅन्टार्क्टिक रीसर्च एक्स्पिडिशन (ANARE) समितीच्या अन्य सदस्यांबरोबरच मॉसन, डेव्हिस आणि ANARE चा नवा सिनियर सायंटिफिक ऑफिसर फिलिप लॉ हेही बैठकीला उपस्थित होते. या मंडळींनी झटपट सदस्यांची नेमणूक केली, सर्व व्यवस्था लावली आणि १९४७ च्या बॉक्सिंग डे ला मोहिमेचा आरंभ झाला. दुर्दैवाने यांत्रिक अडचणी आणि हवामानाच्या अवरोधामुळे बोट अॅन्टार्क्टिकाच्या मुख्य भूमीजवळ पोचू शकली नाही, पण जुन्या नेव्हल लँडिंग क्राफ्टच्या सहाय्याने हर्ड आयलंड आणि मॅक्क्वेरी आयलंडवर हवामान कक्ष उभारण्यात यश आले.

१९४८ मध्ये ANARE च्या कार्यावर लक्ष ठेवण्यासाठी परराष्ट्र खात्या-अंतर्गत अॅन्टार्क्टिक शाखेची निर्मिती करण्यात आली. फिलिप लॉने शाखेचा अध्यक्ष म्हणून कॅम्पबेलची नेमणूक केली. मॉसनचे त्याच्याशी फार पूर्वीपासून मित्रत्वाचे संबंध होते. आपल्यापेक्षा तरुण, अननुभवी माणसाचे समर्थन काढून घेणे एखाद्या संकुचित वृत्तीच्या माणसाला सहज शक्य होते; पण मोठ्या मनाच्या

मॉसनने तसे केले नाही. 'त्यांनी माझ्याविषयी कधी असुया दाखवली नाही की माझ्याशी ते कधी शत्रुत्वाने वागले नाहीत,' काही वर्षांनंतर लॉने फिल्म ऑस्ट्रेलियाला सांगितले, 'मी तरुण, अननुभवी होतो आणि मला सरकारचं सर्व सहाय्य लाभत होतं, जे त्यांना कधी लाभू शकलं नव्हतं. माझ्यापुढे ज्या संधी होत्या त्या कवटाळायला त्यांनाही आवडलं असतं. मला एवढ्या संधी मिळत असल्याबद्दल त्यांना कधी माझी असुया वाटली नाही. मला ते सतत सर्वतोपरी सहकार्य देत असत.'

मॉसन ANARE लाही सहकार्य देत असे, तिच्या दिशा त्याला नेहमीच पसंत असत असं नाही. त्याचं मत होतं की वैज्ञानिक कार्य सरकारपासून स्वतंत्र असायला हवं आणि सरकारी अर्थसहाय्याच्या भिस्तीवर फार काळ न राहता ANARE ने स्वतः निधी उभा करायला हवा. अशा तऱ्हेची दुमते असली तरी त्याचा प्रभाव कायम होता. '१९४७ ते मला वाटते, १९५८ पर्यंत मॉसन समितीवर होते,' लॉ म्हणाला, 'म्हणजेच १०-११ वर्षे मी त्यांना पाहात, अनुभवित होतो. ते समितीमध्ये माझ्या कल्पनांची पाठराखण करीत असत. ते एक प्रभावशाली व्यक्ती होतेच, पण अ‍ॅन्टार्क्टिकाच्या बाबतीत अत्यंत उत्साही होते. त्यांची नजर भविष्यात असे, नव्या कल्पनांच्या शोधात, नव्या प्रकल्पांच्या शोधात.'

पैकी एक प्रकल्प होता, पूर्व मॅक् रॉबर्टसन लॅण्डवर कायमस्वरूपी तळ उभारण्याचा. १९५० मध्ये आर्थिक कारणांमुळे नव्या तळाच्या अर्थसहाय्यावर गदा येण्याची पाळी आली तेव्हा मॉसनने परराष्ट्रमंत्री रिचर्ड केसी यांची गाठ घेऊन प्रकल्पाचं महत्त्व त्यांना पटवून दिलं. तो मंत्रिमंडळातून संमत करून घेतला. तळाच्या उभारणीला अखेरीस १९५४ मध्ये सुरुवात झाली आणि त्याचं नाव ठेवण्यात आलं, 'मॉसन स्टेशन.'

योगायोगाने मॉसनचा शेवटचा अ‍ॅन्टार्क्टिक लढा आणखी एका तळासंदर्भात होता. १९५७-५८ मध्ये त्याने 'इंटरनॅशनल जिओफिजिकल ईयर'नंतर अमेरिकन विल्किस स्टेशनवर ताबा घेण्याच्या प्रस्तावाचा प्रखर विरोध केला. मॉसनचं मत होतं की तसं केल्यानं, प्रिन्सेस एलिझाबेथ लॅण्डवरच्या डेव्हिस स्टेशनवर त्याचा प्रतिकूल परिणाम होईल, जिथे त्याच्या मते विज्ञानासाठी अधिक संधी होत्या. 'डेव्हिस प्रदेश भूगर्भशास्त्रदृष्ट्या दुर्लक्षित आहे आणि तिथला तळ बंद करणे चुकीचे आहे,' तो म्हणाला, 'उलट विल्किसवर भूगर्भशास्त्रदृष्ट्या काहीही महत्त्वाचे नाही आहे.'

एप्रिल १९५८ मध्ये मॉसन उपस्थित नसलेल्या बैठकीत लॉच्या प्रस्तावाचा स्वीकार करून अमेरिकन तळावर ताबा घेण्याचा निर्णय घेण्यात आला. ती बातमी कानावर गेल्यावर त्याला वाटलं की आपण हरलो; पण अल्पवधीतच त्याचं म्हणणं

योग्यच होतं, हे सिद्ध झालं. किंबहुना, दोघेही आपापल्या परीने योग्य असल्याचेच अखेरीस सिद्ध झाले. डेव्हिस स्टेशन चार वर्षांकरिता बंद करण्यात आले, ज्या दरम्यान नवा तळ 'क्रेसी स्टेशन' उभारण्यात आला. कालांतराने डेव्हिस स्टेशनही पुन्हा सुरू करण्यात आले आणि तेव्हापासून मॉसन स्टेशनप्रमाणेच डेव्हिस स्टेशन आणि केसी स्टेशन विज्ञानासाठी महत्त्वपूर्ण कार्य करीत आहेत.

त्या निर्णयाच्या दरम्यान, मॉसनच्या आरोग्याच्या तक्रारी सुरू होत्या. सप्टेंबर १९५८ मध्ये त्याला हलका झटका आला, त्याच्या वाचेवर परिणाम झाला. 'शब्द नीट आठवत नसल्याची कल्पना येऊन तो ते लिहू लागला.' पॉकिटाने लिहिले, 'सावकाश, ओळीमागून ओळ लिहीत, सुधारत असलेल्या आपल्या स्मृतीला सहाय्य देत. त्याचे मन स्वच्छ आणि कार्यरत होते आणि अल्पवधीतच त्याची वाचा पूर्ववत झाली.'

पण त्यानंतर महिनाभरातच, मॉसन स्टेशनच्या माजी प्रमुखाला पत्र लिहिल्यानंतर तीनच दिवसांनी त्याला तीव्र झटका आला आणि त्याची शुद्ध हरपली. तो दिवस ज्या दिवशी प्रो. डेव्हिड आणि ॲलिस्टर मॅककेच्या साथीने त्याने ॲन्टार्क्टिकवर पहिलं पाऊल ठेवलं, चुंबकीय दक्षिण ध्रुवाच्या त्यांच्या दौडीनंतर बटर पॉईंटवर पोचत त्याचा पन्नासावा वर्धापन दिन होता, तसेच त्याने अनुभवलेल्या 'ब्लॅक संडे'ला, ज्या दिवशी केप डेनिसनचे बिनतारीचे खांब मोडून पडले, त्याला त्या दिवशी सेहचाळीस वर्षे लोटली होती.

दुर्दैवाने ॲन्टार्क्टिकाच्या इतिहासातील वाचलेला वैज्ञानिक प्रवासी संशोधक मॉसन त्या दिवशी आपल्या स्मृती जाग्या करू शकणार नव्हता. दुसऱ्या दिवशी संध्याकाळी, १४ ऑक्टोबर १९५८ रोजी मॉसन, ज्याने सुदूर दक्षिणेतला अपरिचित प्रदेश जगापुढे उघड केला, तो आणखी दूरच्या अपरिचित प्रदेशाच्या प्रवासाला निघाला. सुदूर दक्षिणेतल्या कठोर निसर्गाशी दोन हात करून त्याला पुरून उरलेला मॉसन त्या घरात शांतपणे वारला, तेच घर ज्याचे आराखडे त्याने गोठलेल्या ॲन्टार्क्टिकातल्या त्याच्या ऐतिहासिक एकांड्या प्रवासात रेखाटले होते.

■